ફાર્મ હાઉસમાં એક રાત

(શરૂ કર્યા પછી છોડી ન શકો તેવી સદ વાર્તાઓનો સંગ્રહ)

લેખક : ડૉ.ભુપેન્દ્ર રાવલ

મોબાઈલ નંબર ૧ : ૯૪૨૭૦ ૭૬૩૧૫

મોબાઈલ નંબર ૨ : ૯૪૦૮૨૮૭૮૨૫

પ્રથમ આવૃત્તિ – મે,૨૦૨૫

કોપીરાઇટ - રૂપલ ભાસ્કરરાય વૈદ્ય

કિંમત -

બુકનું કવર પેજ તથા ટાઈપિંગ - શ્રી ગોપાલ મકવાણા

લેખકના બે બોલ

નવેમ્બર ૨૦૨૫ના જીવનના એંશી વર્ષ પુરા કરી સિનિયર સિટીઝનમાં પી.જી. કરી સુપર સિનિયરની રેન્કમાં પહોંચ્યા પછી ત્રેવડ નો'તી રહી કે મારી આ વિવિધ મેગેઝિનોમાં ઉજાગર થયેલી નવલિકાઓને મહેનત કરીને પુસ્તક સ્વરૂપ આપી શકું ! ત્યારે દીકરા કરતાયે વધુ, ઉમંગ સાથે, આદર્શ શિક્ષકની ફરજ બજાવતા બજાવતા, વિદ્યા વ્યાસંગી શિક્ષક ચી.ગોપાલભાઈ મકવાણાએ 'દાદા, તમારી એ આખરી ૮૧ વર્ષે આખરીજ કહેવાય ને ! મનોકામના હું પૂરી કરીશ ની ચેલેન્જ ઉપાડી લઈ પ્રાણવાયુ સમજોને વેન્ટિલેટર પર લીધો પૂર્યો. અને આજે એ પ્રાણવાયુંની મદદથી મારો આ નવલિકા સંગ્રહ આપ સહુ સુધી પહોંચાડી શક્યો છું.

આભાર ગોપાલ દીકરા.

આ સંગ્રહની એક વાર્તા વાંચવાની શરૂ કર્યા પછી, સખત ભુખ લાગશે છતાં છોડી નહીજ શકો, એ મારી ચેલેન્જ છે. આભાર.

લેખક = ડૉ. ભુપેન્દ્ર રાવલ

ચી. ગોપાલ મકવાણા

મુ - ઉગામેડી, તા - ગઢડા, જિ - બોટાદ

મો. ૭૬૦૦૫૮૦૫૦૧

અર્પણ

પુત્ર : દેવેન્દ્ર રાવલ
(સેનેટરી ઇન્સ્પેક્ટર, ન. પા. ગઢડા સ્વામી.)

પુત્રવધૂ : સૌ. રીટા રાવલ
આદર્શ ગૃહિણી

પ્રસ્તાવના

શ્રી ભૂપેન્દ્ર રાવલ એક જાણીતા લેખક છે અને તેમની નવલિકાઓને લઈને જાણીતા છે. ૧૯૪૪માં જન્મેલા ભૂપેન્દ્રભાઈનું જીવન અનેકવિધ પરિપ્રેક્ષ્યથી સભર છે. વ્યવસાયે તે આયુર્વેદિક ડોક્ટર છે. માનવસેવા તેમની નસનસમાં ભરી હતી. મીઠાપુર પાસે આવેલા આરંભડા ગામથી તેમને પ્રેક્ટિસનો આરંભ કર્યો હતો. ૫/૧૦ રૂપિયા જેવી ફી તે લેતા. સહુને પોષાય તેવી ફી હોવાથી અને અસરકારક સારવાર હોવાથી તેમને ત્યાં દર્દીઓની ભીડ જામેલી રહેતી. પ્રસૂતિના ડોક્ટર ન હોવા છતાં તેમને ત્યાં આવનાર પ્રસૂતાઓનો વિશ્વાસ અભૂતપૂર્વ હતો.

થોડા ઉંમરલાયક થયા એટલે વડોદરા આવીને વસ્યા. અહીં પ્રસિદ્ધ નિર્માતા રામાનંદ સાગર સાથે પરિચય થયો. લક્ષ્મી સ્ટુડિયોના માલિક નવીનકાકા સાથે ઘરોબો કેળવાયો. શ્રી નટવર ભટ્ટ પણ તેમના મિત્ર બન્યા. મિત્રો બનાવવાનો શોખ હતો તેટલું જ નહીં, મૈત્રીની માવજતમાં તે પાવરધા હતા.

વડોદરામાં જ મહારાજા રણજિતસિંહ ગાયકવાડ સાથે ઓળખાણ થઈ. અવારનવાર તે રણજિતસિંહને મળતા રહેતા હતા. લેખનકાર્ય તો ચાલુ જ હતું. તેમની નવલિકાઓ વાચકોને ખૂબ ગમતી. વાચકોની પસંદ નાપસંદનો તેમને સારી પેઠે ખ્યાલ હતો.
પછી તો વડોદરા છોડવાની વેળા આવી પહોંચી. તેમનો પુત્ર ગઢડામાં સેનેટરી ઇન્સ્પેક્ટર હતો. પત્ની સાથે તે પુત્ર પાસે આવીને વસી ગયા. જીવન આનંદમાં પસાર થઈ રહ્યું હતું.

દુર્ભાગ્યે તેમની ઉપર પેરાલિસિસનો હુમલો થયો. સઘન સારવાર બાદ ૮૦% જેટલી રિકવરી શક્ય બની છે. આ અગાઉ એક ઓપરેશનમાંથી તે પસાર થઈ ચૂક્યા છે.

લાઠી(રાજવી કવિ કલાપીનું લાઠી) તેમનું વતન છે અને તેમને લાઠી સાથે બહુ લગાવ છે. ફોટોગ્રાફીનો ખૂબ શોખ છે. તેમણે ખેંચેલા નેચરલ ફોટોગ્રાફ્સ પૈકી સાદ સાહિત્યમાં જેની ગણના થાય છે તેવા માસિક 'અખંડા આનંદ'ના ઘણાં અંકોમાં અંદર બહારના ચારેય પેજ પર તેમના ઘણા ફોટોગ્રાફ્સ આવી ગયેલ છે.

પ્રસ્તુત પુસ્તકમાં રસપ્રદ નવલિકાઓનો સંગ્રહ છે. અલગ અલગ વિષયની વાર્તાઓની ગૂંથણી તેમને ગમી જાય તેવા અંદાજમાં કરી છે. તેમની ઘડાયેલી કલમની કમાલ જોવા આ પુસ્તક વાંચવું જ રહ્યું. ભુપેન્દ્રભાઈ સંતોષીપૂર્વક હાલમાં તેમના ધર્મ પત્ની નિર્મળાબેન સાથે સંતોષી જીવન જીવી રહ્યા છે. (નિર્મળાબેને ઘણા વર્ષો સુધી લાઠી પ્રાથમિક કન્યા શાળામાં શિક્ષિકા તરીકે ફરજ બજાવેલ છે.) પત્ની સંગે નિરાંતનું જીવન તે હાલમાં પસાર કરી રહ્યા છે. ઈશ્વર તેમને સુંદર સ્વાસ્થય આપે અને તેમની તમામ મનોકામના પૂર્ણ થાય.
ભુપેન્દ્રભાઈને ખૂબ ખૂબ શુભેચ્છાઓ.

- અવિનાશ પરીખ
(નવલકથાકાર, બાલ સાહિત્યકાર)
મો. ૯૮૨૫૯૧૨૩૧૭

અનુક્રમણિકા

કલ્યાણજી કાકા

પચ્ચીસ-ત્રીસ હજારની વસ્તી ધરાવતા તાલુકા કક્ષાના રાજપરા ગામમાં ધડીકમાં તો વાત ફેલાઈ ગઈ કે 'સાઠ વર્ષે કલ્યાણજિ- કાકાએ નવું ઘર કર્યું અને એ પણ ત્રીસ વર્ષની, પોતાની પુત્રીની ઉંમરની વિધવા સાથે !' તો કોઈએ વળી કહ્યું કે "અરે ભાઈ, દીકરીની ઉંમરની ખરી, વિધવા પણ ખરી; પણ જોવાનું એ કે બે છોકરાની માં ચે છે.'

કોઇ વળી સંશય કરતું : "હોય નહીં!"

"હોય નહીં શું? આ તો આજકાલની 'સ્કીમ' જેવું - એકની સાથે એક ફ્રી, પરંતુ કલ્યાણજિકાકાને તો એકસાથે બે ફ્રી મળ્યાં."

ગામ આખામાં ધડીકમાં તો વાત ચકડોળે ચડી. સૌના મોઢામાં એક જ વાત

"સાંભળ્યું? કલ્યાણજિકાકાએ નવું ઘર કર્યું.'

તો કોઈ વળી કહેતું : "તો તો હાલો કલ્યાણજિકાકાની 'નવી'ને જોવા!"

"પણ ઈ હજિ રાજપરે આવ્યા નથી!" "તો?"

"આ તો વાવડ મળ્યા કે કલ્યાણજિકાકા- એ જિલ્લાની કોરટમાં લગ્ન રજિસ્ટર કરાવ્યાં. મનજિભાઈના હરેશને આજ કોટમાં તારીખ હતી તે હરેશ કોરટે ગયેલો ત્યાં ખબર પડી. હરેશે ગામમાં આવી ખબર આપી."

"તંઈ તો ગામમાં આવતાં પંદરક દી' થશે!"

"કેમ?"

"કેમ તે શું? હનીમુન કરવા નઈ જાય ? કંચનકાકીએ મોટું ગામતરું કર્યાને દોઢક વરહ થઈ ગયું !" કહી સૌ હસી પડ્યા.

"કલ્યાણજિકાકાના મહેશ અને પ્રકાશને ખબર પડી?'*

"સૂરજ કાંઈ છાબડે ઢાંક્યો છાનો થોડો રહે?"

"તંઈ છોકરાઓ તો શરમના માર્યા ઊંચું માથુંયે નઈ કરી શકતા હોય!"

"ડોહા સામે આવે તો ગળચી દાબી દે!"

"દાબી જ ચે ને!"

"કલ્યાણજિકાકાનો મહેશ કે પ્રકાશ તમને મળ્યો 'તો?"

"અરે! મળે કે ન મળે, આ ઉંમરે બાપ આવું કરે, તો ગમે ઈના છોરા બાપનો ટોટો જ ટૂંપી નાખે, ત્યારે આ તો કલ્યાણજીકાકાના દીકરા."
આમ ગામ આખાના મોઢામાં કલ્યાણજી- કાકાની જ ચર્ચા.

કલ્યાણજીભાઈ મૂળ તો આ જ ગામના વતની. આ જ ગામમાં ભણ્યા. આ જ ગામમાં શિક્ષક થયા અને ઉંમરનાં અઠાવન વર્ષ પૂરાં થતાં આ જ ગામમાં નિવૃત્ત થયા.

સીધો ને સરળ સ્વભાવ. મળે ત્યારે મલકતું મુખ, સફેદ લેંઘો અને ઉપર ખમીસ એ એમનો પહેરવેશ. પ્રૌઢતા આવ્યા પછી ખમીસની જગા સફેદ ઝભ્ભાએ લીધી. ક્યારેક લેંઘો ને ઝભ્ભો તો ક્યારેક ધોતિયું અને ઝભ્ભો.

ગામ આખાનો આદર મેળવતા જણ. બાળકોનાં ટ્યૂશન કરે પરંતુ ફી ન લે. પછી ગામમાં બારમા ધોરણ સુધીની હાઇસ્કૂલ થઈ, પોતે પ્રાથમિક શાળાના શિક્ષક પરંતુ હાઇસ્કૂલના વિદ્યાર્થીઓને પોતાના ઘેર અંગ્રેજી, ગણિત અને વિજ્ઞાન જેવા અઘરા વિષયોનું ટ્યૂશન ફી વગર કરે અને કલ્યાણજીભાઈ પાસે અંગ્રેજી, ગણિત અને વિજ્ઞાન શીખેલો, માસ્તરનો થાય, ઈ તો ડૉક્ટર કે એન્જિનિયર જ થાય.

જેવો ઉજળો પહેરવેશ એવું જ ઉજળું ચારિત્ર્ય. દસમા અને બારમા ધોરણની બોર્ડની પરીક્ષામાં બેસનાર હાઇસ્કૂલની સોળ-સત્તર વર્ષની કન્યાઓ કલ્યાણજીકાકા પાસે સાંજે અંગ્રેજી, ગણિત અને વિજ્ઞાન શીખવા જાય અને મોડે સુધી કલ્યાણજીભાઈ તેને ભણાવે છતાં વાલીઓને જરા પણ ઉચાટ નહીં.

ગામમાં ભણતો કલ્યાણજી, શાળામાં શિક્ષક થયા પછી કલ્યાણજીભાઈ અને નિવૃતિના આરે પહોંચતાં તો ગામ આખાના કલ્યાણજીકાકા,

શિક્ષણને વરેલું જીવન, "વિદ્યા વેચાય નહીં"નો સિદ્ધાંત. વિદ્યાર્થીઓને તો મફત શિક્ષણ આપે પરંતુ ગામનો કોઈ પણ માણસ કંઈ પણ સલાહ કે માર્ગદર્શન માગે તો પણ કલ્યાણજીકાકા ઊભા રહી જાય.

કૌટુમ્બિક વિખવાત ઊભો થાય તો કલ્યાણજીકાકાને લોકો વચમાં નાખે અને કલ્યાણજીકાકા તેના ઘરે જાય. ભાઈઓમાં મતભેદ કે સંપત્તિ અંગેનો ઝઘડો હોય તો બધાંને ભેગાં કરી જે નિર્ણય લાવે તે સર્વમાન્ય જ રખાય.

પતિ-પત્નીમાં ઝઘડો હોય તો દંપતીને ભેગાં બેસાડી, સમજાવી કલ્યાણજીકાકા બહાર નીકળે ત્યારે પતિ-પત્ની લગ્ન પછીના પ્રથમ મિલન જેવાં જ મહેકી ઊઠ્યાં હોય.

યુવાન દીકરીને અકેલી મૂકીને મા-બાપે બે દિવસ બહારગામ જવાનું થાય તો બાપ કહેતો જાય કે, "દીકરી, રાતે ઘેર એકલી ન સૂતી, કલ્યાણજીભાઈને ત્યાં સૂવા જતી રહેજે."

...અને આવા કલ્યાણજીકાકાએ સાઠ વર્ષની જૈફ ઉંમરે ત્રીસ વર્ષની, બે સંતાનની વિધવા માતા સાથે કોર્ટમાં કાયદેસર લગ્ન રજિસ્ટર કરાવી, લગ્ન સર્ટિફિકેટ લીધું ત્યારે ગામલોકોને નવાઈ નહીં પણ આઘાત લાગે તેવું પગલું લાગ્યું.

કલ્યાણજીભાઈના પરિવારમાં બે દીકરા. મોટો મહેશ અને નાનો પ્રકાશ. બંને ભાઈ અમદાવાદમાં વેલ સેટ થઈ ગયેલા. મોટો મહેશ એન્જિનિયર થઈ એક કંપનીમાં મેનેજર અને નાનો પ્રકાશ ડૉક્ટર થઈ સરકારી હૉસ્પિટલમાં મેડિકલ ઑફિસર છે. બંને ભાઈઓને કલ્યાણજીભાઈએ ભણાવી, પરણાવી સારી રીતે સેટ કરી દીધેલ.

કલ્યાણજીકાકા અને કંચનકાકી નોકરીને કારણે વતનમાં જ રહેતાં. સરકારી નિયમ પ્રમાણે અઠ્ઠાવન વર્ષની ઉંમર થતાં પેન્શન પર ઊતરી ગયા. પાંચેક હજારનું પેન્શન બંધાયું અને પ્રોવિડન્ટ ફંડ અને ગ્રેચ્યુઇટી વગેરેના પણ ત્રણેક લાખ રૂપિયા મળ્યા. જેને પોસ્ટ ઑફિસની માસિક આવક યોજનામાં બન્નેના નામે મૂકી દઈ ઉભયે પ્રભુભક્તિમાં જીવન પરોવ્યું. દીકરાઓએ અમદાવાદ આવતા રહેવા આગ્રહ કર્યો પરંતુ જ્યાં જન્મ્યાં, જે ભૂમિ કર્મભૂમિ બની રહી એ છોડવા મન માન્યું નહીં. "હવે તો નવરાજ છીએને, મન થશે ત્યારે પૌત્રોને રમાડવા અને પુત્રવધૂઓના હાથનો રોટલો ખાવા આવી જઈશું." કહી દીકરાઓને મનાવી લીધા.

આટલાં વર્ષ પછી વિધાતાને કલ્યાણજી- ભાઈના જીવનનું ઑડિટ કરવાનું મન થયું હશે ને હિસાબમાં સતત સંતોષ અને સુખનું જ લેખું જોઈ ઈર્ષા થઈ હશે તે નિવૃત્તિના છઠ્ઠ જ મહિને, પહેલા જ હાર્ટએટેકમાં યમના તેડાએ કંચનકાકીને ઉપાડી લીધાં.

દીકરાઓએ અમદાવાદ લઈ જવા ખૂબ આગ્રહ કર્યો પરંતુ "બેટા, જે ઘરમાં જન્મ્યો, જે ગામમાં જીવન વીત્યું, જે ઘરમાં તમારી માનાં સંભારણાં છે તે છોડવા હમણાં તો મન માનતું નથી. આટલાં વર્ષ તો તમારી માનાં સથવારે જીવ્યો, હવે હાથ પગ ચાલે છે ત્યાં સુધી એકલા જીવવાનો અનુભવ કરી લેવા દો, દીકરાવ." દીકરાઓએ તેમના મનની લાગણી સ્વીકારી લીધી.

બેડરૂમમાં જોડાજોડ લાગેલ બે પલંગ, બન્ને પર એક એક ગાદલું અને એક એક ઓશીકું – રાત પડે ને સૂતા સૂતા નાઇટલૅમ્પના - અજવાળે પડખેના ખાલી પડેલ પલંગ તરફ પ્રૌઢ કલ્યાણજીભાઈ તાકી રહેતા. જાણે કે કંચનકાકીના હૈયાની હૂંફ માણતા હોય. પછી ભોગવેલ દાંપત્યસુખની સ્મૃતિને વાગોળતા વાગોળતા શાંત નિદ્રામાં સરી પડતા.

આવા કલ્યાણજીકાકાએ દોઢ-બે વર્ષની જ એકલતા બાદ નવાં લગ્ન કર્યાની વાતો ગામમાં ફેલાતાં અચરજ થાય તે સહજ હતું. હવે તો કલ્યાણજીકાકા ગામમાં આવે પછી જ લોકચર્ચાનું સમાધાન થાય.

કોર્ટમાં લગ્ન રજિસ્ટર કરાવ્યાંના સમાચાર ગામમાં ફેલાયા તેના આઠેક દિવસ પછી બસમાંથી ઊતરી, રિક્ષા કરી કલ્યાણજી- કાકા પોતાના ઘર તરફ જતા ગામલોકોને દેખાયા.

રિક્ષામાં એક યુવાન સ્ત્રીના ખોળામાં ત્રણેક વર્ષનું બાળક હતું, વચ્ચે પાંચેક વર્ષનો દીકરો હતો અને બીજી તરફ કલ્યાણજીકાકા બેઠા હતા.

બીજા દિવસે કલ્યાણજીભાઈ બજારમાં દેખાયા. એ જ ગૌરવવંતી ચાલ, એ જ સ્થિત- પ્રજ્ઞતા - કોઈકની હિંમત કલ્યાણજીભાઈને મોઢામોઢ પૂછવાની ન થઈ. હા... પીઠ પાછળ ટીકા કરી, "છે કંઈ મોઢા પર શરમ!"

બીજા દિવસે કલ્યાણજીકાકા મોટા દીકરાને સાથે લઈ ગામની પોતે કરેલ નોકરીની શાળાએ ગયા. તેના અનુગામી હેડ માસ્તર પોતાની ખુરશી પરથી ઊભા થઈ ગયા; "પધારો, પધારો સાહેબ" કહી હાથ જોડ્યા.

"ભાઈ, સાહેબ તો હવે તમો છો?" પ્રસન્ન મુખે કલ્યાણજીકાકાએ પ્રત્યુત્તર આપી, દીકરાનો જન્મદાખલો આપી બોલેલા, દીકરાને દાખલ કરવો છે.' આ શાળાના

સ્ટાફે પણ કલ્યાણજીકાકા અંગે સાંભળેલું. આથી દાખલો લઈ હેડ માસ્તરે વિનયપૂર્વક પૂછેલું : "સાહેબ, આપ દુઃખ ન લગાડો તો પૂછું"

'પૂછો ને ભાઈ.'

"અમે આપના વિષે સાંભળ્યું છે આથી પૂછું છું.... બાળકના પિતા તરીકે નામ..."

જન્મના દાખલામાં છે તે જ લખો. આ તો થાપણ છે, બાકી બધી ઋણાનુબંધની માયા છે!"

સમય વીતતો ચાલ્યો. બે વર્ષ પછી કલ્યાણજીકાકાએ બીજા છોકરાને પણ સ્કૂલમાં બેસાડી દીધો. લોકોમાં, સમાજમાં કલ્યાણજી- કાકાનું જીવન સહજ થઈ થાળે પડી ગયું.

જે યુવતી સાથે કલ્યાણજીકાકાએ લગ્ન રજિસ્ટર કરાવેલ તેનું નામ તો શીલા હતું પરંતુ ગામમાં તો કલ્યાણજીકાકાની 'નવી' તરીકે તેની ઓળખ સ્થાપિત થઈ ગઈ.

બન્ને બાળકોને કેળવવામાં કલ્યાણજી- કાકાનાં સાતેક વર્ષ પસાર થઈ ગયાં પરંતુ અચાનક કલ્યાણજીકાકાને પક્ષઘાતનો હુમલો થયો, અર્ધું અંગ ખોટું પડી ગયું. બન્ને દીકરાઓએ અમદાવાદ લઈ જઈ સારવાર કરાવી પરંતુ કંઈ ફાયદો ન થયો. વતનના ઘેર રહેવાના આગ્રહે રાજપરા પાછા આવી ગયા.... અને સમાજની નજરે 'કલ્યાણજી- કાકાની નવીએ' સેવાની જવાબદારી ઉપાડી લીધી.

સવારમાં બ્રશ કરાવી કોગળા કરાવવા, પછી આખા શરીરે માલિશ કરી ગરમ પાણીથી સ્પંજ કરી ચા પાવી. બપોરે, સાંજે ટેકો આપી બેઠા કરી જમાડવા. યુરિન પોટમાં પેશાબ કરાવવો, સંડાસ કરવાના વાસણમાં સંડાસ કરાવી - ધોવા સુધીની સેવા 'નવી'એ ઉપાડી લીધી.

મહેશ અને પ્રકાશ અનુકૂળતાએ ખબર કાઢવા આવી જતા. અમદાવાદ લઈ જવા આગ્રહ કરતા પરંતુ 'નવી' ના પાડતી : "મને આ ફરજ બજાવવામાં આનંદ આવે છે. એમના ઋણમાંથી મુક્ત તો ન જ થઈ શકું, પરંતુ ઋણભાર હળવો થાય તો પણ મારી કંઈક સાર્થકતા માનીશ."

અને મહેશ તથા પ્રકાશને પણ લાગતું કે આટલી સેવા તો કદાચ અમારાથી પણ નહીં થાય.

સમોવડિયા અને ભૂતપૂર્વ વિદ્યાર્થીઓ ખબર કાઢવા આવતા અને 'નવી'ની ચાકરી જોઈ મનમાં વાહ વાહ પોકારી ઊઠતા.

દોઢેક વર્ષની બીમારી બાદ બીજા હુમલામાં સંતોષપૂર્વક કલ્યાણજીકાકાનો દેહ છૂટી ગયો.

મહેશ અને પ્રકાશ બન્ને ભાઈ સપરિવાર આવી ગયા. ગામલોક ભેગું થઈ ગયું. નનામી બાંધવાની તૈયારી થવા લાગી....

...અને ગામમાં કેમ અને ક્યાંથી વાત આવી તે ખબર ન પડી પણ વાત ફેલાઈ કે અગ્નિ સંસ્કારવિધિની ક્રિયામાં 'નવી' પણ સ્મશાને આવે છે. વાત પણ સાચી હતી.

કોઈએ રમૂજ કરી કે 'ચૂડીકર્મ કરવા આવતી હશે.' તો કોઈ વળી આગળ વધતું કે 'કલ્યાણજીકાકા સાથે સતી તો થવાની નથી ને?... ને હાલોને આપણેય જોવા જઈએ, ખભે ટુવાલ જ નાખવો છે ને !'

ડાઘુઓ સ્મશાન પહોંચ્યા. ચિતાનાં લાકડાં ખડકાયાં. કાકાના પાર્થિવ દેહને કાઇ સેજ પર સુવાડી કફન ખસેડાયું. કાકાનો ચહેરો ખુલ્લો થયો અને 'બા...પુ...જી...' કરીને દબાવી રાખેલી હૃદય-દ્રાવક મરણચીસ નાખીને શીલા કાકાના ચહેરા પર ઢળી પડી.

'બાપુજી'ના સંબોધને ડાઘુઓ ડઘાઈ ગયા. શીલાનું હૃદયદ્રાવક રુદન સાંભળીને તમાશો જોવા આવેલ ડાઘુઓનાં હૈયાં પણ દ્રવી ઊઠ્યાં. મહેશ અને પ્રકાશ બન્ને ભાઈ મૂક આંસુ સારતા શીલાના વાંસા પર લાગણીભર્યા હાથ પસવારતા સાંત્વન આપતા રહ્યા : "બહેન, હવે બસ કર. તું તો અમારા કરતાંયે બાપુજીનો સવાયો દીકરો સાબિત થઈ છો.'

"ભાઈ...' કહી શીલા મહેશને ભેટી પડી. નાના ભાઈ પ્રકાશનો માર્દવભર્યો હાથ – શીલાના માથા પર ફરી રહ્યો હતો. કોઈને એનો આ સંબંધ સમજાતો ન હતો. સૌ મનમાંને મનમાં આ સંબંધને સમજવા તર્ક કરી રહ્યા" હતા.

"બહેન, હવે આ સહુને આપણા સંબંધ સમજાવ." મહેશે કહ્યું.

ભાઈઓના સ્નેહે હળવી થઈ શીલાએ મુખ ડાઘુઓ તરફ ફેરવી, આંખમાં અશ્રુ સાથે હાથ જોડી ડૂમાભર્યા સાદે શરૂ કર્યું.

'ભાઈઓ, કલ્યાણજી બાપુજીને શ્રદ્ધાંજલિ રૂપે ટૂંકમાં કહીશ. સસરા પક્ષે અમે પતિ-પત્ની, ને બે બાળકો સિવાય કોઈ ન હતું. મારા બીજા પુત્રના જન્મ પછી અકસ્માતમાં મારા પતિનું મૃત્યુ થયું. નોકરી મળે તેટલું મારું ભણતર ન હતું. આથી વૃદ્ધ પિતા અને બે ભાઈ-ભાભીઓના આશ્રયે આવવાની ફરજ પડી. થોડા સમયમાં બે બાળકો સાથે બહેનનો નિભાવ ભાભીઓને ખટકવા લાગ્યો. ભાભીઓની સતત ચડામણીથી ભાઈઓને પણ બહેન, ભાણેજ માથે પડેલાં લાગ્યાં. લાચારીએ મજબૂર હતી. એ લાચારી કરતાંયે વિધવા – યુવાન વિધવા, સમાજની બાજ નજરે ચૂંથી નાખવાની ચકલી જ લાગવા માંડી. આવા કેટલાયે શિકારીનો આખેટ થતાં થતાં બચતી રહી. 'બે દીકરા કાલે મોટા થઈ જશે'ની આશામાં ફરી લગ્ન કરવાની ઇચ્છ ન હતી, તો બીજી તરફ કામાંધોની નજરમાંથી યુવાનીને બચાવવી એ પણ ખાંડાની ધાર પર ચાલવા જેવું મુશ્કેલ હતું.

ગૃહઉદ્યોગની લોનના અનુસંધાને માર્ગ- દર્શક બની સાહેબની મુલાકાત કરાવી, લોન પાસ કરાવી આપવાની લાલચ આપી મને ફસાવવા છટકામાં લીધી. પરંતુ પ્રભુકૃપાએ યોગાનુયોગ કલ્યાણજી બાપુજીએ મને બચાવી લીધી. સહાનુભૂતિપૂર્વક મારું જીવનવૃત્તાંત પૂછ્યું. મેં સઘળો વૃત્તાંત કહ્યો.

"બેટા, તારામાં જો હિંમત હોય, સમાજની ટીકા સહન કરવાની શક્તિ હોય તો તારી અને તારાં બે બાળકોની જિંદગી સુધરી જાય." તેમણે કહ્યું.

હું તેમને તાકી રહી.

"તું મારી સાથે લગ્ન કરી લે." તેમણે કહ્યું. હું સમસમી ગઈ.

"મને પાગલ ન સમજતી, તને કોઈ લાલચ નથી આપતો પણ સાંભળ, હું નિવૃત્ત હેડમાસ્તર છું. સંતાનમાં બે દીકરા : મોટો એન્જિનિયર છે. નાનો સરકારી હોસ્પિટલમાં ડૉક્ટર છે. બન્ને પરિવાર સાથે અમદાવાદ રહે છે. મને માસિક પાંચ હજાર પેન્શન મળે છે. ત્રણેક લાખ માસિક ઇન્કમ સ્કીમમાં છે. સંતાનોને મારી આવકની જરૂર નથી. બહુ વિશાળ મનના છે.''

"નિવૃત્ત થતાં ફેમિલી પેન્શન મળે અને તે મારા મૃત્યુ પછી મારી પત્નીને મળે પરંતુ નિવૃત્ત થયાના છ માસમાં જ મારી પત્નીનું અવસાન થયું, હવે મારા મૃત્યુ પછી આ પેન્શન બંધ થઈ જશે."

"સમાજમાં તારા જેવી વિધવાને, તેમાંયે યુવાન અને સ્વરૂપવાન વિધવાની કઈ દશા થાય છે તેના અનુભવો તને થઈ ગયા છે. બેટા, તું મારી સાથે કાયદેસર લગ્ન રજિસ્ટર કરાવી લે તો મારા મૃત્યુ પછી પણ મારા પેન્શન દ્વારા તને આર્થિક અને સામાજિક સુરક્ષા પ્રાપ્ત – થશે.'

"મારે સંતાનમાં દીકરી નથી. તારા ને મારા સંબંધો બાપ-દીકરીના રહેશે. પરંતુ આ ૧ પગલું ભરતાં સમાજની ટીકા અને તિરસ્કાર ને સહન કરવાનું તારે મનોબળ રાખવું પડશે...' ને કલ્યાણજી બાપુએ કહેલું.

...અને વાસનાભરી સમાજની નજરોના ન જાળામાંથી મુક્ત થવાનો આ પવિત્ર માર્ગ में અપનાવી લીધો.

વાત પૂરી થઈ ત્યારે સહુની આંખોમાં નો કલ્યાણજીકાકા પ્રત્યે આંસુભરી શ્રદ્ધાંજલિ અને રી અહોભાવ હતાં.

શિવાની

હજી સાંજ પડી નથી ત્યાં અનુબાનો વલોપાત શરૂ થઈ ગયો. 'શિવાની હજી આવી નહીં, શિવાની હજી આવી નહીં.' જનુબાપા સાંભળતા હતા, પરંતુ કંઈ પ્રતિભાવ આપ્યો નહીં પરંતુ 'શિવાની હજી આવી નહીં' નું રટણ ચાલુ થઈ ગયું ત્યારે જનુબાપાએ જવાબ દેવો પડ્યો : 'અન્નપૂર્ણા, શિવાની છવ્વીશ વર્ષની થઈ છતાં તમે અને ઓળખી નહીં. જરાક મોડું થાય કે તમારું રટણ શરૂ થઈ જાય.' કહેતા આગળ કહ્યું : 'અનુ, (અન્નપૂર્ણા ટૂંકાવીને જનુબાપા અન્નપૂર્ણાબાને 'અનુ કહેતાં.) ભગવાને ત્રણ દીકરા ભાંગીને આપણી શિવાની- એક દીકરી ઘડી છે. કોઈને માર્યો હશે, કોઈને પોલીસ સ્ટેશન ઘસડી ગઈ હશે.'

'એટલે જ મને ચિંતા થાય છે. જુવાન દીકરીની ચિંતા મા કેટલી હોય તે તમને ન સમજાય, કારણ કે તમે 'મા' નથી. કાલ ઊઠીને'

'બસ, બસ, અન્નપૂર્ણા, મારી દીકરીને હું પૂરી ઓળખું છું.' કહે છે ત્યાં જ શિવાની ઘરમાં પ્રવેશી. અનુબાનો ચહેરો ખીલી ઊઠ્યો : 'આવી ગઈ દીકરી ? કેટલું મોડું કર્યું !' કહેતાં શિવાનીના માથા પર હાથ ફેરવી વહાલ કર્યું.

'આજના મુખ્ય સમાચાર?' પાસે ઊભેલા જનુબાપાએ શિવાનીને રમૂજ કૉમેન્ટ કરી.

'આજના મુખ્ય સમાચાર.' શહેરમાં છેવાડે બંધાતા ચાર માળના એક કૉમ્પલેક્ષનું આજનું કામ પૂરું થયું હતું. મજૂરો વગેરે જતા રહેલા. આસપાસમાં નિર્જનતા વ્યાપી રહેલ ત્યારે : 'બચાવો બચાવો'ની દબાયેલી એક ચીસ, સાઇકલ લઈને જતી શિવાની નામની એક યુવતીના કાને પડી. સાઇકલ પડતી મૂકી, દોડતી- દાદરા ચડતી શિવાની ચોથા માળે પહોંચી. ત્રણ નરાધમો એક સગીરાની લાજ લૂંટવાના પ્રયાસમાં પ્રવૃત્ત હતા. શિવાનીની એક એક કરાટે કીક ત્રણેને ધૂળ ચાટતા કરી દીધા. બાદમાં મોબાઇલ કરી પોલીસને બોલાવી ત્રણેને પોલીસના હવાલે કરી સગીરાને બચાવી લીધી. પોલીસે બળાત્કારનો કેસ દાખલ કરી ત્રણે નરાધમોને કસ્ટડીના હવાલે કરી, આગલી કાર્યવાહી હાથ ધરી છે.' 'હું છું ટી.વી. ન્યૂઝ સંવાદદાતા શિવાની શાસ્ત્રી.' કહીને શિવાની હસી પડી.

શિવાની સાયન્સ ગ્રેજ્યુએટ હતી. જનુદાદા રેલવેમાં વડોદરા સ્ટેશન પર સ્ટેશન માસ્ટર હતા ત્યારે શિવાનીએ એમ.એસ. યુનિવર્સિટીમાં ગ્રેજ્યુએશન કરવા સાથે કરાટેમાં બ્લેક બેલ્ટ પણ મેળવેલ.

સુડોળ શરીર, ઊજળો વાન અને એટલી જનમણી. નિર્દોષ ચહેરો. પરાણે વહાલી લાગે તેવી 'જીવરી' દીકરી.

જનાર્દનભાઈ મૂળે તો ગુજરાતી જ, પરંતુ બધા તેને જનુદાદા જ કહેતા. (મરાઠીમાં મોટાભાઈને દાદા કહે છે તેમ.) મિશ્ર પ્રકૃતિ. પરોપકારી, ગંભીર અને ખીલે ત્યારે રમૂજી.

શિવાની પણ આવી જ નિરાળી પ્રકૃતિની. લોકો કહેતા કે દીકરી બાપ પર ગઈ છે.

એક વાર વડોદરાના સુરસાગર તળાવના કાંઠે થઈને મંગળ બજાર તરફ જતી શિવાનીએ, 'અરે કોઈ બચાવો, કોઈ બચાવો. મારો દીકરો વાવમાં પડી ગયો છે.' સાંભળ્યું. એક ગરીબ - આક્રંદ કરી રહી હતી.

પાંચેક વર્ષનો એક બાળક તળાવના પાણીમાં ડૂબકાં ખાઈ રહ્યો હતો. હજુ તો લોકો તા. એકબીજાને સલાહ આપતા ભેગા થઈ રહ્યા હતા ત્યાં તો શિવાનીએ સુરસાગરના એકીટ પાણીમાં 'ડાઇવ' મારી દીધી હતી. પાંચ વર્ષનો બાળક અફાટ પાણીમાં ગરક થાય એ પહેલાં શિવાની તેને ઊંચકી લઈ બહાર આવી હતી. એ ગરીબ સ્ત્રીએ શિવાનીના પગ પકડી લઈ અંતરમાંથી લાખ, લાખ આશીર્વાદ આપ્યા હતા. જોનારાએ 'વાહ વાહ' કર્યું હતું પરંતુ કોઈ માઇના લાલે સુરસાગરમાં ઝંપલાવવાની હિંમત કરી ન હતી.

બીજા દિવસે શિવાનીને માતા-પિતા સાથે પોલીસ કમિશનર કચેરીએ આવવાનું તેડું આવ્યું હતું.

પ્રેસ, મિડિયા તથા પોલીસ બહેદાની હાજરીમાં શહેર પોલીસ કમિશનરે શિવાનીને બિરદાવી હતી અને ઢાલમાં ભરાવેલી બે તલવારોનું કચ્છી કારીગરીનું પ્રતીક અર્પણ કર્યું હતું.

જનુદાદા તથા અનુબાને આવી હિંમતવાન પુત્રી માટે ધન્યવાદ આપતાં કમિશનરશ્રીએ કહ્યું હતું કે, 'આજે દીકરીના ભ્રૂણહત્યાના વધી રહેલા કેસોમાં આપે

શિવાનીને જે કેળવણી આપી છે તે 'દીકરી શું છે !' ની ઓળખ સમાજને આપી છે, તે બદલ આપ બંન્ને ખૂબ, ખૂબ ધન્યવાદને પાત્ર છો.'

મીડિયાવાળાએ વીડિયો ઉતારેલ, પ્રેસ ફોટોગ્રાફ્સ લીધેલા.

'બેટા, કાલે તને પોલીસ મિત્ર તરીકેનું આઈ કાર્ડ મળી જશે. સમાજ પોલીસને અત્યાચારીની દૃષ્ટિએ જુએ છે, પરંતુ ખરેખર પોલીસ તેવી નથી. પોલીસ સમાજ અને કાયદાની-ન્યાયની રખેવાળ છે. પોલીસ મિત્રે સમાજ અને પોલીસ વચ્ચે સેતુની ફરજ બજાવવાની છે. તારે માટે બધા જ પોલીસ સ્ટેશન સદા ખુલ્લાં છે' કહેતાં શિવાનીના માથા પર વત્સલભાવે હાથ મૂકી પોલીસ કમિશનર શ્રી બોલેલા : "ઈશ્વર બધાંને તારા જેવી દીકરી આપે. કાલે તને આઈ કાર્ડ તથા આજના ફોટોગ્રાફ્સ મળી જશે."

બીજા દિવસે સાંજે એક કોન્સ્ટેબલ શિવાની માટેનું પોલીસ મિત્રનું આઈ કાર્ડ તથા કાલના ફોટોગ્રાફ્સ આપી ગયેલો.

કોન્સ્ટેબલના ગયા પછી અનુબા સાથે કાલના ફોટોગ્રાફ્સ જોતાં જોતાં જનુદાદાથી બોલાઈ ગયું : 'અન્નપૂર્ણા કઈ અભાગણી માએ આ દીકરીને જન્મ આપ્યો હશે ?!' અને શિવાનીના જન્મના ભૂતકાળમાં ઊંડા ઉતરી જાય એ પહેલાં શિવાનીએ ગૃહપ્રવેશ કર્યો હતો, આંથી વાત અટકી ગઈ હતી.

બી.એસસી. પાસ કરીને એમ.એસસી. કરવાના સમયે જનુદાદાની વડોદરાથી આણંદ બદલી થયેલી. આથી શિવાનીએ એમ.એસસી. કરવા વલ્લભવિદ્યાનગર પ્રવેશ મેળવ્યો.

વિદ્યાનગર કૉલેજના યુવાનોએ પ્રથમ દિવસે શિવાની સાથે નવી સ્ટુડન્ટ તરીકે રેગિંગ શરૂ કર્યું. દુ:ખની વાત તો એ હતી કે યુવાનો સાથે કેટલીક, મા-બાપથી દૂર – અહીં હૉસ્ટેલમાં રહી રીઢી થઇ ગયેલ યુવતીઓ પણ રેગિંગમાં જોડાઈ હતી.

શિવાની પણ જાણે ગભરાઈ ગઈ હોય તેમ એ યુવાનોએ નચાવી તેમ નાચી. કેટલીક ફિલ્મોનાં ગીતો ગવરાવ્યાં. જે જે ફરમાઇશ થઈ તે શિવાનીએ કર્યું. આથી શિવાનીને ડરપોક યુવતી માની રંગમાં આવી જઈ ફરમાઇશ કરી 'ટોપનાં બટન ખોલી કાઢ...' શિવાની જાણે સીકોડાઈ ગઈ. રંગમાં આવી જઈ એક યુવાન અસભ્ય ભાષા બોલતો શિવાની તરફ આગળ વધ્યો અને બીજી ઘડીએ તો

શિવાનીની એક એક કરાટે કિકે પાંચેય યુવાનો ધૂળ ચાટતા થઈ ગયા. 'સ્ત્રી જાત થઈને તમનેય શરમ નથી આવતી?' કહેતા, જીવનભર ન ભુલાય તેવી એક એક થપ્પડ યુવતીઓને ઝીંકી દઈ શિવાની ગૌરવ- ભરી ચાલે ચાલતી થઈ ગઈ.

શિવાની છવ્વીશ વર્ષની થઈ. જનુદાદા અને અનુબાની ઘણી સમજાવટ છતાં લગ્ન કરવા તૈયાર નથી. હંમેશાં એક જ વાત રટતી : 'દીકરી રૂપે ભલે જન્મી પરંતુ મારે તો તમારો દીકરો થઈ જીવવું છે.'

અનુબા દલીલ કરતાં : 'દીકરી, કુંવારી ડોશી..' આટલું કહે ત્યાં શિવાની અટકાવી દેતી: 'બસ, બસ, બા. જમાનો બદલાઈ ગયો છે. આજે એક નહીં પણ અનેક કુંવારી ડોશીઓ ગણાવું !' અને શિવાનીની દલીલ અને હઠ આગળ બન્ને લાચાર થઈ જતાં..

અવાર નવાર શિવાનીનું કંઈક પરાક્રમ કે સાહસ હોય જ પરંતુ તેમાંયે આજની વાતે તો બા-દાદાની રાત આખી અજંપામાં ગઈ. વાત એમ હતી કે : કોઈ ઝૂંપડપટ્ટીમાં આગ લાગેલ ને પસાર થતી શિવાનીએ ફાયર ફાઇટર (આગ બંબો) આવે તે પહેલાં તો સળગી રહેલ એક ઝૂંપડીમાંથી એક અસહાય વૃદ્ધાને ઊંચકીને બહાર લઈ આવી, બચાવી લીધી હતી. એ સાંભળી જનુદાદા-અનુબાના હૈયામાં અજંપો થયો હતો. દીકરીનાં આવાં ને આવાં સાહસોમાં કયાંક દીકરી ખોઈ ન બેસીએ ! ને ભગવાનને હાથ જોડી 'હે ભગવાન. તેં આપી છે, ને તું સંભાળજે.' કહેતાં ભૂતકાળમાં સરી પડ્યાં.

જનુ દાદા નોકરીમાં રજાઓ ચઢી જાય ત્યારે તે ભોગવવા વતનના ગામ - રાજપરા આવી રહેતા. મકાન પણ સાફસૂફ થઈ જાય અને વતનની માયા પણ સંતોષાય. પહેલેથી કસરતી શરીર અને મૉર્નિંગ વૉકની આદત. રાજપરા ત્યારે હજી વિકસ્યું ન હતું. ગામ બહાર બેક કિ.મી.કામેશ્વર મહાદેવનુ મંદિર. રોજ સવારે અને સાંજે ગામમાં રહેતા પૂજારી આવીને આરતી વગેરે કરી જાય પરંતુ જનુબાપા જ્યારે રાજપરામાં હોય ત્યારે તો મૉર્નિંગ વૉકમાં ભરભાંખળું થતાં તો કામેશ્વર મહાદેવના મંદિરે પહોંચી, દર્શન કરી પાછાયે ફરી ગયા હોય. પૂજારીને આવવાની તો હજી કેટલીયે વાર હોય.

રજા પૂરી થયેલ હોવાથી ડ્યૂટી પર પહોંચવા આજે સવારે તો નીકળવાનું હતું, છતાં નિત્યક્રમ પ્રમાણે આજે કામેશ્વર મહાદેવના મંદિરે પહોંચતાં ઓટલે કોઈ નવજાત શિશુનું રુદન સંભળાયું. જોયું તો કોઈ નવજાત બાળકી રડતી હતી. થોડી વાર તો 'શું કરવું ?'ના વિચારોમાં ડૂબી ગયા. કોઈ અભાગણી સ્ત્રી જન્મ આપીને ત્યજી ગઈ હતી. મન વળી અવઢવમાં પડ્યું પરંતુ આખરે રહેવાયું નહીં. ભગવાન સામે હાથ જોડી, 'હે પ્રભુ, માફ કરજે. તારું આપેલ તારી ભેટ સમજી માથે ચડાવું છું.' કહેતાં નવજાત બાળકીને ઊંચકીને ગાલે ચાંપી ગદ્ગદિત થઈ ઊઠ્યા.

ઘેર આવી બાળકીને અન્નપૂર્ણાંબાના હાથમાં સોંપી, વિગતવાર વાત કરી.

ત્યારે અનુબાએ કહેલ : 'જનાર્દન, આપણે આજે રોકાઇ જઈ, કોની બાળકી છે તે તપાસ કરી તેને સોંપી દઈએ તો?'

'અરે, અન્નપૂર્ણા! તમે તો ભોળાં જ રહ્યાં. જેણે ત્યજ્યું એ થોડું પાછું સ્વીકારવા આવે ? આપણને સંતાન નથી. ભોળા શિવે સામે ચાલીને આ દીકરી આપી. એ ભોળા શિવની ભેટ આજથી આ આપણી શિવાની.

રેલ્વેમાં અવાર નવાર થતી બદલીઓના વે કરતે શિવાનીના જન્મનો કોઈને પ્રશ્ન જ ન ઊઠ્યો.

ને ફરી પ્રભુને પ્રાર્થના કરી, 'તારી આપેલ શિવાનીનું. હે પ્રભુ, સદાય તું જ રક્ષણ કરજે.'

આજે તો જનુદાદા રિટાયર્ડ થઈ રાજગઢ- જા માં રહેવા આવી ગયા છે. શિવાની પણ એમ.એસ.સી., બી.એડ્. થઈ રાજગઢની હાઈસ્કૂલમાં નોકરી કરે છે. વિદ્યાર્થિનીઓને ભણાવવા સાથે કરાટેની તાલીમ આપે છે. દીકરીઓમાં હિંમત કેળવે છે.

ત્રીસ વર્ષની થયેલ શિવાનીએ હજુ લગ્ન નથી કર્યાં. પણ રાજગઢના આવારા યુવાનો શિવાનીથી ડરે છે. પુત્ર પીડિત મા-બાપ કહે છે, 'વંઠેલ દીકરા કરતાં દીકરી શું ખોટી!'

આજે સ્કૂલ છૂટી. શિવાની શેરીમાંથી પસાર થઈ રહી હતી. એક જમાનાની સમૃદ્ધિની ઝાંખી કરાવતા, આજે જર્જરિત થઈ ગયેલા એક મકાનમાંથી કોઈ પ્રૌઢા સાથે કોઈ યુવાન ઝઘડી રહ્યાનો અણસાર આવ્યો. શિવાનીના પગ થંભી ગયા.

મામલો સમજવા, પાસેની ડેલીમાંથી બહાર આવેલ એક સ્ત્રી તરફ શિવાનીએ જોયું. સરયુબાને, બિચારાને આ તો રોજનું થયું. રોજ ક.૩ પીવો, જુગાર રમવો ને માને પૈસા માટે ત્રાસ આપવો !' શિવાનીનો ભાવ સમજી ગયેલ સ્ત્રી ખુલાસો કરી અંદર જતી રહી.

'પૈસા કા...ઢ... મારે પૈસા જોઈએ છે', લડખડાતી જીભે યુવાન કહેતો હતો.

'હતું એ તો દારૂ ને જુગારમાં તેં ઉડાડી માર્યું. હવે મારી પાસે કંઈ નથી. તને રોજ દારૂ પીવા ને જુગાર રમવા દેવા પૈસા ક્યાંથી કાઢું કકળતી માએ જવાબ આપ્યો.

તો આ ઘર મારા નામે કરી દે.'

તારા બાપે મૂકેલ વેપાર ખોયો, જમીન હતી એ વેચી મારી, ઘરમાં હતાં એ ઘરેણાં વેચાવ્યાં. હવે માથું ઢાંકવા આ એક મકાન છે એ પણ તારે...' કહેતાં મા રડી પડી હોય તેમ શિવાનીને લાગ્યું,

'તો આ ઘર મારું છે. નીકળ અહીંથી.' કહેતા દારૂના નશામાં છાકટા થયેલ યુવાને જર્જરિત ડેલી ખોલી માને બહાર ફંગોળી. શિવાનીના પગ પાસે આવી પડેલાં સરયુમાને શિવાની ઊભાં કરી અંદર લઈ ગઈ.

દારૂના નશામાં ભાન ભૂલેલા યુવાને શિવાનીને દબડાવી : 'તું કોણ છે? ઘરમાં કેમ આવી? જાણે છે? આ ઘર મારું છે?' પણ એ વધુ બોલે એ પહેલા તો શિવાનીની એક કરાટે કીકે યુવાન શેરીમાં ફંગોળાયો.

બહાર જઈ શિવાનીએ ફરી, નશામાં અપશબ્દો બોલતા એ યુવાનનો કાંઠલો પકડી ઊંચો કર્યો પણ યુવાને તંગડી નીચે ન કરી : 'મારી મા છે. હું ગમે તેમ કરું. વચ્ચે પડનાર તું કોણ? એ તારી મા થોડી છે!' નશામાં ધૂત – યુવાને પોતાનો અધિકાર દાખવ્યો.

'સમજ લે એ મારી મા છે.' કહેતાં શિવાનીના એક તમાચે યુવાનનો નશો ઉતરી ગયો. શિવાનીનું રૌદ્ર રૂપ જોઈ, 'જોઈ લઇશ.. તનેય જોઈ લઈશ' કહેતાં પરિસ્થિતિ સમજી તેણે ત્યાંથી ચાલતી પકડી.

ઘરમાં લાવી શિવાનીએ સરયુબાનું મોઢું ધોવરાવ્યું. ગ્લાસ ભરી પાણી પાયું.

સ્વસ્થ થઈને સરયુબાએ શિવાનીને કહ્યું : બેસ, દીકરી. આજે તારી પાસે મારા એક ભયંકર પાપનો એકરાર કરવો છે, જેનું ફળ હું જીવતે જીવ ભોગવી રહી છું.'

હું ઓસરીની કોરે સરયુબા પાસે બેઠી : દીકરી, લગ્ન કરીને હું આ ઘેર-સાસરે આવી ત્યારે અમે બધી રીતે ખૂબ સુખી હતાં. બહોળો વ્યાપાર હતો. ચાલીશ વીઘા જમીન હતી. કામવાળા કામ કરતા. પિયર પણ સુખી હતું પણ એ સાથે મને મારા રૂપનું પણ અભિમાન હતું.' કહેતાં શરૂ કર્યું. શિવાનીને પણ લાગ્યું કે સરયુબા ખરેખર યુવાનીમાં અતિ સૌંદર્યવાન હોવાં જોઈએ. શિવાનીને પેલી ઉક્તિ યાદ આવી, 'ખંડેર આટલું ભવ્ય છે તો ઇમારત કેવી સુંદર હશે?' સરયુબાના ઘરને અને સરયુબા, બંનેને લાગુ પડતું હતું.

સરયુબાએ આગળ ચલાવ્યું : 'દીકરી, મને સમૃદ્ધિ અને સૌંદર્ય - બંનેનું અભિમાન ચડ્યું હતું. નાનપણમાં લાડકોડમાં ઊછરેલી હું નાનપણથી જ જિદ્દી અને હઠીલી હતી. જીદ પકડું એ મૂકું નહીં. લગ્નના ત્રીજા વર્ષે હું ગર્ભવતી થઈ. દીકરો કે દીકરી? મારે તો પહેલે ખોળે દીકરો જ જોઈતો હતો. દીકરીના જન્મની મને ઘૃણા હતી. ગર્ભપરીક્ષણમાં જો દીકરી હોય તો એ પડાવી નાખવા હું મક્કમ હતી. અમદાવાદ જેવા મોટા શહેરમાં જઈ મેં સોનોગ્રાફી કરાવી, પરંતુ દીકરી, સોનોગ્રાફીમાં એ 'ટ્વીન્સ' (જોડકા) હતા. એક દીકરો ને એક દીકરી. હવે શું કરવું? ગર્ભપાત કરાવું તો દીકરો પણ ગુમાવું. છતાં દીકરીના જન્મને તો હું 'આવકારતી જ ન હતી. મેં કહ્યું ને? નાનપણથી જ હું જિદ્દીને અને હઠીલી હતી. મનમાં ગાંઠ બંધાણી કે દીકરી ન જોઈએ તે ન જ જોઈએ. સીમંત કરીને પ્રથમ સુવાવડ કરવા હું પિયર ગઈ.' કહેતાં સરયુબા ધ્રુસકે ધ્રુસકે રડી પડ્યાં. રડતાં સરયુબાને શિવાની એ ફરી પાણી પાયું. સ્વસ્થ થઈ સરયુબાએ કથની આગળ ચલાવી : 'કોઈ દાયણને બોલાવ્યા વગર ઘરમેળે માને હાથે સુવાવડ કરાવી. એક દીકરો ને એક દીકરીને જન્મ આપ્યો.' કહેતાં શિવાનીને ભેટીને ફરી સરયુબા રડી પડ્યાં. 'અને અર્ધરાત્રિએ, ત્યારે ગામથી બે કિ.મી. દૂર કામેશ્વર મહાદેવના મંદિરના ઓટલે એ દીકરીને મા સાથે જઈ મૂકી આવી. બરાબર ત્રીસ વર્ષ થયાં એ વાતને. મેં અભાગણીએ ત્યારે એ પાપ ન કર્યું હોત. તો એ આજ તારા જેવડી જ હોત!' કહેતાં શિવાનીને છાતીએ ચાંપી

21

સરયુબાએ માથે હાથ ફેરવ્યો. બધું જ કર્માધીન છે દીકરી. હાર્ટ એટેકથી તારા બાપુ અમને છોડીને પરલોકના પંથે સિધાવ્યા. દીકરો કાલે મોટો થઈ જશે તેવી આશા હતી પરંતુ એકનો એક દીકરો બાપના કડપ વગર નાનપણથી જ બગડી ગયો. દારુ-જુગારની લતે વેપાર પાયમાલ થઈ ગયો. જમીન, ઘરેણાં વેચી માર્યાં. પરણાવી દઉં તો ખીલે બંધાશે માની પાસેના ગામે પરણાવી દીધો. પરંતુ, વહુયે નપાવટ નીવડી. પિયરમાં પડી રહે અને મારા દીકરાને ચડાવ્યા કરે. વેચી, સાટી પૈસા લઈ ત્યાં જતો રહે અને બેઉ થઈને પૈસા ઉડાવી મારે. હવે આ માથા ઢાંકણ, 'એમની' નિશાનીનું આ એક ઘર રહ્યું છે એ પણ એના નામે કરાવી.' કહેતાં સરયુબા આગળ બોલી ન શક્યાં.

થોડી વારે સ્વસ્થ થઈ આગળ કહ્યું : 'તને હું ઓળખું છું દીકરી. તું જનુદાદા માસ્તર (સ્ટેશન માસ્તર)ની દીકરી છે. જનુદાદાને દીકરો નથી પણ કોણ કહી શકે કે જનુદાદાને દીકરો નથી! મારે દીકરો છે પણ...'

દીકરીના જન્મ પ્રત્યે નફરત, દીકરાની વાંછના- મારા હૈયામાં ન આવી હોત, અરે... અધરાતે કામેશ્વર મહાદેવના મંદિરે જતાં એરુ આભડ્યો હોત...' કહેતાં શિવાનીને વળગીને રડતાં રહ્યાં.

માના આશ્લેષમાં દીકરી હતી અને દીકરીનું માથું માના હૈયે ચંપાયેલું હતું છતાં નિયતિના ખેલને સમજવા બેઉ અસમર્થ હતાં.

કર્મ બંધન

રાજપરામાં જનુભાઈ શેઠ એટલે ગામનું ગૌરવ. રાજપરાના નગરશેઠ. ઉંમર હશે હજુ સુડતાલીસ આસપાસ પરંતુ ઘણી પેઢીથી નગર શેઠાઈ વારસામાં ચાલી આવે. ગામના દરબાર પણ શેઠનું માન જાળવ.

ચારસો વિધા જમીનના ખાતેદાર. ઉપરાંત બહોળો વ્યાપાર. રાજપરા ફરતાંના બધા ગામોની ઉપજ મગફળી અને કપાસ ખેડૂતો જનાર્દન શેઠને વેચે અને જનુભાઈ શેઠ બજારભાવ કરતા બે પૈસા ભાવ પણ વધારે આપે. ખેડૂતોનું શોષણ ન કરે.

સંસ્કારી, ધાર્મિક પત્ની. બે યુવાન સંસ્કારી પુત્રો. મોટા દીકરાને પરણાવી દીઘેલ. પુત્રવધૂ પણ સંસ્કારી, ગુણિયલ. શેઠનું આખું કુટુંબ ચુસ્ત જૈન ધર્મ પાળે. મોટું બધું હવેલી જેવું મકાન-જનુ શેઠની હવેલી તરીકે જ ઓળખાય. આટલી બધી સમૃદ્ધિ હોવા છતા કોઈને પૈસાનું અભિમાન નહીં. રેશમી ધોતી અને ઉપવસ્ત્ર પહેરેલ પ્રતિભાશાળી વ્યક્તિ સવારમાં સામે મળે તો એ જનુભાઈ શેઠ જ હોય. રોજ નિયમિત અને નિયત સમયે જિન પ્રભુના દર્શન, પૂજા, અર્ચનાનો નિયમ, શ્રમણ-શ્રમણીઓને ભક્તિભાવપૂર્વક વંદના કરી ધર્મ લાભ પામે.

જનાર્દન શેઠ સમજણા થયા ત્યારથી જિન દર્શનની કોઈપણ દૈનિક પ્રકિયાને ચૂક્યા ન હતા. સામાયિક, પ્રતિક્રમણ, દિશાવગાસિક, પૌષધવ્રત આદિ અનેક ક્રિયાઓ બને ત્યાં સુધી આખું કુટુંબ ચૂકે નહીં. તેમાંયે જનુભાઈ શેઠ તો અચૂક.

આટલી સમૃદ્ધિ હોવા છતાં વર્ષમાં એકવાર તો જનાર્દન શેઠ 'દશમું વ્રત' પણ આચરે.(જૈન દર્શનમાં 'દશમું વ્રત' એટલે સંપૂર્ણ સાધુવેશ ધારણ કરી રહેવાનું. સાધુ વેશમાં જ ગામમાં ગોચરી વહોરવા જવાનું)

દુકાને - પેઢી પર કોઈ પણ જૈનત્તર સાધુ આવે તો તેઓની જરૂરિયાત સંતોષાય. પેઢી પર આવતા કોઈપણ અભ્યાગત, સાધુને, સંતને શેઠને ખાતે જમી આવવાનો પાસ મળી જાય. શેઠને આંગણેથી કોઇ પાછું ન જાય.

કહેવાય છે કે 'ધર્મીના ઘેર ધાડ' તેવું જ કંઈ જનાર્દન શેઠના જીવનમાં બન્યું. હજુ તો સુડતાલીશમું વર્ષ પૂરું થયું નથી ત્યાં જનુ શેઠને કેન્સર થયું. નિદાન

થયું ત્યાં સુધીમાં તો કૅન્સર સેકંડ સ્ટેજમાં ફેલાઈ ચૂક્યું હતું. ખાવ-પીવામાં તકલીફ પડવા લાગી. દુ:ખાવો વધતો ચાલ્યો.

ધર્મનિષ્ઠ જનું શેઠ મૃત્યુના સત્યને સમજતા હતા. વહેલું કે મોડું મૃત્યુનું સત્ય અટલ છે. પ્રશ્ન એ સતાવતો હતો કે સમજણ આવી ત્યારથી અધર્મનો ચીલો ચાતર્યો નથી, જીવ હિંસા કરી નથી, કોઈના આત્માને દુભાવ્યો નથી તો આ મારા ક્યા પાપનો ઉદય થયો.

આચાર્ય મહારાજ સાહેબ શ્રી અશોકસાગરસુરીજી મહારાજ સાહેબની ગામમાં પધરામણી છે. આચાર્ય મ. સાહેબે આ પહેલા પણ એક કરતા અધિકવાર આ ગામમાં પધરામણી કરેલ. આથી જનુભાઈ શેઠથી સુપરિચિત હતા. ભગવંતશ્રીનો ભાવ પણ શેઠ ખૂબ જ પામેલ.

શેઠે ઉપાશ્રય પર જઈ ભક્તિભાવે વંદના કરી મહારાજશ્રીને સુખ, સાતા પૂછી. ધર્મલાભ પામ્યા. મહારાજ સાહેબની સામે નીચા આસને બેઠક લીધી. આચાર્યશ્રીએ ક્ષેમકુશળ પૂછતા જનુભાઈ શેઠે પોતાના રોગની રજુઆત કરી પૃચ્છા કરી :"ભગવંત આપ તો જાણો છો કે, હું સમજતા શીખ્યો ત્યારથી ધર્મના ચિલે ચાલ્યો છું, જીવહિંસા કરી નથી, કોઈના આત્માને દુભાવ્યો નથી, જિનશાસનનું પગથિયું ચૂક્યો નથી તો પણ ભગવંત જીવલેણ આ રોગ મને કેમ થયો? મારા ક્યા પાપકર્મના ઉદયથી આ ભોગવવાનું મારે આવ્યું?'

"મૃત્યુનો મને ભય નથી. જીવ માત્રને મૃત્યુ અનિવાર્ય છે. વહેલું કે મોડું એ સત્ય સ્વીકારવાનું જ છે પરંતુ મારે એ જાણવું છે કે આ મારા ક્યા પાપકર્મનો ઉદય છે? જેથી આવતા જન્મે હું સાવચેત રહી શકું....!"

આચાર્ય સાહેબના વદન પર ગંભીરતા ઘેરાઈ વળી. ગંભીર અવાજે બોલ્યા : "શેઠ તમારી આજીવન ધર્મનિષ્ઠા હું જાણું છું. કર્મના બંધન જીવાત્માએ કોઈપણ જન્મે ભોગવવા જ પડે છે. મહારથી ભીષ્મપિતામહ કે ભગવાન શ્રીકૃષ્ણે પણ એ ભોગવવા જ પડયા છે, ત્યારે આપણે તો સામાન્ય મનુષ્ય......."
"બસ ભગવંત, આપ તો સમર્થ છો કૃપા કરીને મને આ જન્મના નહીં તો કયા જન્મના પાપકર્મ મારે ભોગવવાના આવ્યા છે તે મારે જાણવું છે, કૃપા કરીને આપ મને એ જણાવો..."

આચાર્ય મહારાજ સાહેબની કરુણાદ્રષ્ટિ શેઠ પર સ્થિર થઈ.

"સાંભળો શેઠ.... શ્રાવક કુળમાં આ તમારો પાંચમો જન્મ છે. દરેક જન્મે તમે તથા તમારું કુટુંબ ધર્મનિષ્ઠામાં સ્થિર રહ્યા છો પરંતુ ધીમે ધીમે સમય પલટાતો ગયો. સમાજમાં ધર્મનિષ્ઠા ઓછી થતી ગઈ કળિયુગની અસર વધતી ગઈ તે અનુસાર ગત જન્મમાં તમે સારું ભણ્યા. સારી માનવંત પદવી પર તમે નિયુક્ત થયા. તમારા માતા-પિતા તો ધર્મનિષ્ઠ હતા પરંતુ તમે યુવાની, સારા પગારની આવક સાથે 'ઉપરની આવક, પદનો મદ-આ બધાને કારણે તમે ધર્મનું પગથિયું ચૂકતા ગયા. દુર્ભાગ્યે પત્ની પણ અયોગ્ય મળી. પાપનો પૈસો હંમેશા વિનિપાત જ નોતરે છે...."

"ઝઘડાખોર પત્નીએ તમારા વૃદ્ધ માતા-પિતાને અલગ મકાન લઈ જુદા રહેવાની ફરજ પાડી. માતા-પિતા પ્રત્યે તમને સ્નેહ હતો પરંતુ પત્ની પાસે તમે લાચાર હતા. છતાં ગૃહકલેશ થાય ત્યારે તમારે શાંતિ માટે માતા- પિતાના ઘરની ઓથ લેવી પડતી. અવારનવાર તમે માતા- પિતાના ઘેર રહેવા ચાલ્યા આવતા...."

"પદ, પૈસા અને કુભાર્યાને કારણે તમે મદિરાના સેવને ચઢી ગયા, પરનારી ગમન પણ થયા. ધનિષ્ઠ માતા-પિતા આથી દુઃખી થતા છતાં કુપંથેથી તમને વાળી શકતા નહીં, કારણ કે મદિરા સેવન તમને 'શેતાન' બનાવી દેતું. એક અપલક્ષણ અનેક અપલક્ષણને નોતરે છે...."

"એક સમયે તમારા પત્ની ઝઘડીને રિસામણે પિયર જતા રહેલા; આથી તમે માતા-પિતા પાસે રહેલા મદિરા સેવનની આદતે તમે સમયભાન ચૂકી જતા, માતા-પિતાની ઉંમરનો તમને ખ્યાલ રહેતો નહીં, તેવાજા એક સમયે તેઓ રાત્રે તમારા જમવા આવવાની રાહ જોતા જાગતા હતા. સંતાન ગમે તેવા થાય છતાં માતા-પિતાની મમતા છૂટતી નથી. એક રાત્રે મદિરા સેવનથી ચકચૂર થઈ તમે ઘેર આવ્યા ત્યારે રાત્રિના બે વાગી ગયા હતા. બેહદ મદિરાપાનનો શેતાને તમારા મગજનો કબજો લીધો હતો."

"તમે જમીને ઉઠ્યા ત્યારે રાત્રિના અઢી વાગી ચૂક્યા હતા. જિન ધર્મનિષ્ઠ પિતાથી રહેવાયું નહીં, ચુસ્ત શ્રાવકના દીકરાના આ સંસ્કાર.....!?"

સિત્તેર વર્ષના પિતાએ ડરતા-ડરતા ઠપકો આપ્યો : "બેટા...આ....આપણા શ્રાવકોમાં....!"

હજુ એ બોલવાનું પૂરું કરે એ પહેલાં તો તમે તેના વસ્ત્રનો કાંઠલો પકડી મદિરાની રાક્ષસી તાકાતે તેમના ગાલ પર ધડાધડ-અશોભનીય ગાળો બોલતા-બોલતા તમાચા મારવા શરૂ કર્યા. તમારા મારથી બચવા વૃદ્ધ પિતા માર ખાતા-ખાતા પાછળ હટતા ગયા તેમ તેમ તમે પણ પીછો કરતા ગયા. આખરે પાછ હટવાની સીમા આવી ગઈ ત્યારે તેને પછાડીને તેની છાતી પર સવાર થઈ જઈ તેમનું મસ્તક રુમની ફ્લોર પર પછાડવું શરૂ કર્યું. વૃદ્ધ માતાથી આખરે ન રહેવાતા તે તમારા પિતાનું કવચ બની ગયા. તેમના શરીરના કેટલાંક અંગો પણ છોલાઈને લોહીવાળા થઈ ગયા. જો એ વૃદ્ધ માતા તમારા પિતાની ઢાલ ન બની ગયા હોત તો અવશ્ય તમે તેને મોતના ઘાટ ઉતારી દીધા હોત...."

જનાર્દન શેઠ જેમ જેમ પોતાના પાછલા જન્મનો. કુકર્મને સાંભળતા ગયા તેમ-તેમ તેમની આંખો પશ્ચાત્તાપના ચોધાર આંસુ વહાવી રહી હતી.
સવારે જ્યારે મદિરાની અસર ઓસરી ત્યારે તમને સાચા દિલનો પશ્ચાત્તાપ થયો. એ પશ્ચાત્તાપે તમારું જીવન પલટી નાંખ્યું. કુમાર્ગ છોડી તમે શ્રાવક ધર્મે સ્થિર થયા.

પિતાએ ક્યારેય તમારા તરફ અણગમો સેવ્યો નહીં પરંતુ એક પિતાના દિલને એવો તો આઘાત લાગ્યો? કે એ આઘાતમાં ને આઘતમાં થોડા સમયમાં મુખે સતત નવકાર જપ અને અંતરમાં ભગવાન અરિહંતનું સ્મરણ કરતાં-કરતાં મૃત્યુ પામ્યા.

"સાચા પશ્ચાતાપથી તમે સન્માર્ગે વળી જતા અને પાછલા જન્મના સંચિતથી એ જન્મે તો તમે આ પિતૃદ્રોહના પાપથી બચી ગયા, પરંતુ આ ભવે તમારે કર્મ એ ભોગવવું પડી રહ્યું છે"

પશ્ચાત્તાપના ચોધાર આંસુ સાથે જનાઈન શેઠે મહારાજ સાહેબના ચરણ પકડી કહ્યું: "ભગવંત, આપે મારા પાછલા જન્મનું એ દુષ્કૃત્ય એવું વર્ણવી બતાવ્યું કે મારા પાછલા જન્મના એ કુકૃત્ય સમયે કેમ જાણે આપે આપની આંખે દેખ્યું હોય...!"

જનાર્દન શેઠ....! ગત જન્મે પ્રભાવશાળી નવકાર મંત્રના સતત રટણ અને અંતરમાં ભગવાન અરિહંતનું સ્મરણ કરતા દેહ છોડનાર ગત જન્મના તમારા પિતા તરીકે હું જ હતો...

અધિકાર

પીવાયને રાખ થઈ ગયેલા ગાંજાને ખંખેરી કિસનાબાપુએ ચલમને ભોંય પર ઊંધી વાળીને ખંખેરી. બળેલા ગાંજાની રાખની ભોંયે ઢગલી થઇ ગઈ. ખાલી ચલમમાં હાથવગી પડેલી નાની એવી બટવા જેવી કપડાની ઝોળીમાંથી છસ્સો રૂપિયે સો ગ્રામની કિંમતનો શુદ્ધ ગાંજો ચપટીએ ચપટીએ દાબી દાબીને ભર્યો. બાજુમાં ભરી રાખેલા પાણીના ગ્લાસમાં સાફીને ભીંજવી, ચપટીથી નીચોવી ચલમના નીચલા મુખે લપેટી તર્જની અને અનામિકા વચ્ચે રાખી બેઉ હાથથી ખાસ બનતી મુદ્રા બનાવી બેઉ અંગૂઠાની આંટીમાં પોલાણ કરી ચલમ હોઠે લગાવી. કિસનાબાપુની સામે બેઠેલા દેવાએ બાકસની કાંડી પેટાવી ચલમ ઉપર ધરી, ને કિસનાબાપુએ 'દમ' ઘૂંટ્યો. ચિનગારી ચલમમાં ખેંચાઈ અને બીજી જ પળે ચલમમાં એક વેંત ઊંચેરો ભડકો ઊઠ્યો. ઓરડે સળગતો દીવો ઝાંખો પડી ગયો. બે, ચારને પાંચ ભડકે તો ઠાંસીને ભરેલો ગાંજો કિસનાબાપુના દિમાગમાં સમાઈ ગયો છતાં આજ કિસનાબાપુને લાગ્યું કે જાણે સામાન્ય બીડી જ પીધી હોય.

હવે જાણે બાપુની આંખોમાંથી ભડકો ઊઠશે તેવી લાલ ચોળ આંખો દેવા ઉપર મંડાઈ રહી.

દેવાથી કહેવાઈ ગયું. 'બાપુ ઉપર્યા ઉપર્યની આ પાસમી સલમ થય, ભલ ભલો ગંજેરીયે એક બે ઘૂંટ્યે તો બક્કો પડી જાય. બાપુ, હવે તો મધરાત થાવા આઈ' કહી દેવો બાપુને તાકી રહ્યો. પણ બાપુના મનમાં' ઉજળી પર હાથ ઉઠાવસ? પણ હાંફળી લે, આ ઘરમાં મું પર તારો કાંય અધિકાર નથ્ય. આ ખોરડું મારું સે, ખેતર મારું સે, ને તું તોડસ ઇ રોટલાય મારા સે, જા જા નપાવટ.' વીસ વરસ પહેલાના ઉજળીના શબ્દો પડઘાઈ ઊઠવા ને બાપુના રુદિયામાં અજંપો ઊઠ્યો.

"આજ ઉજળી હાંભરી છે દેવા." કહી બાપુ આંખ મીચી ગયા. ઉભડિયા ખેત મજૂરને સરકારે ખેતી કરવા ફાળવેલી દસ દસ વીઘા જમીન કિસનના બાપનેય મળેલી અને ઉજળીના બાપનય મળેલી. બે ગામના સીમાડે કિસનાના બાપને મળેલ ખેતર પછી બે ખેતર છોડીને, દસ ધીનું ખેતર ઉજળીના બાપનું હતું.

કિસનાનું મૂળ નામ કિસન પણ લોકજીભે 'કિંસનો' થઈ ગયું હતું. જ્ઞાતિમાં રૂપે, રંગે અને હાડે કિસના હીરો હતો, પણ સ્વભાવે ભોળો.

આજ ખેતરના રખોપે આવતા જ કિસનાની નજર ખેતરમાં પેસી ગયેલ હરેડ ગાય પર પડી, વોંકળા સુધી ગાયને તગડી આવવા હાકલો કરી પાછળ દોડ્યો. ગાય તો દોડતી વોકળામાં ઉતરી ગયી પણ કિસનો ઉજળીના ખેતરને શેઢે ખીલો થઇ ગયો,

ભીની ભીની ખેતરની માટીની માદક સુગંધમાં, નકામા ઘાસને દાંતરડી વડે નીંદતી નીંદતી ઉજળી શેઢે પહોંચી ગઈ હતી.

ગામડામાંય પહોળા ગળાના બ્લાઉઝની ફેક્શન પ્રવેશી ગઈ હતી. બેસીને શરીરને નમાવી દાતરડીએ દાતરડીએ ઘાસ નીંદી રહેલી ઉજળીના પહોળા ગળાના બ્લાઉઝ પર કિસનાની આંખો ચોટી ગઈ. પૂનમના ચંદ્રના બે સરખા ભાગ કરી ઉજળીને ભેટ મળ્યા હોય તેવા ધવલ વક્ષની ક્યારેક ક્યારેક ઝાંખી થઈ જતી હતી, વાંસા પર ચોરસ પહોળા કટના બ્લાઉઝ નીચેનો બરડો જાણે સંગેમરમરમાંથી કંડાર્યો હોય.

જન્મથી ઉજળો વાન લઈ જન્મેલી ઉજાળીને જોતા જ ફઇએ 'ઉજળી' નામ જ પાડી દીધેલું. મા વગરની ઉજળી સોળમા વર્ષે તો પુખ્ત થઇ ગઈ. રૂપ નીખરી ઉઠ્યું. જ્ઞાતિમાં "ઉજળી એટલે અપ્સરા ' જાણે, મા વગરની ઉજળી રૂપાભિમાને છકી ગઈ. પોતાના રૂપના કામણનો અખતરો કરવામાં ગામના બે ત્રણ જુવાનિયાઓ પાસે ઉજળી પગથિયા ચૂકી ગઈ, આ અપ્સરાઈ રૂપનું ઘણીપદ જાળવ એવો કોઈ માયનો લાલ મનમાં ઠર્યો નહીં, પણ જુવાનીના જામને ચાખી ગયેલ ઉજળીએ સંયમની લગામને ઢીલી મૂકી દીધેલ.

ડાબા હાથે ખડની પૂળી પકડી જમણા હાર્થ દાતરડું ચલાવતી ઉજળી પીઠે બાંધેલ પછેડીમાં ખડની પૂળીને નાખવા જતા, શેઢે ખીલો થઈ ઊભા રહી ગયેલા કિસનાનો અણસાર આવતા નજર નાખી રહી....

'હું જોવસ?'

'તુને!'

'તી તે મુંને પેલા ક્યારય જોય નથ્ય?'

' જોઈ તો સે પણ આજના જેવી નય.'

'આજ નવી ભાત્યની દેખાવ સવ?!'

'હા'

"બોલ્ય તો, આજ નવી ભાત્યમાં હું ભાળી જ્યો?" 'ચેવી લાજ તુંને?'

'બથુમાં ઘાલવા જેવી, બોકો ભરવાનું મન થાય એવી.' કહેતો કિસનો શરમાઈને નીચું જોઈ અંગૂઠે જમીન ખોતરવા લાગ્યો. થયું કે હમણાં એક અડબોથ ઠોકી દેહે ?!

'લે, તા...રે, તરેવડ હોય તો ઘાલ્ય બથુમાં' કહેતાક ઉજળી સમીપ આવી ઊભી.

'બથમાં ઘાલીહ તો પસે ક્યારેય મુકીસ નય!' કહેતા જ કિસનાએ હિંમત કરી ઉજળીને કસકસાવીને બાથમાં ભીડી લીધી. 'લે થય ને ખાતરી?'

કિસનાના મર્દાનગીભર્યા સીનામાં જકડાઈ રહેતાં ઉજળીએ સવાલ કર્યો, 'આયખા ભર્ય નય મુક્ય ને?'

'ના'

'માતાજીના હમ?'

'માતાજીના હમ!'

ને 'માતાજીના સમે' બંધાયેલ ઉજળી અને કિસનાનો પ્રેમ પાંગરવા લાગ્યો.

બેઉનાં ગામ તો જુદાં જુદાં પણ નજીક-નજીક ને સીમાડો એક હતો. બેઉનાં ખેતર વચ્ચે બે ખેતરવાનું અંતર હતું.

કિસનાના બાપને ખબર પડી ને બાપે કહી દીધું, 'ઈ મલકના ઉતારને પૈણવું હોય તો મુંથી દીસતો થા.'

બીજા દિવસે ખેતરે જઈ કિસનાએ વાત કરી. ઉજળીએ રસ્તો કાઢ્યો, 'ઈમા હું. મારે ઘર્યે રેવા આવતો રે.' ને બેઉ ખેતરેથી સીધા ઉજળીને ઘેર ગયાં. કિસનાએ બાપને કહેવરાવી દીધું કે, 'ખેતર હંભાળી લેજ્યો!'

માતાજીની શાખે કિસનાએ ઉજળી સાથે સંસાર માંડ્યો. બે વરસ મસ્તીમાં વિત્યાં.

આ વરસે રોઝડાનો ત્રાસ ફેલાયો. દીકરી 'ઠાર્ય' પડ્યાનો સંતોષ લઈ ઉજળીનો બાપ એક વરસ પહેલાં મોટું ગામોતરું કરી ગયેલ આથી રોઝડાને તગડવા કિસનાને પણ રાતવાસો કરવા ખેતરે જવું પડતું.

આજ સવારથી જ કિસનાને શરીરે ઠીક ન હતું. માથું દુખતું હતું અને તાવનો અણસાર જણાતો હતો છતાં વાળુ કરી રાતે કિસનો ખેતરે આવ્યો પણ તાવનું પ્રમાણ વધતા શેઢા પડોશીને રખોપાની ભલામણ કરી બારેક વાગે ઘેર પાછો આવ્યો.

ડેલીનાં બારણાં વચ્ચે હાથ નાખી, સાંકળને આંગળી વડે ધકેલી, ડેલીની સાંકળ ખખડી ને ઊઘડતી ડેલીનો અવાજ સાંભળી ભડકેલો એક ઓળો બહાર નીકળીને કિસનાએ ઉઘાડેલ ડેલીમાંથી પાસે થતોક, અંધારામાં ઓળખાયા વગર ભાગી ગયો. કિસનો અંદર ગયો, ઉજળી ઉઘાડા શરીરને ઢાંકવા પ્રયત્ન કરતી હતી.

'કુણ હતો ઈ?' કહેતા કિસનાનો હાથ ઊંચકાયો. પરંતુ અસ્ત્રી'ની માથે ઊંચકતા તેના સંસ્કારી મને હાથ પાછો પડ્યો, પરંતુ કિસનાની આ નબળાઈ સમજી, કિસનાના ઊંચકાયેલા હાથનું કાંડું પકડી મરોડ્યું. આ ક્રિયામાં ઉજળી દેહને ઢાંકવા પ્રયત્ન કરતી હતી એ વસ્ત્ર સરી પડ્યું. ઉજળીનો ઉજળો દેહ નીરાભ્રણ થઈ ગયો. ઉજળીના શુભ્ર દેહને જોઈ કિસનાથી આંખો મીંચાઈ.

ઉજળીના બેશરમ શબ્દો કાને પડ્યા. ઉજળી માથે હાથ ઉઠાવસ? પણ હાંભળી લે, આ ઘરમાં તારો નું પર કાંય અધેકાર(અધિકાર) નથ્ય, આ ખોરડું મારું સે, ખેતર મારું છે ને તું તોડસ ઈ રોટલાય મારા સે. જા જા નપાવટ.' ઉજળીના શબ્દો સંભાળતા જ 'મારામાં જેટલી સુરતા રાખો છો એટલી સુરતા ભગવાનમાં બાંધો તો બેડો પાર થઈ જાય.'

પત્નીના એ શબ્દોએ તુલસીદાસને 'સંત તુલસીદાસ' બનાવી દીધા.

ઉજળીના મારતલ વેણે કિસનાનો પરમઆત્મા જાગી ઊઠ્યો. કિસનો ભિનિષ્ક્રમણ કરી ગયો. આશ્રમે આશ્રમે રોકાતા રોકાતા નર્મદા મૈયાની પરિક્રમા કરવામાં પાંચેક વર્ષ કાઢી નાખ્યા. માલસર મુકામે એક સંતને ગુરુ પદે સ્થાપી ગુરુસેવામાં બીજા પાંચેક વર્ષ નીકળી ગયા. નર્મદા મૈયાના પાવન તીર્થે ધાર્મિક ક્રિયા કરવા આવેલા એક સંગાનો ભેટો થઈ ગયો અને તેના દ્વારા માનું મૃત્યુ થયાનું અને બાદમાં પિતાનું અવસાન થયાનું તેમની પાસેથી જાણ્યું. પિતાએ મરતાં મરતાં સગાં સંબંધીઓને ભલામણ કરેલ કે મારો કિસનો મળી જાય તો કહેજો કે ગામનું ખોરડું અને ખેતર સંભાળી લ્યે.'

માયામાં હવે લપેટાવું ન હતું. હવે એ ગામનો કિસનો નહીં પણ સંત કિસનદાસબાપુ હતો, પણ 'જા બચ્ચા, પિતાજી કી અંતિમ ઇચ્છા પૂરી કર, ખેત મેં બેઠ કર અલખ જગાવ.'

ગુરુની આજ્ઞા માથે ચડાવી સંત કિસનદાસબાપુ ગામમાં આવ્યા. ગામમાંનું ખોરડું વેચી નાખ્યું અન ખેતરના એક ખૂણે નાનકડું મંદિર અને રહેવાય તેવું મકાન બનાવી આશ્રમ સ્થાપ્યો. ખેતર પોતાની સાથે ભણેલ મિત્ર દેવાને 'ભાગિયું' વાવવા આપી દીધું. પોતાના ભાગે આવતી ઉપજ સંત, સાધુ અને અભ્યાગતોના અન્નક્ષેત્ર રૂપે વપરાવા લાગી. હવે એ ગામનો કિંસનો નહીં પણ સંત કિસનદાસબાપુ હતો, પરંતુ ગામે ફરી તે ટૂંકાવી નાખ્યું. કિસનદાસબાપુને બદલે 'કિસના બાપુ' થઈ ગયું.

બીજા દસેક વર્ષ અલ્લખની ધૂણી ઊઠતી રહી. 'મા-બાપ, પતિ-પત્ની, પુત્ર-પુત્રી, બહન-ભાઈ સબ સંબંધ માયા છે, સચ્ચા સંબંધ તો ઉપરવાલે કા છે અને છતાંયે કિસનાબાપુના હૈયે અજંપો છે. ઉજળી સાંભરી છે. આજ ઉજળીને ભૂલવા ગાંજાની ચલમો ઉપર ચલમો કારગત નીવડતી નથી!

દેવા, આજ રુદિયામાં અજંપો ઊઠ્યો છે. મારા અલ્લખ ધણીનો કંઈક સંકેત છે. સંત સમાગમે તળપદી ભાષા શુદ્ધ થઈ હતી ને ક્યારેક હિન્દી પણ બોલાઈ જવાતું. 'દેવા, આજ કુછ હોનેવાલા હૈ!'

'મધરાત્ય થઈ બાપુ, હવે હંધીય આળપંપાળ મૂકી હૂઈ જાવને. આજ વિહ વરહે વળી ઉજળી કીમ હાંભરી!'

વળી પાછો બાપુનો હાથ ચલમ તરફ લંબાયો. દેવાથી ન રહેવાયું. "હાંવ કરો બાપુ હવે.' કહેતા દેવાએ ચલમ ઉપાડી લીધી.

"બસ દેવા, એક પીય લેવા દે. તું જ સુલગાવ.' કહી બાપુએ અર્ધ પદ્માસન વાળ્યું. બચપણના ભાઈબંધના આજના અજંપે દેવો માની ગયો. દેવાએ ચલમમાં દાબીને ગાંજો ભર્યો, બાપુએ ચલમ પર સાફી લપેટી, દેવાએ દીવાસળી ચાંપી, બાપુએ દમ ઘૂંટ્યા. પેટ સંકોચાઈને વાંસા સાથે ચંપાઈ ગયું. વળી ચલમ પર વૈંત એકનો ભડકો ઊઠ્યો.

અધરાતના સીમના સન્નાટામાં આશ્રમ પરથી બોલતું બોલતું ધુવડ ઊડી ગયું. ગાડાનો કિચુડાટ ને બળદના ઘૂઘરા સંભળાયા, ખેતરનો ઝાંપો કોઈએ

ખોલ્યાનો અવાજ આવ્યો. 'દેખ તો દેવા, કોઈ આયા લગતા હૈ!' ગાંજાની માદકતાએ બાપુ હિન્દીમાં બોલ્યા. દેવો ઊભો થઈ બહાર ગયો. ગાડેથી બળદ છોડવાનો અવાજ આવ્યો!

થોડીવારે ગાડા ખેડૂ સાથે દેવો અંદર આવ્યો. ગાડા ખેડૂએ બાપુને હાથ જોડીને નમન કરતા કહ્યું, 'ઉજળી બોન આવીસે બાપુ.'

દેવા સામે નજર કરતા 'મૈને કહા થા ન' કહી બાપુએ ગાડા ખેડૂને કહ્યું, ' અંદર બુલાવ.' આજ્ઞાની રાહ જોતી બારણે ઉભેલ ઉજળી અંદર પ્રવેશી.

'અરે, ઉજળી તુમ, આધી રાત કો?'

'હા ભગત, પ્રાચ્યત (પ્રાયશ્ચિત) કરવા આવી સવ.'

વીસ વર્ષ પહેલાં જોયેલ ઉજળીને બાપુ જોઈ રહ્યા. પિસ્તાલીસની ઉંમરે પહોંચેલ ઉજળી સાંઈઠ-પાંસઠની લાગતી હતી.

'બોલ ઉજળી...'

'ભગત મુચે તમને બવ દુભવ્યા. તમુ આ પંડ્યના ધણી હતા. તોચ મુચે તમને ધણીપણાનો અધિકાર (અધિકાર)નો' તો આલ્યો. બવ ભુલ્ય થયતી ઇની માફી માગવા આયીસું.!'

'અરે ઉજળી, એ અધિકાર તો મેં તને તારે ખેતરે પે'લી વાર બથમાં ઘાલી 'તી ત્યારે તને જ આપી દીધો હતો.'

તોયે મેં તમુનો બવ મોટો ગુનો કીધો. મેં પાપણીએ બવ પાપ કીધાં.'

ઉજળી તે કોઈ મારો ગુનો નથી કર્યો, તેં તો મને મારગ ચીંધ્યો. મારો મનખો ઉજાળ્યો. મારો પરથમ ગુરુ તો તું છો. આ જો.' કહેતા ભગતે પોતાના ગુરુના ફોટા સામે આંગળી ચીંધી. ગુરુના ફોટાને આ ઓરડે સ્થાપ્યો છે, પણ મારી પ્રથમ ગુરુ તને તો મેં મારા રુદિયે સ્થાપી છે, તું ન હોત તો હું આજ છું તે ન હોત!'

'બાપુ ...' ગાડા ખેડૂ બોલ્યો, 'બાપુ, આજ હવારથી જ ઉજળી બોન રટણ કરતા 'તા કે મારે ભગતના દર્શન કરવા જાવું સે પણ કિયે મુઢે જાવા!' હવારથી જ આ રટણ, ભાઈ આજ મુને કાંક થાય છે. મારા દલમાં અહક થાય સે. મારે ભગતની માફી માગવ સે. મુએ બાપડાને બવ દુભવ્યા સે, બવ દાખોડો દીધો સે. મરતાં પેલા મારે ભગતની માફી માગવી સે, પ્રાસ્યત કરવું સે પણ મારો કિયો અધેકાર સે!'

'ઉજળી આ તો અલખનો ઓટલો. આંય તો બધાનો અધિકાર છે ત્યારે તારો કેમ ન હોય!'

'તઈ ભગત મારો અધેકાર, હાસો?'

'હા, હા, કેમ નઈ.'

'તઈ એક સેલ્લો અધેકાર માગું?' બાપુના હોઠે સ્મિત અંકાયું,

'મુને 'એડ' થયો સે. દેચનાં પાપ મુને આંબી ગયા સે. મરત્યુ, કીયારે આવે તે કેવાય નય' મને મરતાં પેલા તમારે ખોળે માથું મૂકવા ધ્યો.'

બાપુએ સંમતિ સૂચક હાથ લંબાવ્યો.

ગોઠણભેર થઈ ઉજળીએ બાપુના ખોળે માથું મૂક્યું. લંબાયેલો બાપુનો જમણો હાથ વીસ વર્ષ પહેલાં ઉજળીના માથે ફરતો, એવા જ પ્રેમથી ફરી રહ્યો. પશ્ચાતાપના આંસુ સારતી ઉજળીએ બાપુનો જમણો હાથ પકડી પંજો પોતાના હોઠે અડાડ્યો. 'મારા કિસના' બોલતા જ ઉજળીનો દેહ નિર્જીવ થઈ, કિસનાબાપુના ખોળે ઢળી પડ્યો.

શિવાસ્તે પંથાનઃ સંતુ' બાપુના મુખમાંથી શબ્દો સરી પડ્યા.

ખતુબહેન

સમાજમાં બનતા ઘણા કિસ્સાઓ આપણને વાંચવા મળે છે જેમાં પાત્રોનાં નામ, ગામ, સ્થળ બદલી કઢાયેલ હોય છે - બદલી કાઢવા જરૂરી પણ હોય છે. પરંતુ આ લેખમાં એ બદલવાની જરૂર નથી. કારણ કે આ એક ભાવાત્મક, લાગણીપૂર્ણ-પ્રેરક વાત છે અને લેખનું પાત્ર ખતુબહેન પણ હવે તો જન્નતનશીન થઈ ગયાં છે.

આજે સમાજમાં નીચલા વર્ગથી લઈ ખાસ કરીને ઉચ્ચ શિક્ષિત વર્ગ સુધ્ધામાં દાંપત્ય- ભાવના રહી નથી. સ્વછંદતા વધી ગઈ છે. સામાન્ય મતભેદો, વિચારભેદો કે વર્તનભેદોમાંથી મનભેદો સર્જાય છે અને આવાં સામાન્ય કારણો માંથી અહમ્ ટકરાય છે અને દાંપત્યની ઇમારત કડડભૂસ થઈ જાય છે ત્યારે ગામડાની એક અભણ, મજૂરી કરતી નારી - ખતુબહેન યાદ આવે છે.

ટાટા કંપનીનું ગામ મીઠાપુર (ટાટા ટાઉનશીપ)થી બે કિ.મિ.ના અંતરે દ્વારકા તાલુકાના નાનકડા એવા મારા આરંભડા ગામની આ અમારી ખતુબહેન.

અમારા દ્વારિકા આસપાસના 'ઓખામંડળ' વિસ્તારમાં ખાસ કરીને વાઘેર કોમ, અને મુસ્લિમ કોમની બોલી (ભાષા) કચ્છી અને તેમાં સામી વ્યક્તિને 'તું' સંબોધન. કલેક્ટરને પણ 'સાબ્ય, તું...' કહીને સંબોધે, તેમાં તોછડાઈ નહીં પણ ભોળી પ્રજાનો પ્રેમભાવ છલકાય.

પ્રૌઢ ઉંમરની ખતુબહેનને સંતાનમાં મોટી બે દીકરીઓ જે ઘરેબારે, પછી બાર અને દશ વર્ષના બે દીકરા.

એક સાંજે મારી ડીસ્પેન્સરી પર એક દીકરો કહી ગયો; 'રાવલ સાબ્ય, મારી માએ કહ્યું છે કે નવરા થાવ ત્યારે અમારે ઘરે મારા બાપને જોઈ જજો.'

મને ખ્યાલ હતો કે ખતુબહેનના વરને પેટની અંદરના કોઈ પણ ભાગે ઇન્ટરનલ કૅન્સર છે.

મારા દર્દીઓથી ફારેગ થઈ હું સીધો ખતુબહેનને ઘેર ગયો. બે દીકરાઓ સાથે ખતુબહેનની મુલાકાત તેના ઘરના ફળિયામાં જ થઈ ગઈ, કદાચ મારી રાહ જોઈને જ બેઠાં હતાં.

મને જોઈ તેઓ મીઠી કચ્છી ભાષામાં બોલ્યાં : રાવલ ભા.., તોકે અલ્લા કસમ, સચ્ચી ઘાલ કરજે, મકે અંધારામાં મ રાખજે. રાવલભાઈ તને અલ્લાહ કસમ, મને સાચ્ચી વાત કરજે, અંધારામાં ન રાખતો. ડૉક્ટરો છેલ્લી ઘડી સુધી "મટી જશે, મટી જશેની જ તસલ્લી દેતા હોય છે!"

મેં દર્દીને તપાસ્યો, ફૂલીને ઝગરા મારતું પેટ અને દર્દીની પરિસ્થિતિ જોઈ લાગ્યું કે એક-બે દિવસનો મહેમાન છે.

બહાર આવતા : 'ભા...' કહીને અટકી ગયેલ ખતુબહેનની પ્રશ્નાર્થભરી દ્રષ્ટિને જીરવી ન શક્યો.

"બહેન ખોટા દોડા અને ખોટો ખર્ચ ન કરતી. આને તું મીઠાપુર (ટાટા-હૉસ્પિટલ) લઈ જા કે મુંબઈ.... બહેન, આ જણ હવે તારો નથી.'

...અને મૂક ચોધાર આંસુએ રડતી એ ખતુબહેન હજીયે દ્રષ્ટિ સમક્ષ તરવરી ઊઠે છે. એ સમયના તેના શબ્દો, 'રાવલ ભા, આ જણ ક્યારેય મજૂરીએ ગયો નથી, ક્યારેય કમાયો નથી. મેં મજૂરી કરી કરીને બે દીકરીઓને પરણાવી.' નજીક ઊભેલા બાર અને દશ વર્ષના દીકરાઓના માથા પર હાથ રાખીને; 'આ બેય બચલા (બાળકો)ને મોટાં કર્યાં. ભા, એ ક્યારેય કમાવા નો ગયો. હું દિ' આખો મજૂરી કરીને સાંજે દાડીના પૈસા લાવું તો એ મારા હાથમાંથી જટી (ઝૂંટવી) લઈ દારૂ પી આવે.

"રાવલ ભા, ઈ ગમે એવો હતો પણ ભા, ઈ મારું છતર છે, મારા ને મારા આ બચલાનું ઢાંકણ છે. રાવલ ભા, મારું છત્તર છીનવાઈ જશે, હું ને મારા આ બચલા ઉઘાડા થઈ જશું !" એના આંસુમાં ઊભરાતી એક અભણ નારીની પતિભાવનાએ હું પણ ગદ્ગદિત થઈ રહ્યો હતો.

...અને હજી પણ આરંભડા ગામ – બહાર માં બંધાવેલા મારા ઘેર જવાનો રસ્તો કબ્રસ્તાનની દીવાલ પાસેથી પસાર થાય છે અને રોજ એ તરફ જોઈ બોલાઈ જાય છે. । 'બહેન, ધન્ય છે તું અને તારા જેવી નારીઓ.'

બાલુ વાટકીનું ટ્યુનિંગ

આમ તો એનું નામ બાલુ. અટક સાલકી. પૂરું બાલુ લખ સોલંકી. ગામમાં ચારપાંચ બાલુ, પરંતુ કર્યો બાલુ? એ ઓળખ માટે બાલુઓને વિશિષ્ટ ઓળખ મળેલી. જેમ કે સુથારનો બાલુ એટલે બાલુ છોડિયું. લુહારનો બાલુ એટલે બાલુ ધમણ, એમ આ બાલુની ઓળખ એટલે બાલુ વાટકી. બાલુની કેટલીય પેઢીઓનો વારસા હક્ક 'ગામના હજામ' તરીકે ચાલ્યો આવે.

એ જમાનામાં હેર કટિંગ સલૂન" નહીં. મોબાઈલ સલૂન. વર્ધી આવે તેના ઘેર જવાનું. ઘરના સભ્યોના કોઈના બાલ કાપવાના હોય તો કોઈની દાઢી કરવાની હોય.

રોકડું ચુકવવાનું નહીં. 'વાર્ષિક કોન્ટ્રાક્ટ'. નવો પાક આવે એટલે ઘેર ઘેર જવાનું. નાના-મોટા કુટુંબ પ્રમાણે પાંચ માણા, દશ માણા અનાજ લઈ આવવાનું. ઘરમાં જોઈએ તેટલું અનાજ રાખી બીજું વેચી નાખવાનું. એ પૈસામાંથી રોકડ જરૂરિયાત પૂરી થાય.

પરંતુ હવે આ ધંધામાંયે કસ રહ્યો નહીં. ગામડાં પણ છેલછબીલાં થવા લાગ્યાં. હટાણું કરવા શહેરમાં જાય ત્યાં ઘેર કટિંગ સલૂનમાં દેવ આનંદ કટ, રાજેન્દ્રકુમારે કટ કે દિલીપ કુમાર કટ કપાવતા આવે. આથી બાલુના બાપે વિચાર્યું કે બાલુને ભણાવવો છે. વારસામાં 'વાટકી' આપવી નથી. સાબ થઈને શહેરમાં નોકરી કરે અને મયનો થાય કે ફટાફટ 'સરકારની નોટ્યું" ગણી લ્યે. આથી સાતમે વરસે બાલુને નિહાળ્યમાં બેહાર્યો ને બાલુ હુંશિયાર નીકળ્યો. બાલુના બાપને મોઢે બાલુના સાહેબ્યુ બાલુના વખાણ કરે..ને બાલુનો બાપ પોરહાય જાય અને કે કે "ભણાવો..ભણાવો.. માસ્તર, મારેય બાલુડાને તમારી જેમ માસ્તર કરવા સે.'

આમ બાલુ વાટકી ભણવામાં હોશિયાર નીકળ્યો, તેમ લખણમાંયે ખરા ફાટ્યનો નીકળ્યો. નિયન બે મૈના થયા ત્યાં તો ભેરુબંધની રંગ પારખી ગ્યો. પડખે બેઠેલા વિદ્યાર્થીના કાન લગોલગ મોઢું લઈ જઈ કાનમાં એવી ભૂંડો શબ્દ બોલે કે એ વિદ્યાર્થીથી ફરિયાદ થઈ જાય કે સાચ્ચ... બાલુડો ગાળ બોલ્યો! માસ્તરની નજર બાલુ પર પડે ત્યારે તો બાલુ એવું મોઢું કરી ગયો હોય કે

માસ્તરને દયા આવી જાય. 'ફેસ રીડિંગ' કરો તો ભલભલો ફેસ રીડર ભૂલ ખાઇ જઇ તારવણી કરે કે આ છોકરો ગાળ કે ભૂંડા શબ્દો બોલે જ નહીં.' માસ્તરનેય બાલુ પર વાલ ઊપજે. ફરિયાદી વિદ્યાર્થીને માસ્તર વોર્મિંગ આપે 'ખાટી રાવ કરીશ તો એક અડબોથ હો...' 'હો...' બોલીને આગળના શબ્દો માસ્તર ગળી જાય. માસ્તરેક બાજુ વાટકીના હિપ્નોટિઝમમાં આવી જાય ભારે નાટકિયો!

બાલુ વાટકી બીજા ધોરણમાં આવ્યો. ત્યાં તો રિસેસમાં રમત છોકરાઓ, છોકરીઓનું ધ્યાન ખૂંચવી, એકાદ છોકરીને બથમાં દબાવી લઇ, કોઈનું ધ્યાન ન પડે કે છોકરીને ખ્યાલ આવે તે પહેલા તો છોકરાઓના ટોળામાં આવી ગયો હોય.

ત્રીજા ને ચોથા ધોરણમાં આવતા તો રિસેસમાં લાગમાં લઇ કોઈ છોકરીને બોકી' ભરીને છોકરી બાલુ, આવું કર્ય માને' કહે એ પહેલા તો એવા ભાગી જાય કે 'આઇ વિટનેસ' જ કોઈ ન મળે, અને વાર્ષિક પરીક્ષાની માર્કશીટમાં અભ્યાસની કોલમ સામે માસ્તર રિમાર્ક માટે "પ્રોગ્રેસિવ. નીચે વળી લાલ શાહીથી અંડરલાઈન મારી હોય.

ઉકરડો વધે એમ બાલુ વધીને મેટ્રિકમાં આવી ગયો. મેટ્રિકમાં ટકા સારા લાવીને પછાત કોમના દાખલા હેઠળ સ્કોલરશિપ મેળવીને બાલુ વાટકી બી.એ. બી.એડ. થઈ ગયો.

બાલુ (વાટકી) કોલેજમાં હીરો બની ગયો હતો, કારણ કે બાલુના દિમાગમાં એવી એવી નોનવેજ જોક્સ ઉદ્ભવે કે સહાધ્યાયીઓ સાંભળીને હસી હસીને 'બા' પડી જાય. નોનવેજ જોક મારીને બાલુ પોતેય એવો હસે કે પડછંદા પડે. આમ કોલેજમાં બાલું એટલે 'નોનવેજ' જોક્સનો બટલર, આવો ભણેલ ગણેલ બાલુ બી.એ., બી.એડ. થતાં પૈણીયે ગયો.

અનામત સીટો પર બાલને તાલુકા કક્ષાના એક ગામની હાઈસ્કૂલમાં (કુમાર વિદ્યાલય) શિક્ષકની નોકરીયે મળી ગઇ. આમ લખુ સોલંકી (વાટકી)નો દીકરો બાલુ(વાટકી) 'સાહ્ય' થઈ ગયો.

નોકરીના ગામમાં હવેલી જેવું એક બંધ પડેલું મકાન ઘરધણીએ બાલુને વગર ભાડે રહેવા આપ્યું. મકાનધણીને એમ કે બંધ પડ્યું બગડે એ કરતાં કોઈ રહે તો સચવાય. આમેય બાલુને ભણવામાં, પૈણવામાં ને હવે બાયડી સાથે નવા

વસવાટમાં શહેરમાં ભાડું ભરવાનો વેત રહેલ નહીં પણ ભુતને પીપળો મળી જાય તેમ બાલુને વગર ભાડે મકાન મળી ગયું. આ મકાન બાલુને કેવું ફળ્યું એ વચ્ચે કહી દઉં. આમ તો બાલુની જનમકુંડળીમાં મંગળ પાવરફુલ, મંગળ એ મિલકત અપાવનાર છે. ગામમાં શિક્ષક સોસાયટી (હાઉસિંગ બોર્ડની) થઈ તેમાં એક શિક્ષકે મકાન બુક કરાવ્યું. બેઝિક રકમ જ એડવાન્સ, બાકીના હપ્તા. (બાલુના) ભગવાનનું કરવું તે મકાન બુક કરેલ તે શિક્ષક અચાનક મૃત્યુ પામ્યા અને છોકરાઓ બીજે સેટલ થયેલા આથી વિધવા માતાને છોકરાઓ તેડી ગયા અને બાલુએ એ શિક્ષકે એડવાન્સ ભરેલ બેઝિક રકમ મૃત શિક્ષકની વિધવાને ચૂકવી દઈ મકાન લખાવી લીધું; તે આજે બાલુ નિવૃત્ત પણ થઈ ગયો છતાયે હજુ સુધી એ સોસાયટીના ચડતા જતા હપ્તાઓની નોટિસ આવે છે અને બાલુ એ નોટિસો મૃતકની વિધવાને રી-ડાયરેક્ટ કરી દયે છે. બાલુનું સ્લોગન છે કબજો બળવાન છે.'

બાલુસાહેબના ભેજાની એક ઓર કરામત જોઈએ. બાલુસાહેબે એક વ્યક્તિ પાસેથી આવતા પગાર સુધીની મુદતે દસ હજાર રૂપિયા ઉછીના લીધા. પાછ આપવામાં બેક વરસ કાઢી નાખ્યા ને એમાં ભગવાનનું કરવું ને એ વ્યક્તિનો યુવાન પુત્ર મગન અકસ્માતે મૃત્યુ પામ્યો. બાલુસાહેબ બેસણામાં ગયા ત્યારે પેલા ભાઈએ તેમન એક તરફ બોલાવી કહ્યું, "સાવ્ય, મહિનાની મુદતે લીધેલા દસ હજારને બે વરસ થયાં, હવે તો......! ને બાલુસાહેબે કટાક દેતા કહ્યું લે, એ તો મેં બીજે જ મહિને મગનને આપી દીધા'તા, તમને નથી કહ્યું?' ને બાલુ મનમાં-એક ગાળ સાથે બોલેલો, 'હવે ક્યાં તું મગનને પૂછવા જવાનો!

આવા બાલુસાહેબની આડી વાતે આપણે ફટાઇ ગયા. પણ બાલુ વાટકી હાઈસ્કૂલમાં જોડાયો તે સમયમાં પાછ જઈએ. બાલુ વાટકી બી.એ.. બી.એડ. થયો. જ્ઞાતિમાં આવો ભણેલ છોકરો એટલે ફટાકે પરણી પણ ગયો; અને ઓ.બી.સી.ની અનામત હેઠળ તાલુકા કક્ષાના એક ગામની કુમાર હાઈસ્કૂલમાં નોકરીનો ઓર્ડર પણ આવી ગયા અને બાલુ લખુ સોલંકીની બી. એલ. સોલંકીના નામથી સર્વિસ બુક પણ ભરાઈ ગઈ. હવે બાલુ લખુ સોલંકી 'સોલંકી સાહબ' થઈ ગયા.

બાલુસાહેબને મનમાં થોડું લાગી તો આવ્યું કે કુમાર વિદ્યાલય કરતાં કન્યા વિદ્યાલય મળી હોત તો. મોજ આવી જાત.

હવે નવા સ્થળે કોઈ પૂછે કે 'સાહેબ, આપનું નામ શું?' તો બાલુ ફદ્દ કરતા કહી ધ્યે. બાલુસિંહ સોલંકી ગામલોકો બાલુ 'વાટકી'ને હવે દરબાર સમજવા લાગ્યા. બાલુસિંહે મૂછો પણ રાખવા માંડી. દરબાર માની કોઈ 'બાપુ' કહીને બોલાવે ત્યારે 'બાલુ બાપની આંકડા વગરની મૂછ પણ ફુલાઈ ઉઠે, બાલુસિંહ હવે બાપુ તરીકે પણ ઓળખાવા લાગ્યા.

કુમાર વિદ્યાલયમાં બાલુસિંહને એક લાભ થયો. પિરિયડમાં ભણાવે ઓછું પણ નોનવેજ જોક્સ વધુ સંભળાવે છે ટીનેજર વિદ્યાર્થીઓને પણ મજા પડી જાય.

બી. એલ. સોલંકી સરનાં પત્ની હવે પ્રૌઢે થયા, પરંતુ બી. એલ. સોલંકી સરનો જીવ પ્રૌઢે ન થયો. પત્ની હવે માખણ જેવીને બદલે છાશ જેવી લાગવા માંડી.

સોલંકીસાહબને ત્યાં ત્રણ સંતાનો પેદા થયું, મોટી દીકરી પછી એક દીકરો ને ફરી પાછી એક દીકરી. ગામનું બુચ મારી-મારીને મોટી દીકરી અને દીકરાને પરણાવી દીધા, પરંતુ ગામમાં પીઠ પાછળ બાલુ બુચ માર તરીકે લોકો ઓળખતા થઇ ગયા. કોના દીધા ને તે રહી ગયો' એ 'બુચ માર'ન સૂત્ર.

દર વર્ષે ગ્રાન્ટમાં સ્કૂલ લાઇબ્રેરીના પુસ્તકાલય માટે આવતાં પુસ્તકોમાં આ વર્ષે ઓશો સાહિત્ય પણ આવ્યું. સ્કૂલ લાઈબ્રેરી બાલુસિંહસાહેબ સંભાળતા આશા સાહિત્યમાં બાલુસરને ઓશોની બુક 'સંભોગથી સમાધિ'માં રસ પડ્યો. બાલુસરે સૌપ્રથમ એ વાંચી કાઢ્યું. ગીતામાં ભગવાન શ્રી કૃષ્ણે ગૃહસ્થી ધર્મને શ્રેષ્ઠ કહ્યો છે. બ્રહ્મચર્યનો ખોટો અર્થ કરી વિચારોનું દમન કરવા કરતાં જરૂરિયાત પ્રમાણે ગૃહસ્થીધર્મ જાળવવાથી મનની એકાગ્રતા સાધી શકાય છે, આપણા ઋષિ મુનિઓએ પણ સપત્ની ગૃહસ્થી ધમ નિભાવી સમાજને દિવ્ય આવિષ્કારો આપી સમાજનું કલ્યાણ સાધ્યું છે, તે જ સિદ્ધાંત પર જગતના મહાન ફિલોસોફર 'ઓશો'એ 'સંભોગથી સમાધિ' લખ્યું.

ખરેખર તો એનું શીર્ષક છે ફ્રોમ ધ સેક્સ ટુ સુપિરિયારિટી, અનેક વ્યાકરણની રીતે સાતમી વિભક્તિ છે માંથી. એટલે કે સેક્સમાં રચ્યા પચ્યા રહેવું તેમ નહીં પણ સેક્સને ડાઈવર્ટ કરી મેડિટેશનમાં સ્થિર થવું. પરંતુ સોલંકીસરે તેને એવા અર્થમાં મૂલવ્યું કે ઓશો શિબિર એટલે 'ઓશો પ્રિયઓ સાથે ટ્યુનિં.'

સોલંકી સરે બે-ત્રણ ઓશો શિબિર કરી અને ઓશો શિબિરના સક્રિય ધ્યાનયોગમાં નાચી નાચીને ભાવિવભોર થઈ રડતી ઓશો પ્રિયા બહેનોને ભેટી પડવામાં સોલંકી સરને મોજ પડવા લાગી. અને બે ને ત્રણ શિખરે તો સોલંકીસરે ઓશો દીક્ષા પણ ગ્રહણ કરી લીધી, દીક્ષિત સંન્યાસી તરીકે નામકરણ થયું "સત્યમવદ્ સ્વામી." અને એ શિબિરની લલચામણી વાતો કરીને નવુ ગ્રુપ બનાવવું શરૂ કર્યું. ઈ શિબિરની મોજુની વાતો સાંભળીને કોઈ શિબિરમાં જવા લલચાઈને એગ્રી થઈ જાય પણ એ નવો વિશેષ જાણકારી માટે પુછે, સ્વામી, શિબિરમાં અમારા બહેનેય સાથે આવેને?

ને.... સત્યમવદ્ સ્વામી વદે, "ન્યા ઘરની બાયડીનું શું કામ છે! ન્યા તો દહ દહ બાપુના ટ્યુનિંગ થઈ જાય; જેવી તમારી ત્રેવડ ને આવડત.

સામવેદ સ્વામીએ પોતાની સોસાયટીના મકાનમાં ઉપર ઓશોનો એ.સી. 'બુદ્ધા હોલ' (ધ્યાન હોલ) બનાવ્યો; હવે તો ગામના યુવાનિયાનો પણ સત્યમવદ્ સ્વામીના અનુયાયી થવા લાગ્યા અને દીક્ષા પણ લેવા માંડ્યો. સત્યમવદ્ સ્વામીના ઘરના બુદ્ધા હોલ (ધ્યાન હોલ) માં મોટા ભાગના યુવાનોને તો ઓશોની ફિલોસોફી કરતાં સત્યમવદ્ સ્વામીના વલ્ગર જોક્સ સાંભળવામાં જ વધુ રસ પડતો. એવ હસાવે, એવા હસાવે ને પછી પોતાની ફિલોસોકો રજૂ કરે, 'મોજ કરો ભાઈ. જિંદગીમાં હસવા જેવું સુખ નથી. હસે તેનાં ઘર વસે. બાકી તો બધું ભગવાન જ પાર પાડે છે. જુઓ ને મોજમાં ને મોજમાં દીકરી- દીકરો પરણાવી દીધા. ખબરેય નો પડી. આ દીકરોય લાઈને (આડી) ચડી ગયો. આ એક દીકરી હવે પરણાવવા લાયક થઈ છે, એય મારો ભગવાન 'ઓશો પાર પાડશે. ટેન્શન રાખવાનું જ નવ.

ટ્યુનિંગ'ની લાલચે બે નવા મિત્રોને લઈ સત્યમવદ્ સ્વામી ત્રણ દિવસની શિબિરમાં ગયા; પરંતુ બીજા જ દિવસે સાંજે ઘેરથી મોબાઈલ આવ્યો. સવારના મોબાઈલ લગાવીએ છીએ. પરંતુ સ્વિચ ઓફ્ફ આવે છે. સો વાતની એક વાત, તાત્કાલિક જ મળે તે વાહન પકડી પાછ આવો, નહીંતર પસ્તાવો થશે.' કહેતા મોબાઈલ કટ થઈ ગયો. સત્યમવદ્ સ્વામી શક્ય તે વાહન પકડતાં પકડતાં સવારે ઘરે પહોંચીને વરંડામાં બેઠા ત્યાં પત્નીએ આવી સમાચાર આપ્યા. કાલ સવારે તમે ગ્યા ઈ દીએ જ આપણી દીકરી પારવતી 'પારો' ક્યાંક જતી રહી છે. - રાતે મોડે

સુધી રાહ જોઇ ઘેર પાછી ન આવી. પારોના જવા ઠેકાણે જઇ આડકતરી તપાસ કરી આવી, પણ ક્યાંય નો તી! તમે તો નીકળ્યા એ નીકળ્યા, મોબાઈલ લાગે જ નહી. તરત ભાઇને કોન કરી બોલાવી લીધો. બિચારાએ આવતાની સાથે મોબાઈલ કરી કરી તપાસ કરી પણ પારો અમારે ત્યાં આવી છે એવા વાવડ જ નો મળ્યા. ભાઈ બાઈક લઈ ફરી વળ્યો પણ પારોના વાવડ નો મળ્યા તે નો મળ્યા. મુંઝાઈ મુંઝાઈને તમે આવો પછી પોલીસમાં ફરિયાદ લખાવી દઈએ તેમ વિચારી તમને શિબિર છોડી બોલાવી લીધા.'

ત્યાં જ સાઈકલની ઘંટડી વગાડતા ફેરિયાએ છાપાનો ફરફરતો ઘા કર્યો. સત્યમવદ સ્વામીના પગ પાસે છાપું પડ્યું. પહેલા જ પાને બોક્સ જાહેરાતમાં છપાયું હતું.

હું પારવતી ઉર્ફે પારો બી. સોલંકી તથા સ્વામી દેવદાસ હિન્દુ ધાર્મિક શાસ્ત્રોક્ત વિધિપૂર્વક લગ્નગ્રંથિથી જોડાયા છીએ.

વાંચીને સત્યમવદ સ્વામી મનમાં ઘા ખાઈ ગયા. 'સા...લો, કાગડાના માળામાં હોલો ટ્યુનિંગ કરી ગયો.'

ફાર્મ હાઉસમાં એક રાત

કારે ચાલતાં ચાલતાં બે-ચાર ઝટકા ખાધા. સમયસૂચકતા વાપરી મેં એને તાત્કાલિક સાઈડ પર ચઢાવી દીધી જેથી આવતા-જતા ટ્રાફિકને નડે નહીં.

મારો પગ બ્રેક પર પડે એ પહેલાં તો વધારાનો એક આંચકો ખાઈ કારનું એન્જિન બંધ પડી ગયું.

સંધ્યા અને રાત્રિનો સંધિકાળ હતો. થોડી જ વારમાં તો રસ્તા પર અંધકારના ઓળા ઊતરી આવશે.

નિકી ગભરાઈને મને વળગી પડી. આમ તો અમે કોઈ અજાણ્યા ગામની નજીકમાં જ હતાં. લાગતું હતું કે ગામ સાવ નાનકડું જ હશે અને આવા નાનકડા ગામમા મિકેનિક પણ ક્યાંથી હોય! મેં બે-ચાર સેલ્ફ મારી જોયા પણ દરેક વખતે ઘરઘરાટી બોલીને અટકી જતી. ફ્યુઅલ પણ હોવાનું ફ્યુઅલ કાંટો બતાવતો હતો. તદન નવી જ કાર. કંઈ જ સમજાતું ન હતું. હજી આંખું આંખું દેખાય તેટલો બહાર પ્રકાશ હતો. ડ્રાઈવિંગ સીટનો દરવાજો ખોલી હું એન્જિનમાં કંઈ લૂઝ કોન્ટેક્ટ થયો હોય તો બોનેટ ખોલીને જોવા બહાર નીકળ્યો; ત્યાં પોતાના તરફનો દરવાજો ખોલીને નિકી નાના બાળકની જેમ ઊતરીને દોડતીક મારા હાથે બાઝી ગઈ. એ ખૂબ ગભરાઈ ગઈ હતી.

બોનેટ ખોલી મેં ખાંખાં ખોળાં કર્યાં પણ બધું બરાબર લાગ્યું. બોનેટ બંધ કરી ફરી અમે કારમાં ગોઠવાયાં. સેલ્ફ મારી જોયા પણ પરિણામ શૂન્ય... શું કરવું? અજાણ્યો પ્રદેશ, અજાણ્યું ગામ! કોઈ નીકળે તો તેને ગામ વિષે પૂછું અથવા મિકેનિક વિષે! ગામમાં જો કોઈ મિકેનિક હોય તો સાથે જઈ બોલાવી આવું અથવા તેને મોકલવા વિનંતી કરું.

દુર્ભાગ્યે કોઈ આવતું કે જતું ન હતું. હવે તો અંધારું પણ પ્રસરી ગયું. કોઇનો આવરો-જાવરો ન જણાતાં કદાચ આ ગામનું પાદર નહીં, પણ ગામ પછવાડાનો ભાગ છે તેવી મનમાં પ્રતીતિ થવા લાગી. અગ્રભાગે પાદરમાં કોઈ મળે, પરંતુ પછવાડાના ભાગે કોઈ મળવાની આશા ન રહી.

નિકી તો અતિશય ગભરાઈ ગઈ હતી. શું થશે? ગરમીના દિવસો અને અંતરિયાળ, અજાણ્યા વિસ્તારમાં કારનું બગડવું. ટેન્શનના કારણે મને પણ પરસેવો છટવા લાગ્યો. એકલો હોત તો આટલું ટેન્શન ન થાત, પણ નિકી સાથે હતી.

અચાનક પ્રકાશનું કિરણ ફેલાઈને અમારા તરફ લંબાયું. બીજી જ ક્ષણે બહાર દરવાજા પર લાઈટ થઈ. પંદર-વીસ મીટરની દૂરી પર જ કોઈ મકાન હતું, પરંતુ કારના ટેન્શનમાં અમારું એ તરફ ધ્યાન જ ગયેલું નહીં. નજીકમાં જ કોઈનું મકાન છે જાણી અમારા જીવનમાં જીવ આવ્યો.

ગાડી જ્યાં અટકી હતી ત્યાંથી જ ત્યાં જવા રસ્તો ઊતરતો હતો. આંખો ટેવાઈ જતાં થોડી વારમાં તો બધું સ્પષ્ટ દેખાવા લાગ્યું. પંદર-વીસ મીટરના અંતરે ડેલી બંધ કમ્પાઉન્ડ વોલ હતી. ડેલી પર લાઈટ થઈ હતી. અંદરની સિચ્યુએશનની અમે કલ્પના કરી રહ્યાં, કોણ રહેતું હશે? કેવા માણસો હશે? જે હોય તે! મદદ લીધા વગર છૂટકો નથી!

કારના ગ્લાસ ચઢાવી, લોક કરી અમે સહેજ ઢાળ ઊતર્યાં. નિકી ડરને કારણે મને વળગીને ચાલતી હતી. રસ્તો કાચો હતો, પરંતુ સુગમ હતો. અમને બધું સ્પષ્ટ દેખાવા લાગ્યું હતું. અંધારામાં આછાં પ્રકાશ કિરણો પણ આશીર્વાદરૂપ હતાં.

અજાણ્યા રસ્તે સંભાળતાં, હળવે હળવે ડેલી પાસે પહોંચ્યાં, ત્યાં ડેલીની ડોકાબારી ખૂલવાના અવાજ સાથે જ એક વૃદ્ધ, તેજસ્વી ચહેરો દેખાયો. તાત્કાલિક ઉંમરનો ખ્યાલ ન આવ્યો, પણ ચહેરા પર પોતાનાં સંતાનોની આવવાની પ્રતીક્ષા ફળી હોય તેવો ઉલ્લાસભાવ વંચાય. અમને હિંમત મળી.

'આવો. અંદર આવી જાઓ. ગાડીની ચિંતા ન કરતા. અંદર સોનાની લગડી પડી હોય તો પણ જનુદાદાના ઘર પાસે કોઈ અડે નહીં,' કહી પાછા હટી અમને અંદર પ્રવેશવા રસ્તો આપ્યો. અમને ખ્યાલ આવી ગયો કે અમને આવકારતા બુઝુર્ગનું નામ જનુદાદા છે.

'આવ દીકરી,' કહી જનુદાદાએ નિકીના માથા પર પ્રેમાળ હાથ મૂક્યો. નિકીથી દાદાનો ચરણસ્પર્શ કરતાં નમી જવાયું. 'સુખી રે' દીકરી...' સ્વભાવિક જ અમારી નજર ચોતરફ ફરી રહી. દસેક વિઘાંના ક્ષેત્રફળમાં આગળ એક નાનકડો

બંગલો - ફાર્મહાઉસ. આસપાસ ફળ-ફૂલ-ઝાડ સાથે ગાર્ડન અને તેમાં ઝૂલો લાગેલો હતો.

નિકી મારી પાછળ ચાલતી હતી. અમારો બોલાશ સાંભળી એક માજી અંદરથી બહાર આવ્યાં. હવે અમે અંદાજ બાંધી શક્યાં કે જનુદાદાની ઉંમર લગભગ એંસી અને માજી અંદાજે પંચોતેર આસપાસ હશે.

'અન્નપૂર્ણા... દીકરીને તમારી પાસે રાખો. એને એકલું ન લાગે. હજી છોકરું છે. અજાણ્યામાં મૂંઝાય.'

ચાર પગથિયાં ચડીને બંગલામાં પ્રવેશતાં ફરી નિકીથી બે હાથ જોડી અન્નપૂર્ણામાને નમી જવાયું.

અનુમાએ નિકીને આશ્લેષમાં લઈ કપાળે વહાલસોયું ચુંબન કર્યું, 'સુહાગણ રહે દીકરી,' કહી આશીર્વાદ આપ્યા; ત્યારે એ વહાલસોયા સ્પર્શમાં નિકીનો જાણે બધો થાક અને ચિંતા ઓળંગી ગયાં.

જનુદાદાએ અન્નપૂર્ણા કહી સંબોધ્યાં, પરંતુ મારા મનમાંથી પડઘાયું 'અનુમા...' ગાડી લોક કરી અમે આ તરફ વળ્યાં ત્યારે બંધ દરવાજા પર બળતી લાઈટમાં 'અનુ-જનુ બંગલોઝ'ની લાગેલી તકતી મારા વાંચવામાં આવેલી.

નિકી અંદર ગઈ. હું ને જનુદાદા હીંચકે બેઠા. 'બહુ ઉકળાટ છે બેટા, તમે બેઉ નાહીને ફ્રેશ થઈ જાઓ, પછી વાતો કરીએ. રાત આખી પડી છે.' નિકી જિન્સ પેન્ટ અને સ્લીવલેસ ટોપમાં આવા પ્રેમાળ બુઝુર્ગો સામે સંકોચાતી હતી.

"મા, મને તમારી સાડી પહેરવા આપશો?' સંકોચાતાં નિકીએ કહ્યું.

'અરે... દીકરી, માગતાં શરમાતી હતી? તારું જ ઘર છે. જે જોઈએ તે માગી લેવાનું. જા, બાથરૂમમાં સાડી વગેરે મૂકી દઉં છું.'

હું અને નિકી ગાડીમાંથી મારો નાઈટ ડ્રેસ અને ટોવેલ લઈ આવ્યાં. આરામથી નાહી, ફ્રેશ થઈ બહાર આવ્યાં ત્યારે નિકીએ સાડી પહેરી હતી. સાડીમાં એ ખૂબ ઓપતી હતી. જાણે મારો દીકરો અબી હાલ પરણીને વહુ લાવ્યો હોય તેવી લાગે છે. કોઈની નજર ન લાગી જાય.' કહી નિકીને બાએ આશ્લેષમાં લીધી હતી.

'અમે તો ઉંમરને કારણે વહેલાં જમી લઈએ છીએ. તમે આવ્યાં એ જ ઘડીએ જમીને ઊઠ્યાં, પરંતુ તમારા બેઉ માટે બનાવી કાઢ્યું છે.'

અમે નાહીને નીકળ્યા ત્યાં અનુબાએ શીરો, પૂરી ને સૂકીભાજી બનાવી કાઢ્યાં હતાં.

'અ...રે મા, આ ઉંમરે તમે કેટલી તકલીફ અમારા માટે ઉપાડો છો!'

'તકલીફ શાની? દીકરા સાથે વહુના શુકનવંતાં પ્રથમ પગલાં ઘરમાં પડે ત્યારે કંસાર કરવાનો જ હોય ને!'

સાવ અજાણ્યા બુઝુર્ગો. જેની સાથે કોઇ સંબંધ નહીં, કોઈ પરિચય નહીં છતા આવી લાગણીથી અમે ગદ્ગદ્ થઈ ઊઠ્યાં. નિકીની આંખમાં તો આંસુની લકીરેય ઝળકી ઊઠી. 'બા' કહેતાં એ અનુબાની બાંહોમાં સમાઈ ગઈ. જનુદાદાયે મલકતા ચહેરે આ જોઈ રહ્યા હતા.

'દાદા, આ તમારી બેઉની લાગણીનું ઋણ...'

'બેટા, લાગણી, પ્રેમ, સંબંધો, મુલાકાત, સુખ-દુઃખ લેણ-દેણ આ બ...ધ્ધાની ક્ષણે ક્ષણની 'ચિપ' - ગર્ભથી માંડીને લાકડામાં જઈએ ત્યાં સુધીની - ડાઉન લોડ કરીને જ ઈશ્વરે આપણને જન્મ આપ્યો છે. બધું નિર્મિત જ છે - 'પ્રી પ્લાન્ડ.' મારું બોલવું અધરું હતું ત્યાં જ એ બોલ્યા હતા.

રહેવા દે દીકરી. એ તો સવારે કામવાળી કરી નાખશે.' સાફ કરવાનાં વાસણો ઉપાડતી નિકીને બાએ કહ્યું હતું. આવો, બહાર ખુલ્લામાં બેસીએ.'

હું ને જનુદાદા હીંચકે બેઠા. નિકી સામે પડેલી ચેર્સ અનુબા સાથે ગોઠવાઈ.

મારા મનમાં વળી વળીને પ્રશ્ન ઊઠતો હતો - આવાં પ્રેમાળ બુઝુર્ગ દંપતી આ ઉંમરે એકલાં જ રહેતાં હશે કે પરિવાર હશે?

હું મારી જિજ્ઞાસાને રોકી ન શક્યો, 'દાદા આપને પરિવારમાં...?'

'છેને બેટા, દીકરો છે. પુત્રવધૂ છે. પૌત્ર-પૌત્રી પણ છે.'

'બધા ક્યાં છે?'

'કરછમાં તાલુકા વિકાસ અધિકારી છે.'

'તો દાદાજી, આપ બન્ને તેમની સાથે કેમ નથી રહેતાં?'

'દીકરા, બચપણથી જ આ ગામની માટીનો મોહ. મારે મન બે મા છે. સમજે તો સર્વેને છે. પહેલી મા નવ માસ ગર્ભમાં ધારણ કરી, પોષતી - જન્મદાત્રી મા.

બીજી પોતાનો રસ-કસ ખેંચીને આ શરીરને પોષતી આ અન્નદાત્રી ભૂમિમાતા.' કહીને ભૂમિ તરફ બે હાથ જોડી કૃતકૃત્યતા અદા કરી હતી.

'રેલવેમાં ગાર્ડ તરીકે બહુ વર્ષ નોકરી કરી પણ સતત એક જ ઝંખના કે નિવૃત્ત થઈને જે ભૂમિમાં પ્રથમ વાર આંખ ઉઘાડી, જે ભૂમિની હવાનો પ્રથમ શ્વાસ લીધો. એ જનમ ભોમકામાં જ અંતિમ શ્વાસ છોડવો.' કહી થોડી વાર જાણે અગમમાં ખોવાઈ ગયા.

થોડી વારે સમાધિમાંથી ઊઠ્યા હોય તેમ કહ્યું, 'મને નાનપણથી ખેતીનો શોખ. રેલવેમાં ગાર્ડની નોકરી. કેન્દ્ર સરકારનો સારો પગાર. સસ્તાઈનો જમાનો. મારો એક લંગોટિયો મિત્ર દેવરાજ. હું તેને દેવો કહું. દેવા સાથે શર્ત કરી કે નિવૃત્ત થાઉં ત્યાં સુધી જમીન તું સંભાળે તો થોડી જમીન લઈ તેમાં ફાર્મહાઉસ બનાવું. નિવૃત્ત થયા પછી આરામથી ત્યાં જીવીએ.

દેવાના નિધન પછી તેનો દીકરો અને મધુવહુ સંભાળે છે - અમને ને જમીનને, સગાં દીકરા-વહુ જેમ જ. સવારે મધુવહુ આવશે. તમારે ઓળખાણ થશે. પુત્રવધૂમાં દેવો ભાગ્યશાળી. ખૂબ સંતોષ લઇને જીવ્યો. જે ભૂમિથી આ શરીર પોષાયું તેને પોષવા આજે હું પ્રયત્ન કરું છું. ગામમાં શ્રેષ્ઠ ઊપજ આ મારી મા આપે છે.' કહી ગદગદિત થઈ ફરી ભૂમિને નમસ્કાર કર્યા. દાદાની ભાવનાથી અમે પણ ગદ્દિત થઈ ગયા.

તમે બેઉ આજે આવ્યાં. અમને દીકરો-વહુ આવ્યા જેટલો આનંદ થયો - આખરે તો મા-બાપ છીએને!' દાદાએ કહ્યું.

"અમારી નવી જ કાર આપને આંગણે અટકી તેમાં પણ કંઈક કુદરતનો જ સંકેત હશેને, દાદાજી!'

'દીકરા, એ વગર તો કંઈ જ થતું નથી ને...! કહી મારા માથા પર હાથ ફેરવ્યો.

'દાદાજી, મારા પિતાજી વ્યવસાયે વ્યાપારી છે. મોટા ભાઈ તેને મદદ કરે છે. હું એન્જિનિયર થયો. ત્રણ વર્ષથી સારી ફર્મમાં જોબ કરું છું. ગયા વર્ષે નિકી સાથે લગ્ન થયાં. હમણાં આ નવી કાર લીધી. સૌપ્રથમ નિકીને લઇને અમારાં કુળદેવી માના દર્શને નીકળ્યો, લેણી- દેણીએ આપના જ ઘર પાસે કાર બગડી.'

દાદાના મુખ પર ઊંડી ખુશીની મુસ્કાન છવાઈ. 'તમારા સંસ્કારથી અમે બહુ રાજી થયા બેટા, કુળદેવી એ પરમ શ્રદ્ધેય છે. એમના અંશમાંથી તો આપણું કુળ સર્જાયું હોય છે. તેને કદી ન ભૂલતાં,' જનુદાદાના શબ્દોમાં ભાવનાનો અનુભવ થયો.

નિકી સામે હાથ લંબાવી કહ્યું, "દીકરી અહીં આવ, મારી પાસે બેસ.'

નિકી ઊભી થઈને હીંચકા નજીક આવી હતી. દાદાએ વચ્ચે તરફ સરકી નિકીને જગા કરી આપી. દાદાની ડાબે પડખે હું અને જમણે નિકી હતી. દાદાએ નિકીના માથા પર જમણો હાથ મૂક્યો.

'દીકરી, મા-બાપની સેવા કરતા દીકરાને સમાજ શ્રવણ જેવો દીકરો કહે છે. પરંતુ ક્યારે? જો તેના ઘરમાં પત્ની 'શ્રવણી' હોય તો! શ્રવણ જેવા કહેવાતા દીકરાને મળતા યશનું સાચું શ્રેય તો એ પત્નીને એ દીકરીને છે. તેના વગર કોઈ દીકરો શ્રવણ નથી થઈ શકતો.' કહી ભાવાવેશમાં આવી અમને દાદાએ પોતાના દેહે ચાંપ્યા હતા.

એક સાવ અજાણ્યાં વૃદ્ધ દંપતીની આવી અદ્ભુત લાગણી અમને ઈમોશનલ બનાવી ગઈ. દીકરી તી શક્તિ છે. બે બે કુળની તારણહાર...' કહી થોડી વાર અંતરમુખ થઈ ગયા, 'પરંતુ જો પિયરમાં કેળવાઇ ન હોય, સંસ્કાર મળ્યા ન હોય, તો સાસરાના કુળને ખેદાન-મેદાન કરી નાખે છે, જીવતેજીવ મારી નાખે છે બધાને. જન્મથી મા-બાપે સેવેલ આશા, અરમાન, અપેક્ષાઓનું સત્યાનાશ કાઢી નાખે છે. એ કુળવધૂ નહીં પણ શંખણી કહેવાય. કહેતાં તેમના મોઢા પર ઊંડો ખેદ ઉભરી આવ્યો. પ્રથમ વાર અમે દાદાના શબ્દોમાં ઉશ્કેરાટ જોયો.'

રેલવેની નોકરીમાં રખડી રખડીને હું બહુ આસ્તિક નથી રહ્યો તેમ સાવ નાસ્તિક પણ નથી. અપરંપાર બ્રહ્માંડમાં પૃથ્વીનું સ્થાન સૂક્ષ્મ હોવા છતાં આપણે માટે આ વિશાળ પૃથ્વીમાં જડ-ચેતન તત્ત્વોનું અદ્ભુત સર્જન કરનારમાં મને પૂર્ણ વિશ્વાસ છે, આસ્થા છે. પરંતુ એ સર્જકને આપણી પામરતાએ પામી શકવાના નથી. આથી, જ મારા મનથી ઇશ્વર જેટલા જ પરમ શ્રદ્ધેય મા-બાપ છે. જે મારા મને સાક્ષાત્ સર્જક, પાલક, પોષક ભગવાન છે.' અનુબા અમારા સામે બેઠા-બેઠા વાતો સાંભળી રહ્યાં હતાં.

જનુદાદાએ આગળ કહ્યું હતું. પાર્થિવ દેહ છોડ્યા પછી આત્માની ગતિ વિષે અનેક મતમતાંતર છે. ગીતામાં આત્માને શાશ્વત કહ્યો છે અને કર્માનુસાર જન્મ-જન્માંતર માંથી મોક્ષ પામે છે, કર્માનુસાર પુનર્જન્મ પામે છેકે અધૂરી કામના કે અપેક્ષાનુસાર કોઈ પણ ગતિને પામ્યા વગર ફરતો-ભટકતો રહે છે. હિન્દુ શાસ્ત્રોમાં મનાય છેકે ક્રિયા પતે નહીં ત્યાં સુધી એ ભટકતો રહે છે. ક્રિયાકર્મ પામ્યા પછી મોક્ષગતિને પામે છે; પરંતુ – મારા મતે ક્રિયાકર્મ એ બધું ખોટું છે. ધતીંગ છે, હંબગ છે. મારું તો એટલું જ કહેવું છેકે તમે તમારા માં બાપને પૂર્ણપણે, સંતોષપૂર્વક પાળ્યાં હોય તો, ખરેખર કોઈ ક્રિયાકર્મની જરૂર નથી. વગર ક્રિયા-કર્મ મોક્ષ ગતિને પામે છે.

અનુબાએ 'રાત ઘણી વહી ગઈ છે.છોકરાઓ હવે થાક્યા હશે. હવે સૂવા દયો' કહી તેમને અટકાવ્યા હતા. પણ નિકી ઉભી થઇ અનુબા પાસે જતી રહી.

'અમે જરાય થાક્યા નથી. અમને આપના સાનિધ્યમાં બહુ ગમે છે. આપણા સનોધ્યે એક અદભુત એનર્જી પેદા થાય છે.'જે વર્ણવી શકતા નથી. પણ શરીરમાં થાકને બદલે એનર્જી પેદા થાય છે, મેં કહ્યું હતું, ' આપનાથી છૂટા પડવા મન જ થતું નથી.' કહેતાં નિકીએ માથું અનુબાને ખભે ટેકવ્યું હતું.

તારું જ ઘર છે. મન પડે ત્યારે આવવાનું કહી બાએ નિકીના માથે હાથ મૂકી કહ્યું હતું., 'આવતા વર્ષે બરાબર, આ સમયે અમારા નાનકડા પૌત્રને લઈને રમાડવા લાવવો પડશે.' સાંભળી નિકી શરમાઈ ગઈ હતી.

બીજી ઘણી વાતો કરતા રહ્યા, પણ અનુબાના આગ્રહે અમને ફાળવેલા બેડરૂમમાં અમે સૂવા ગયાં.

સવારે ઊઠ્યાં ત્યારે ઘણું મોડું થઈ ગયું હતું. એક અજબની શાંતિ આ ઘરમાં અનુભવતાં હતાં.

નિકી સાથે હું બેડરૂમમાંથી બહાર આવ્યો ત્યારે પિસ્તાલીસેક વર્ષના સંસ્કારી દેખાતાં બહેને 'જાગી ગયાં?' પૂછી અમને આવકાર્યા હતાં. 'તમે રુટિન વર્ક પતાવો ત્યાં હું ચા-નાસ્તો તૈયાર કરી દઉં.'

કાલે દાદાજીએ ઉલ્લેખ કરેલ મિત્ર દેવાભાઇનાં પુત્રવધૂ મધુબહેન હશે તે અમે સમજી ગયા.'નાસ્તાની જરૂર નથી' કહીં અમે ઘણી ના પાડી પણ એ માન્યાં નહીં.

'તો તો બા-દાદા નારાજ થાય' કહી એ કિચનમાં જતાં રહ્યાં. જલદી, જલદી ફ્રેશ થઈ બહાર આવ્યાં ત્યાં ડાઇનિંગ ટેબલ પર ઘીની સોડમનાં પરોઠાં અને ચાનો થર્મોસ હાજર હતાં.

બા-દાદા અંગે પૂછતાં 'બા-દાદા તો મનમાં આવે ત્યારે ઊડતી મુલાકાતે આવે, બાકી તો આ ખેતી અને બંગલો અમે હસબન્ડ-વાઈફ સંભાળીયે છીએ. ગામના જૂના ઘેરથી ફલક અને ફાલ્ગુની આવે. અહીં એકાંતમાં અભ્યાસનું વાંચે, લખે, ભણે, બા-દાદા પાસે રમે. આ ઘરમાં એ બેનો જ અધિકાર છે.'

'એ ફલક, ફાલ્ગુની કોણ?'

'જનુદાદાનાં પૌત્ર, પૌત્રી. નરેન્દ્રભાઈ જે વિકાસ અધિકારી છે તેનાં સંતાન.'

"મધુબહેન, દાદાએ રાત્રે તમારો ઉલ્લેખ કરેલો. તમે સારું એજ્યુકેશન લીધું લાગે છે.'

"હા. મેં બી.એ. વિથ ઇંગ્લિશ કર્યું છે. અમારો રસ ખેતીમાં. હવે તો યાંત્રિક ખેતી થઈ જતાં બહુ સરળ છે. અમારેય ગામમાં બંગલો છે. ફોર વ્હીલર છે, પછી શું જોઈએ? સિટીના કન્જસ્ટેડ, પ્રદૂષિત વાતાવરણ કરતાં આ કુદરતને ખોળે જે મજા છે તે સિટીમાં નથી.' રાતે અમારી કાર બગડી અને બા-દાદાએ અમને જે લાગણીપૂર્વક રોક્યાં તે વર્ણન અમે મધુબહેનને સંભળાવ્યું. મારાં સાસુ, સસરાની ગેરહાજરી પછી બા-દાદાએ એમની ખોટ સાલવા નથી દીધી. એમને દીકરા' અને મને 'વહુ બેટા' કહીને જ બોલાવે, 'કહેતાં અમે નાસ્તો ભૂલીને બીજી વાર્તાએ ચઢી ગયાં છીએ એ ખ્યાલ આવતાં તેમણે ધ્યાન ખેંચેલું.

'બા-દાદાની લાગણી તો...' કહેતાં તેમણે માથું હલાવી એક લાંબો ઉચ્છવાસ છોડેલો. 'એમની બચપણની, લાગણીશીલ સ્વભાવની જૂની વાતો મારા સસરા ખૂબ કહેતા.'

'અમારે સાંભળવી છે. અમે નાસ્તો કરીએ. તમે એમની વાતો કરો.' નિકીએ આગ્રહ કરતાં મધુબહેને શરૂ કર્યું:

'જનુદાદા અને મારા સસરા બાળગોઠિયા. યોગાનુયોગ બેઉનો જન્મદિવસ પણ એક સાથે મોટા થયા, સાથે રમ્યા, સાથે ભણ્યા, ભણીને જનુદાદા રેલવેમાં ગાર્ડ થયા.મારા વડસસરાને ખેતી સાથે કપાસ અને મગફળીનો મોટો વ્યાપાર, રાતે આ ગામ તમને પછવાડેથી નાનું અને પછાત લાગ્યું હશે, પરંતુ અત્યારે તાલુકા મથક સાથે ગામને આધુનિક ટચ પણ ખરો. હા, વર્ષો પહેલાં સાવ નાનકડું, સગવડતાઓ વગરનું છતાં નદી કાંઠાનું ને નદી પરના રેલવે પુલથી પસાર થતી ટ્રેન- રળિયામણું ગામ. ટ્રેન પસાર થાય ત્યારે જનુદાદા કહેતા 'દેવા, નોકરી કરવી તો રેલવેમાં. એચ ર્ક્યા જ કરીએ અને સાચે જ રેલવેમાં ગાર્ડ થયા. જન્મભૂમિનો બહુ લગાવ. નિવૃત્ત થઇને વતનમાં રહેવાની પ્રબળ ઈચ્છા. મારા સસરા સાથે શર્ત કરી કે ' હું જમીન લઉં, તેમાં ફાર્મહાઉસ બનાવું. તારે એ સંભાળવાનું.' આમ દસ વિઘાં જમીન લઈ આ ફાર્મહાઉસ બનાવ્યું. લગ્નનાં ઘણાં વર્ષે એકનો એક દીકરો.. થયો; ત્યારે ઢોલી પાસે ગામમાં સાદ પડાવી એ ખુશીમાં ગામઆખાને ચા પીવાનું આમંત્રણ આપેલું. સાંજ સુધી ચા - બનતી રહી. દીકરો એમ.કોમ સુધી ભણ્યો. ગામમાં જ તાલુકા પંચાયતમાં ક્લાર્કની નોકરી મળી ગઈ. પરણી ગયો. આ ફાર્મહાઉસમાં રહેવા આવી ગયો.

દાદાને બે વર્ષ નોકરીનાં રહ્યાં ત્યારે વહુને 'સારા દિવસ' રહ્યા. જનુદાદા તો શું હરખાય. શું હરખાય ! કહે, દેવા, જિંદગી નીકળી ગઈ. આ બે વર્ષ નીકળી જાય એટલે પાર ઊતરી ગયા સમજ. બહુ વરસ દોડા કર્યાં. આજ આ લાઈન પર પર તો કાલે બીજી લાઈન પર. ઘરમાંથી નીકળ્યા એટલે નીકળ્યા, પાછળ શું થયું એ ખબરેય ન પડે. તારી ભાભીએ બિચારીએ વર્ષો સુધી વહેલા ઊઠીને ટિફિન કર્યા છે. પછી તો પૌત્રની કાલીકાલી ભાષામાં 'દાદા, દમવા તાલો. મમ્મી તેછે દાદા-બાન દલમ દલમ થાવા બોલાવ. સાંજે હું ને તારી ભાભી હીંચકે, સામે દીકરોને વહુ, ખોળામાં 'વ્યાજ.' હસી, ખુશીની વાતો...

આ ફાર્મહાઉસમાં દીકરા,વહુ ને પૌત્રાદી સાથે રહેવાની કેટલી અદમ્ય ઝંખના!

વાત કરતાં મધુબહેન પણ ગદગદિત થઈ ગયાં.'હોય જ ને ભાઈ, જે મા-બાપે આપણા માટે ફસરડા કરીને જિંદગીનો ભોગ આપ્યો તેને પાછલી અવસ્થાએ

વહુ-દીકરાની આશા હોય જ ને! આપણે કંઈ ઉપકાર નથી કરતા. માં-બાપને સાચવવાં તેને હું તો ફરજ કરતાંયે ધર્મ વિશેષ માનું છું.' કહેતાં મધુબહેન ગળગળા થઈ ગયાં.

સંવેદનશીલ નિકીની આંખો પણ ચૂઈ પડી. આખરે જનુદાદા રિટાયર્ડ થઈ આવી ગયા. વહુની સેવાએ બન્ને જાતને ધન્ય માનવા લાગ્યા. દોઢેક વર્ષ નીકળી ગયું.

એક દિવસ દીકરાએ કેટલાક પેપર્સ રજૂ કરી કહ્યું, "બાપુજી, વાંચી લોને, ખેતીના ડેવલપમેન્ટ માટે લોન લેવી છે. વાંચીને સહી કરી આપો તો મારા હાથમાં છે ત્યાં લોન પાસ થઈ જાય. '

'એમાં વાંચવાનું શું?' કહેતાં જનુદાદાએ સહી કરી આપી.

છ મહિના બીજા આનંદમાં નીકળી ગયા. દીકરાને કચ્છમાં વિકાસ અધિકારીનું પ્રમોશન મળી ગયું. હાજર થઈ ગયો. અનુબા, જનુદાદાએ એક માસ હરિદ્વારનો પ્રોગ્રામ કર્યો.

પાછા આવ્યાં ત્યારે વહુએ પોત પ્રકાશ્યાની ખબર પડી લોનના નામે આંધળા વિશ્વાસે સહી કરાવી જમીન અને ફાર્મહાઉસ વહુના નામે થઈ ગયેલ, બા-દાદાનો સામાન ગામમાં રહેલ જના મકાનમાં પહોંચાડી, ફાર્મહાઉસને તાળું મારી વહુ પણ છોકરાઓને લઈ કચ્છમાં જતી રહેલ. વહુની બે વર્ષની મીઠાશે અને દીકરાના વિશ્વાસ છેતરાઈ ગયાનું સમજાઈ ગયું. ત્યારથી બન્નેએ નક્કી કર્યું કે જિવાય ત્યાં સુધી પરસ્પરના સહારે ખુદ્દારીથી જીવી લેવું. ન દીકરાને - કંઈ કહ્યું, કે ન વહુને પોતાનો જ રુપિયો જ્યાં ખોટો નીકળ્યો ત્યાં નસીબ સિવાય કોને દોષ દેવો? વીસ, વીસ વર્ષ પરસ્પરના સહારે, વાત્સલ્ય ભાવે ઊભરાતાં, હસતા ચહેરે નીકળી ગયાં. ન દીકરાએ દરકાર કરી કે ન બા-દાદાએ અપેક્ષા રાખી.

વહેલા ઊઠી નાહી-ધોઈ સાથે બેસી યોગા કરવા, હલવી કસરત કરીને સાથે પૂજામાં બેસવું. રસોઈમાં થાય તેટલી પરસ્પરને મદદ કરવી. બીજાં કામ કામવાળી કરી જાય. શક્ય તેટલું સ્વાવલંબી જીવન જીવવું. નિત્યક્રમ મુજબ એક સવારે ઊઠી, નાહી-ધોઈ, યોગા, કસરત કરી બેઉ પૂજામાં બેઠાં. પૂજા પૂરી થતાં સમીપ બેઠેલા જનુદાદાને ખોળે પ્રથમ એટકે અનુબાનો દેહ ઢળી ગયો. ગામ ભેગું થઈ ગયું. દરેકને

હૈયે એક જ પ્રશ્ન હતો હવે જનુદાદાનું શું થશે? સ્મશાન પહોંચ્યા. બાને ચિત્ત પર લીધા, એ ક્ષણે જનુદાદાએ પણ દેહ છોડી દીધો. બન્ને એક ચિતાએ ચઢ્યા.' સાંભળીને અમારાથી રડી જ પડાયું.

'પણ તો પછી અમારા પર પ્રેમવર્ષા કરેલ તે...?' અમારાથી એક સાથે પુછાઈ ગયું.

'એ જ જનુદાદા ને અનુબા!' કહી મધુબહેને અમને આશ્ચર્યમાં નાખી દીધાં.

"ઉત્તર ક્રિયા પતિ એ રાત્રે વહુને પક્ષઘાતના હળવા એટેકે મોઢું વંકાઈ ગયું, એક આંખ ઝીણી થઈ ગઈ. હાઈ બી.પી. અને ડાયાબિટીસ વધી જતાં એટેકનું નિદાન થયું.

ભાઈ કબજો લેવા એક વખત ફાર્મહાઉસ પર આવ્યો ત્યારે કોઈ ગેબી શક્તિનો મૂઢ માર પડ્યો.' તમારી કારમાં કોઈ ફોલ્ટ નહીં હોય. સંસ્કારી, તમારા જેવાં વરઘોડિયાં અહીંથી પસાર થાય, ત્યારે દાદા ગાડી રોકે છે. બન્નેનો આત્મા ફાર્મહાઉસમાં રહી આગંતુક પર સગાં દીકરા-વહુ જેવો પ્રેમ વરસાવી દીકરા-વહુ સાથે ફાર્મહાઉસમાં રહેવાની ઝંખના પૂરી કરે છે. મધુબહેને વાત પૂરી કરી.

બા-દાદાના સૂક્ષ્મ આત્માને અમે હાથ જોડીએ છીએ.

હું સેલ્ફ મારું છું. મારી કાર ફુલ ઓર્ડરમાં છે.

બીજી સોટી

કાંદિવલી મુંબઈનું પરું. કાંદિવલીની મયૂર ટોકિઝ પાસેનો મુંબઈ મ્યુનિસિપાલીટીનો એક નાનાકડો ગાર્ડન. એ ગાર્ડનના બાંકડા પર હું એક મિત્ર ત્યાં મને આઠ વાગે મળવા આવવાનો હતો તેની રાહ જોતો બેઠો હતો.

મુંબઈ મહાનગરપાલિકાની લાઈટો ઝળહળી ઊઠી હતી. હું બેઠો હતો તે બેંચની પાછળ જ લાઈટનો પોલ (થાંભલો) હતો. મોટા ડોમ માંથી સોડિયમ લાઈટના પીળા પ્રકાશમાં શરીરનો વાન બદલાઈ જતો હતો. ઉપરથી પડતા એ પીળા ગેસ લાઈટમાં તમે તમારા શરીરનો વાન જુઓ તો કોઈ યુરોપિયનના વાન જેવો લાગે. પાસે ઊભા રહેનારને પણ ઓળખી ન શકાય.

પચ્ચીસેક વર્ષનો એક યુવાન મારી સામે આવી ઊભો રહ્યો. મેં તેના આગમન પ્રત્યે લક્ષ ન આપ્યું. કીડિયારા જેમ ઊભરાતા મુંબઈના માનવ-મહેરામણમાં કોઈને એ ટેવ હોતી પણ નથી. કોની કોની સામે જુઓ તમે? બેસવા આવ્યો હશે તો બેસશે, નહીંતર ચાલતો થશે. ત્રણ જણની બેઠકવાળી બેંચ પર હું એકલો જ બેઠો હતો; છતાં એ બેઠો નહીં; ઊભો રહ્યો... ખાસ્સીવાર. હવે મને લાગ્યું કે એ જરૂર મારું નિરીક્ષણ કરે છે. ભલે કરતો! ચીલ ઝડપનો કંઈ ઈરાદો હોય તો તેવું મારી પાસે કંઈ ન હતું.

હજુયે એ મારી સામે ઊભો ઊભો વિચારતો હતો. કદાચ કોઈ પરિચયની સ્મૃતિની અવઢવમાં હતો. હવે મેં પણ ઊંચે જોઈ એ યુવાનના ચહેરા સામે જોયું. 'સર, તમે મહેશ સાહેબ?' તેણે પ્રશ્ન કર્યો.

'હા ભાઈ, હું મહેશ સાહેબ!' કહેતાં હું મારી સ્મૃતિને ઢંઢોળી રહ્યો પરંતુ મને કંઈ યાદ ન આવ્યું.

'મને ઓળખ્યો સર?' સાહેબમાંથી 'સર' સાંભળતાં મુંબઈના સંસ્કારની છાંટ મને દેખાઈ.

'હું મનસુખ. સર, વલ્લભભાઈનો દીકરો, વલ્લભભાઈ મિસ્ત્રીનો, વલ્લભકાકાનો.'

કૉમ્પ્યુટરની 'કી' દબાવતાં 'ફાઈલ' સામે આવી જાય તેમ મારી જિંદગીની ફાઈલ સામી આવી ગઈ.

શિક્ષક તરીકેની મારી પ્રથમ એપોઈન્ટમેન્ટ મારા જ વતનમાં, મારા જ જન્મ સ્થળના ગામે, જે શાળામાં હું ભણેલ તે શાળામાં જ થઈ. નાના ગામની સમસ્ત વસ્તીમાં પરસ્પર ભાઈ-ભાભી, કાકા-કાકીના સંબંધો હોય છે તેમ એ ગામમાં મારે કાકા કહેવું પડે તેવા ચાર જ કાકા હતા. તે પૈકી એક આ વલ્લભકાકા; બાકી આખા ગામનો હું કાકા હતો.

મારા હાથમાં હંમેશાં દેશી આવળની સોટી રહેતી. જો કે એ વખતે પણ વિદ્યાર્થીને શારીરિક શિક્ષા ન કરવાનો નિયમ હતો. હું ગામનો કાકા, કદાચ પહેલા ધોરણમાં દાખલ થયેલા વિદ્યાર્થીનો 'બાપા' (દાદા) પણ થાઉં. પરંતુ શાળામાં છોકરાઓ 'કાકા' કે 'બાપા' ન કહેતા પણ સાત-આઠ શિક્ષકો પૈકી મારી ઓળખ 'સોટીવાળા સાહેબ' તરીકે વિદ્યાર્થીઓ આપતા.

શારીરિક શિક્ષા કરવાનો તો મને શોખ ન હતો પરંતુ સોટીનો 'હાકો' રહેતો, સોટી હલે કે શિસ્ત આવી જતી. હા, ક્યારેક 'સોબોડાઈ' જાય, પરંતુ એક જ વખત; પછી એ તોફાની વિદ્યાર્થી સાતમું ધોરણ પાસ કરે ત્યાં સુધી 'સોટી'નો પ્રભાવ રહેતો.

વલ્લભકાકાના આ મનસુખને ભણવું ન ગમતું. દિવસો સુધી શાળામાં ન આવવું, 'હોમવર્ક' ન કરવું.

પરંતુ એક દિવસ ચોરે જામેલ મંડળીમાં બેઠેલા વલ્લભકાકાએ શાળામાં જવા ચોરા પાસેથી પસાર થતા મને સાદ કર્યો, 'મહેશ...
હું ઊભો રહ્યો : 'બોલો કાકા !'
'મનસુખને ભણા...વ   દીકરા...!"
વલ્લભકાકાની એક આગવી 'સ્પીચ' હતી.
'કાકા, એ નહીં ભણે.
'કેમ?'
'માર્યા વગર.'
'તો માર...."
'મારું તો કાકા તરીકેની તમારી મીઠી ગાળ ખાવી પડે.' મેં હસતાં હસતાં કહ્યું:

'ઈ...ચે ખરું.' કહેતાં તે હસેલા. ફરી પાછા તેની આગવી શૈલીમાં આવી ગયા;
'માર તું તારે... મારે બે છે. ભલે એક ઓછો થઈ જાય... પણ ભણાવ...'
'ભલે કાકા.'

એક દિવસ બપોરની લાંબી રીસેસમાં ઘેર ચા પીને શાળાએ જતો હતો
ત્યારે ચોરામાં બધા સાથે બેઠેલા. વલ્લલભકાકા પાસે મનસુખ પણ બેઠો હતો. મારી
નજર પડી. હાથના ઈશારે में તેને પાસે બોલાવ્યો. એ આવ્યો.

'નિશાળે નથી આવવું?' में પ્રશ્ન કર્યો.

'નથી આવવું જ...'

અને આવળની સોટીનો મનસુખના વાંસામાં સટાકો બોલી ગયો. એ વળ ખાઈ ગયો.
'એય મૂરખ, આવું મરાય...?' વલ્લભકાકાથી મોટેથી બોલાઈ જવાયું.

બસ કાકા, એક જ વખત.' કહી में મનસુખને ફરમાન કર્યું, 'હું અહીં ઊભો છું, દોડવા
માંડ...' કહેતાં જ મનસુખ દોડતો, દફતર વગર સામે દેખાતી શાળાએ પહોંચી ગયો.

એ મનસુખ કેટલાંય વર્ષો પછી યુવાન થઈ મુંબઈમાં મારી સામે ઊભો હતો.

'શું કરે છે મુંબઈમાં, અહીં જ સેટલ થયો છે, સુખી છો ને ભાઈ...?'में એક સાથે ઘણું
પૂછી લીધું.

'સર, અહીંના એક ડિપાર્ટમેન્ટલ સ્ટોરમાં સેલ્સમેન છું. શેઠ સારા છે. પગાર પણ સારો
સંતોષકારક આપે છે.' 'બસ ત્યારે... તમારું સુખ એ જ અમારી સફળતા.' કહી में
સંતોષ વ્યક્ત કર્યો.

'સર, મોટો સ્ટોર છે, શેઠ સારા છે, સારો પગાર આપે છે પણ ઘણીવાર કહે છે કે
"મનસુખ, તને જો અંગ્રેજીનું સામાન્ય જ્ઞાન હોત, કસ્ટમરનું અંગ્રેજીમાં નામ લખતાં
અને અંગ્રેજીમાં 'ફિગર' લખી બીલ બનાવતાં આવડતું હોત, તો કેશ કાઉન્ટર
(ગલ્લા) પર બેસાડી પગાર પણ વધારી આપત.'
ચમચમતી એક સોટીએ વળ ખાઈ જતો મનસુખ મને દેખાયો.

'તમે બહુ યાદ આવો છો સર; વિચારું છું કે તમે મને બે સોટી મારી હોત તો!'

રેશમી દોરીનો ફંદો

ખૂ...ન ખૂ...ન'ની એક ચીસ ઊઠી હતી. શહેર હજી જાગ્યું ન હતું. બેઠાડુ જીવન જીવતાં સ્ત્રી-પુરુષોનો વહેલી સવારનો મૉર્નિંગ વૉકનો સમય હતો. હજી અંધકાર પૂરો ઓસર્યો ન હતો તેવા સમયે વૉકમાં નીકળેલ એક સ્ત્રીના પગની ઠોકરે એક શબ આવ્યું હતું અને ખૂ...ન, ખૂ...નની ચીસ તેના મોંએથી ઊઠી. જેમણે જેમણે ચીસ સાંભળી તેઓ પણ ત્યાં આવવા લાગ્યા. કોઈએ પોલીસને ફોન કર્યો.

પોલીસ આવી પહોંચી. પોલીસ ફોટોગ્રાફરે જુદા જુદા ઍંગલથી લાશના ફોટોગ્રાફ્સ લીધા. લાશની ફરતે માર્કિંગ કર્યું. લાશ અધોમુખ પડી હતી. ખોપરી ફાટી ગઈ હતી. બહોળા લોહીનો જમાવ રોડ પર થઈ ગયો હતો. લાશ સંપૂર્ણ નગ્નાવસ્થામાં હતી.

ઓળખ કરવા લાશને ચત્તી કરવા ઈન્સ્પેક્ટરે આદેશ કર્યો. કોન્સ્ટેબલે લાશને ચત્તી કરી ત્યારે ઈન્સ્પેક્ટરના મોઢામાંથી આશ્ચર્યોદ્ગાર નીકળી ગયો હતો:

'ઓહ, માય ગોડ!

લાશ શહેરના પિસ્તાલીસ વર્ષની આસપાસની ઉંમરના પ્રખ્યાત શાહ કન્સ્ટ્રક્શનના માલિક મૌલિક શાહની હતી. કોમર્શિયલ વિસ્તાર હોવાથી આખો વિસ્તાર રાતથી સવારના દસેક વાગ્યા સુધી નીરવ રહેતો. રાતે તે સૂમસામ.

ઈન્સ્પેક્ટરે ઊંચે જોયું, ચોથા માળે 'શાહ બિલ્ડર'ની ઓફિસ હતી તે ઈન્સ્પેક્ટર જાણતા હતા. શાહ બિલ્ડરના ઘેર ફોન કરી હાદસાની જાણ કરી અને ઓફિસને કોઈએ પોલીસ કાર્યવાહી ન પતે ત્યાં સુધી ન ખોલવા કે દરવાજાને કોઈએ ટચ ન કરવાનો આદેશ આપી ચાવી મગાવી, લાશને પોસ્ટ મોર્ટમમાં મોકલી આપવાનો આદેશ આપ્યો.

ચોથા માળસ્થિત ઓફિસની એક બારી ખુલ્લી હતી. કોઈએ ત્યાંથી મિ. શાહને મારીને ફેંકી દીધા હોય કે મિ. શાહે કૂદીને આપઘાત કર્યો હોવાની શંકા હતી.

ઓફિસમાં ક્યાંયથી કોઈ ફિંગર પ્રિન્ટ મળી ન હતી. વૈભવશાળી ઓફિસના રેસ્ટ રૂમમાં એક બેડ હતો. સામે એક સોફા. બેડ અને સોફા વચ્ચે ટિપોય પર ખાલી થવા આવેલ વ્હીસ્કીની એક લાર્જ બોટલ તથા ખાલી ગ્લાસ પડેલ હતો, પરંતુ બોટલ કે ગ્લાસ પર પણ મૌલિક શાહની ફિંગર પ્રિન્ટ સિવાય અન્ય કોઈની ફિંગર પ્રિન્ટ

મળી ન હતી. દાર્શનિક પુરાવાઓ પરથી હેન્ડ ગ્લોવ્ઝનો ઉપયોગ કરીને પ્રિપ્લાન્ડ ખૂન જ લાગતું હતું, પરંતુ હવે તો પોસ્ટ મોર્ટમના રિપોર્ટ પછી જ આગળ વધી શકાય.

પોસ્ટ મોર્ટમનો રિપોર્ટ આવી ગયો. મૌલિક શાહનું મૃત્યુ રાતના દોઢથી સાડાત્રણ વાગ્યા વચ્ચે થયાનું તથા અતિ દારૂ પીને કે પીવડાવીને કોઈએ રેશમી દોરીથી ગળાફાંસો દઈ નિર્મમ હત્યા કરી હતી.

પંદર દિવસ થઈ જવા છતાં, ઘણી પૂછપરછના અંતે પણ પોલીસને કોઈ કડી મળી ન હતી. ત્યાં પોલીસ સ્ટેશનમાં સવારના સાડાસાતના સુમારે ફોન રણક્યો:

'સર ઋતુરાજ કોમ્પ્લેક્સના ત્રીજા માળની બારીમાં કોઈની લાશ લટકે છે.'

'ચાલો, આવું છું, તમે પણ રોકાજો.' કહેતાં ઈન્સ્પેક્ટરે જીપ તૈયાર કરવા કહ્યું.

ઈન્સ્પેક્ટર ટીમ સાથે લોકેશન પર પહોંચ્યા ત્યારે તેમણે પણ ત્રીજા માળની ખુલ્લી સ્લાઈડિંગ વિન્ડોમાં ટેકવેલી લાશ જોઈ હતી. ધડ અને માથાનો ભાગ અંદરના ભાગમાં તથા કમર અને પગનો ભાગ બારી બહાર લટકતો હતો. પીઠભેર તોળાઈ રહેલી લાશ સંપૂર્ણ નગ્ન હતી.

લાશ પાંત્રીસેક વર્ષના યુવાન ધનંજય શેઠની હતી. ઉદ્યોગપતિ બાપે, ઉદ્યોગ ક્ષેત્રે જમાવેલ સામ્રાજ્ય પાંચેક વર્ષ પહેલાં હાર્ટ એટેકમાં પિતાના મરણ પછી યુવાન ધનંજયના હાથમાં આવ્યું હતું. માત્ર ત્રણ માળનું બિલ્ડિંગ હોવાથી લિફ્ટ ન હતી કે કોઈ વોચમેન ન હતો. માત્ર ઓફિસો જ હોવાથી ચોરીની સંભાવના ન હતી. દરેકની પાસે મેઈન ગેટની ચાવી રહેતી જેથી પ્રથમ આવનાર મેઈન ગેટનું તાળું ખોલતો અને છેલ્લે જનાર લોક કરતો જતો. રાત્રે અચાનક કંઈક જરૂર પડે તો પોતા પાસેની ચાવીથી મેઈન ગેટ ખોલી શકાતો.

ધનંજયના ઘેર ખબર આપી ઓફિસની ચાવી મગાવવામાં આવી. ચાવી લઈને ધનંજયની યુવાન પત્ની જ આવી. ભેગા થયેલા લોકોને વિખેરી નાખવામાં આવ્યા. ઈન્સ્પેક્ટરે ચાવી લઈ ઓફિસ ખોલી. ધનંજયની લાશ જોઈને તેની પત્ની ભાંગી પડી હતી, પરંતુ તેને આશ્વાસન આપી ઈન્સ્પેક્ટરે કાર્યવાહી આગળ ધપાવી. લાશના ફોટોગ્રાફ્સ લઈ, ટેબલ પર પડેલ વ્હીસ્કીની બોટલ, ગ્લાસના પણ

ફોટોગ્રાફ્સ લઈ ફિંગર પ્રિન્ટસ લેવામાં આવી, પરંતુ ક્યાંયથી પણ શંકાસ્પદ ફિંગર પ્રિન્ટસ ન મળ્યા. લાશને પોસ્ટ મોર્ટમ માટે મોકલી દેવામાં આવી. ઈન્સ્પેક્ટર જાતે ધનંજયની પત્નીને જીપમાં ઘેર મૂકવા ગયેલા. ધનંજયની પત્નીની પૂછપરછમાં પણ કાઈ શંકાસ્પદ જાણવા ન મળ્યું.

પોસ્ટમોર્ટમનો રિપોર્ટ પણ મૌલિક શેઠ જેવો જ હતો. વ્હીસ્કી પીવડાવી હેન્ગ કરાવી દઈ, રેશમની દોરી વડે ગળું ભીંસી મોત નિપજાવવામાં આવેલું. અહીં પણ હેન્ડ ગ્લોવ્ઝનો ઉપયોગ કરવામાં આવેલો. મૃત્યુનો સમય રાત્રિના દોઢથી સાડા ત્રણ વચ્ચે હતો. બંને ખૂનની એક જ સ્ટ્રેટેજી હતી. દારૂ પીવરાવી, હેન્ગ કરી દઈ, બેહોશીની દશામાં રેશમની દોરીનો ફાંસો...

પંદર દિવસમાં બે બે ખૂન...! ઈન્સ્પેક્ટર વિચારતા હતા. અને એ પણ બન્ને શહેરના માલેતુજાર અને પ્રતિષ્ઠિત નાગરિક.

ઈન્સ્પેક્ટરનું ભેજું ચકરાવે ચડ્યું હતું. બન્નેમાં એક જ સ્ટ્રેટેજી. 'કંઈ સમજાતું નથી. પ્રેસ, મિડિયા અને પબ્લિકની પણ વારંવાર પૂછપરછ ચાલુ હતી. જવાબ આપી આપીને માથું ફરી જતું હતું. ઉપરથી ઉપરીઓનું દબાણ...

ખૂની એક જ છે! પણ કોણ? 'પણ કોણ?'ની ગુથ્વી ઊકલી ન હતી ત્યાં ધનંજયના ખૂનના પંદરમા દિવસે સવારે પોલીસસ્ટેશનનો ફોન રણક્યોઃ હલ્લો સર. આપ જલદી આવો.'

'ડોક્ટર ભીમાણીનું ખૂન થઈ ગયું છે.'

'હલ્લો તમે કોણ બોલો છો? ક્યાંથી બોલો છો?' ઇન્સ્પેક્ટરે પૂછ્યું.

'સર, આપના જ્યુરીડિકશનમાં આવતા અલકા એપાર્ટમેન્ટમાંથી ડૉ. ભીમાણીનો આસિસ્ટંટ સંજય બોલું છું'

ઈન્સ્પેક્ટર અલકા એપાર્ટમેન્ટ પહોંચ્યા ત્યારે સંજય ક્લિનિક બંધ કરી બહાર ઊભો હતો.

અલકા એપાર્ટમેન્ટ કોમર્શિયલ કમ રેસિડેનશિયલ હતું. ગ્રાઉન્ડ ફ્લોર તથા ફસ્ટ ફ્લોર કોમર્શિયલ હતા. જ્યારે ઉપરના ત્રણ ફ્લોર રહેણાકના હતા.

પોલીસપાર્ટી આવેલી જોઇને નિવાસીઓને કંઈક અયોગ્ય બન્યાંની ગંધ આવી ગઈ હતી. આથી કુતૂહલવશ લોકો ભેગા થવા લાગ્યા હતા, પરંતુ બહાર ઊભેલા બે કોન્સ્ટેબલના ડરથી આગળ આવતા ન હતા.

ડૉક્ટર ભીમાણી છવ્વીસેક વર્ષનો યુવાન રેડિયોલોજિસ્ટ હતો. સોનોગ્રાફી અને એક્સરે કરાવવા શહેરના મોટા ભાગના ડોક્ટરો કેસ તેને જ રિફર કરતા.

રૂટીન પ્રમાણે લાશના ફોટોગ્રાફ્સ લેવાયા. ફિંગરપ્રિન્ટ્સ એક્સપર્ટે ફિંગરપ્રિન્ટ્સ શોધવા પ્રયત્ન કર્યા, પરંતુ મળ્યાં નહીં. મૌલિક અને ધનંજયનાં મર્ડર એક જ રીતે થયાં હતાં.

ટેબલ પર સોનોગ્રાફીનું પોર્ટેબલ ઈન્સ્ટ્રુમેન્ટ પડ્યું હતું. સામે કમ્પ્યુટર મોનિટર પાસે વ્હીસ્કીની લાર્જ બોટલ, ગ્લાસ પણ પડ્યાં હતાં, છતાં કોઈ પણ કે ક્યાંયથી ફિંગરપ્રિન્ટ મળી નહોતી. રિવોલ્વિંગ ચેર પર ડૉ. ભીમાણીની લાશ નગ્ન અવસ્થામાં ગોઠવાયેલી હતી. લાશને પોસ્ટમોર્ટમ માટે મોકલી દેવામાં આવી.

ખુરસી બહાર મુકાવી ઈન્સ્પેક્ટરે પૂછપરછ શરૂ કરી હતી, પરંતુ ઉપરના ત્રણ માળ વસ્તીથી ભરપુર હોવા છતા કંઈ કડી મળતી ન હતી.

ડૉ. ભીમાણીના આસિસ્ટન્ટ પાસેથી એટલું જાણવા મળ્યું કે ડૉ. ભીમાણી ભૂણ પરીક્ષણ કરી ભૂણ, કન્યા હોય તો એબોર્શનની વ્યવસ્થા કરી આપતો. ગેરકાયદે હતું. આસિસ્ટન્ટ ઘણી વાર આ ન કરવા સમજાવતો પણ ડોક્ટર ભીમાણી કહેતો, 'લાખો રૂપિયા ખર્ચીને ડોક્ટર થયા તે શું કામનું! યુવાનીમાં ભેગું થાય તેટલું કરી લેવાનું! ડોક્ટરને માટે શું પુણ્ય કે શું પાપ! પૈસા કમાવા જેવું પુણ્ય નહીં.'

બપોરના રિપોર્ટ આવી ગયો હતો, મૃત્યુનો સમય રાત્રિના દોઢથી સાડાત્રણ વચ્ચે, દારુની મદહોશી, રેશમી દોરીનો ફાંસલો, હેન્ડગ્લોઝનો ઉપયોગ, નગ્ન લાશ... ઈન્સ્પેક્ટરે એક નવી વાત તારવી હતી કે એક ખૂન પછી ખૂનમાં બરાબર પંદર દિવસનું અંતર અને રવિવાર જ હતાં.

પોલીસ સ્ટેશનના એક જ જ્યુરીડિકશનમાં પંદર પંદર દિવસના અંતરે ત્રણ ત્રણ ખૂન... છતાં કોઈ કડી મળતી નથી. પોલીસ, સી.આઈ.ડી.નું સૂત્ર છે કે ગુનેગાર ગમે તેટલી સાવચેતી રાખે છતાં કંઈક તો ભૂલ કરે જ છે. કંઈક કડી તો મૂકતો જ જાય છે. ત્રણ ત્રણ ખૂન છતાંયે પોલીસને કોઈ કડી હાથ લાગતી ન હતી. પંદર

દિવસ સુધીમાં ખૂનીનો પત્તો ન લાગે તો ત્રણેના કેસ સી.આઈ.ડી.ને સોંપવાનો ઉપરથી આદેશ થઈ ગયો હતો. સમાચારપત્રોના વાચકો પેપર ખોલતાં જ ખૂની પકડાયો કે નહીં? તે જાણવા નજર ફેરવી લેતાં. પ્રેસ, મિડિયાની પૂછપરછ પણ ચાલુ હતી.

હવે તો પંદર દિવસ પછી કોનો વારો? એ જ પ્રશ્ન ઈન્સ્પેક્ટરના મનમાં ધૂમરાતો હતો.

આજે ડોક્ટર ભીમાણીના ખૂનનો પંદરમો દિવસ હતો. ઈન્સ્પેક્ટર હજી પોલીસ સ્ટેશનમાં પ્રવેશે એ પહેલાં જ છવ્વીસેક વર્ષની એક યુવતીએ તેમને અટકાવ્યાં.

'ઈન્સ્પેક્ટર, મને ફોલો કરો. અત્યાર સુધીનાં ત્રણે મર્ડરનો ભેદ આપને મળી જશે. સાંભળી ઈન્સ્પેક્ટરને નવાઈ લાગી હતી, ને તે કંઈ પ્રશ્નો કરે એ પહેલાં યુવતી થોડે આગળ જઈ થોભી હતી.

ઈન્સ્પેક્ટરે બહારથી જ હાક મારી પોલીસજીપ કાઢવા સ્ટાફને ફરમાન કર્યું.

એક કોન્સ્ટેબલે સેલ્યુટ મારી ઈન્સ્પેક્ટરના બાઈકને સ્ટેન્ડ કર્યું.

યુવતીના એક્ટિવા પાછળ પાછળ જ પોલીસ જીપ નીકળી હતી. છવ્વીસેક વર્ષની યુવતી સિમેટ્રિકલ બદન ધરાવતી, ઈશ્વરે ખાસ સમય લઈ ઘડી હોય તેવી ભરપૂર રૂપ ધરાવતી આકર્ષક હતી.

બે કાંઠે વસેલા શહેર બહાર, નદીના રિવરફ્રન્ટ પર સૌ અટક્યા. એક બ્લેક કલરની હોન્ડા સી.આર.વી., વૈભવી કાર પડી હતી. ગ્લાસ પર લગાવેલ બ્લેક ફિલ્મને કારણે અંદર કંઈ જોઈ શકાતું ન હતું.

ગાડીની ચાવી યુવતીએ ઈન્સ્પેક્ટર તરફ ઉછાળી. રિમોટ દ્વારા કાર અનલોક કરી, દરવાજો ખોલતાં જ ઈન્સ્પેક્ટરના મોંમાંથી ફરી એક વાર નીકળી ગયું. 'ઓ...માય ગોડ.'

લાશ નગ્ન હાલતમાં નગરના બાહોશ એડ્વોકેટ હીરેનની હતી. ઉંમર લગભગ ચાલીસેક વર્ષ. મોટી મોટી આંખો નીચે ફૂલી ગયેલાં પોપચાં અને લમણાનો ફુલેલો ભાગ દારૂની આદતની ચાડી ખાતા હતા. હીરેનને પોલીસખાતું તેનાં બધાં જ કુકર્મોથી જાણતું હતું. હીરેનને ક્રિમિનલ અને બળાત્કારના જ કેસો લેવામાં રસ હતો.

રૂટીન કાર્યવાહી પૂરી કરી, લાશને પોસ્ટ મોર્ટમ માટે મોકલવાનો આદેશ કરી: 'લાશની..., મર્ડરની ખબર તને કેવી રીતે પડી? ચાવી તારા કબજામાં કેવી રીતે આવી?' કરડી ભાષામાં ઈન્સ્પેક્ટરે પૂછ્યું.

એ જાણવા, ઈન્સ્પેક્ટર તમારે મને પોલીસ સ્ટેશન લઈ જવી પડશે!' યુવતીએ કહ્યું.

સ્ટાફને જીપમાં રવાના કરી, ઈન્સ્પેક્ટરે યુવતીના એક્ટિવા પાછળ બેઠક લીધી. ઈન્સ્પેક્ટરનો હાથ વારંવાર ગન હોલ્સ્ટર પર જતો હતો.

પોલીસ સ્ટેશન પહોંચીને બધા વચ્ચે, રાઈટર સમક્ષ પોતાનું સ્ટેટમેન્ટ શરૂ કરતાં પહેલાં જ યુવતીએ કહ્યું: 'ઈન્સ્પેક્ટર, મૌલિક, ધનંજય, ડો. ભીમાણી અને આ એડવોકેટ હીરેન... આ ચારેયનાં ખૂન મેં કર્યા છે.' સાંભળતાં જ ઈન્સ્પેક્ટરના પગ પાસે જાણે બોમ્બનો ધડાકો થયો. ઈન્સ્પેક્ટરનો હાથ પિસ્તોલ પર ગયો, પરંતુ હાથની મુદ્રા દ્વારા 'ઉતાવળા ન થાવ ઈન્સ્પેક્ટર, હું ભાગવા નથી આવી, સરેન્ડર થવા આવી છું.' કહેતાં ઈન્સ્પેક્ટરને શાંત પાડ્યા.

ત્યાર બાદ બયાન લખાવવું શરૂ કર્યું: 'એ વાતને બે વર્ષ થયાં. શહેરમાં નવું શરૂ થયેલું મલ્ટિપ્લેક્સ સિનેમા શહેરના છેવાડે દૂર બંધાયું હતું. આસપાસ હજી વગડો જ હતો. સાથે પુરુષની હાજરી વગર છેલ્લા શોમાં ફિલ્મ જોવા જવામાં સલામતી ન લેખાતી. આથી છેલ્લા શોમાં હાજરી સાવ પાંખી રહેતી.

છેલ્લા શોમાં અમે પતિ-પત્ની ફિલ્મ જોઈને સ્કૂટર પર પાછાં ફરી રહ્યાં હતાં ત્યારે દુર્ભાગ્યે સ્કૂટરને પંકચર થયું. સ્ટેપની (સ્પેર વીલ) ઉતારી મારા પતિ બદલી રહ્યા હતા. પાસે ઊભી રહી હું મદદ કરી રહી હતી. પ્રેક્ષકોનાં ટુ વ્હીલર, ફોર વ્હીલર અમારા ઉપર રોશની ફેંકતાં ફેંકતાં લગભગ પસાર થઈ જતાં હતાં. એક નવી જ લકઝુરિયસ કાર અમારી પાસે આવી અટકી. કદાચ એ છેલ્લી ગાડી હતી. અમારી હેલ્પ માટે કદાચ એ ઊભી રહી હશે તેવી ધારણા હતી; પરંતુ અચાનક ચાર જણા ઊતર્યા ચારેયના મોંમાંથી દારુની વાસ આવી રહી હતી. હું થરથરી ગઈ. મદદની કલ્પના ખોટી પડી હતી. આ વકીલે મારા પતિના લમણે પિસ્તોલ ધરી કહ્યું હતું. 'તારી બૈરીને લઈ જઈએ છીએ. એશ કરીને સવારે પાછી પહોંચાડી દઈશું.' ત્રણેય મને ગાડીમાં ધકેલી પકડી રાખી હતી. હું લાચાર હતી. મારા પતિ પણ લાચાર હતા.

આનાકાની કે સામનો કરવામાં મોતનો ભય હતો. આ એડવોકેટે છેલ્લે આવીને સ્ટિયરિંગ સંભાળેલું. આ એ જ કાર છે જેમાં મેં એડવોકેટ હીરેનનું ખૂન કર્યું છે.

મારો બચાવ ન કરવા બદલ મેં મારા પતિને જરાપણ દોષિત માન્યા નથી. સંજોગ જ એવા હતા કે હિંમત બતાવવા જાય તો પહેલાં મેં કહ્યું તેમ જાનથી જાય.

કિડનેપ કરીને મને આ એડવોકેટના બંગલે લઈ ગયા હતા. વેકેશન હતું આથી બાળકો સાથે તેમની પત્ની પિયર ગઈ હતી. આથી છુટ્ટો દોર હતો.

તે સમયે રાત્રિનો દોઢ વાગ્યો હતો. દારૂના ઘૂંટ ભરતાં ભરતાં, બલિની આસપાસ જંગલીઓ નાચે તેમ નાચતાં નાચતાં એક પછી એક મારાં વસ્ત્રો ખેંચી ખેંચી ફેંકી દઈ રહ્યા હતા. મહાભારતમાં તો એક જ દુઃશાસન હતો, પરંતુ મારા વસ્ત્રહરણમાં તો ચાર ચાર હતા. મારાં અંગો સાથે અડપલાં કરતાં કરતાં આખરે મારા પતિ સાથે ફિલ્મ જોવા જતાં પહેરેલાં નવાં કપડાં પૈકી એકમાત્ર ચણિયો રહ્યો તેની નાડી આ વકીલે ખેંચી કાઢી. હવે હું સાવ નીરાવરણ હતી.

શિકારી પશુઓ માસૂમ હરણીનો શિકાર કરીને સમૂહમાં તેના પર તૂટી પડે તેમ આ ચારેય વરુઓએ મને યૂંથી હતી. હું ખૂબ છટપટાઈ હતી. તરફડતી રહી હતી. વહેલી સવાર સુધી આ સિલસિલો ચાલુ રહ્યો હતો.

આખરે આજ હોન્ડા કારમાં મેં કહેલ સરનામે ઉતારી ગયા હતા. મારામાં ડગલું ચાલવાની પણ તાકાત ન હતી. અંગેઅંગમાં સખત દુઃખાવો થતો હતો, છતાં લથડતા પગે માંડ માંડ ઘરનાં બારણાં સુધી પહોંચી હતી.

મારા પતિએ ટેકો આપી પ્રેમપૂર્વક અંદર બેડ સુધી દોરી હતી. બેડ પર હું ઢગલો લઈ ગઈ. ચા બનાવી મારા પતિએ મને પાઈ. આવા પ્રેમાળ પતિને હવે હું લાયક ન હતી. એ ઓફિસ જાય એટલે આપઘાત કરી લેવા મેં નિશ્ચય કર્યો હતો, પરંતુ મારા અંતરાત્માનો પોકાર સંભળાયો: "'આત્મહત્યા કાયરતા છે. મરવું જ હોય તો બદલો લે." મેં બદલો લેવા નિશ્ચય કર્યો.'

ઈન્સ્પેકટર ધ્યાનથી સાંભળી રહ્યા હતા. તેણે આગળ વધતાં કહ્યું: એ ચારેય પાક્કા મિત્ર, પાક્કા દારૂડિયા, પાક્કા અય્યાશ ચંડાળ ચોકડી હતા. કલંક હતા.' યુવતીના સ્ટેટમેન્ટની નોંધ થઈ રહી હતી. થોડીવાર શ્વાસ લેવા અટકીને આગળ ચલાવ્યું: 'તમારે લાયક હવે હું રહી નથી. મેં મારા પતિને કહ્યું હતું; મારે બદલો લેવો

છે. રાત ભર હું બહાર રહું તો માફ કરશો. મેં મારા પતિ સાથે સમજૂતી કરી હતી. એમના પ્રેમમાં કોઈ ફરક પડયો ન હતો. બદલાની ભાવનાને ભૂલી જવા તેમણે મને સમજાવી હતી, પરંતુ હું મક્કમ હતી.'

ચાર ચાર ખૂન કરતાં ન અટકાયેલ યુવતીની આંખોમાંથી સાલસ પતિની યાદે બે આંસુ ટપક્યાં.

મેં પ્લાન ઘડી કાઢ્યો હતો.' કહેતાં તે આગળ વધી. 'સ્વસ્થ થયા પછી સામેથી હું વકીલના બંગલે ગઈ હતી... રોજ જવા લાગી હતી; આથી ચારેએ માની લીધું કે "મને પણ એમની સાથે મજા પડે છે."

'વકીલની પત્ની આવી જવાની હતી આથી મેં સ્ટ્રેટેજી ગોઠવી કે પંદરમા દિવસે શનિવારે મારે એક એકને મળવા આવવું અને તે પણ મોડી રાત્રે. મૌલિક, ધનંજયને તેની ઓફિસે અને ડો. ભીમાણીને તેના ઈમેજિંગ સેન્ટર પર. મારી પ્રપોઝલમાં સૌ સંમત હતા. સિચ્યુએશન પણ એવી હતી કે કોઈને શંકા ન જાય. આપને નવાઈ લાગશે. ઈન્સ્પેકટર કે મેં શનિવાર જ કેમ પસંદ કર્યો? કારણ કે બીજા દિવસે રવિવાર હોવાથી આરામનો દિવસ હોય છે, નોકરી પર જવાની ચિંતા નથી હોતી આથી અમો પતિ-પત્નિ પણ શનિવારના છેલ્લા શોમાં ફિલ્મ જોવા ગયાં હતાં અને ફિલ્મ છૂટી ત્યારે અંગ્રેજી કેલેન્ડરમાં રવિવાર થઈ ચૂકયો હતો અને જયારે જયારે ઈન્સ્પેકટર આપને ખૂનના સમાચાર મળ્યા ત્યારે રવિવાર હતો.' ખુલાસો કરી એ અટકી હતી.

'એક આ વકીલ હીરેનનો શોખ વળી જુદો જ હતો. તેના શનિવારની ડેટ એ ફોન કરી મને બહારથી લિફ્ટ આપી, નવી લીધેલ હોન્ડા સી.આર.વી. કારમાં મોડીરાત્રે લોંગ ડ્રાઈવ પર લઈ જતો. કોઈ એકાંત સ્થળે ઊભા રહી, ગાડીના બ્લાઈન્ડ, બંધ ગ્લાસે એ વાસના સંતોષતો. કોઈ કોઈ સમયે તો એક વખતના ડ્રાઈવમાં બે-ત્રણવાર એની હવસખોરી સંતાષતો. હું પણ પૂરો સહકાર આપતી. દારૂની બોટલ અને બાઈટ હંમેશાં તેની ગાડીમાં પણ હોય જ.

ચારેયની હું વિશ્વાસપાત્ર રમકડું થઈ ગઈ છું તેવો વિશ્વાસ બંધાઈ ગયો હતો.

હવે મેં મારો ખેલ શરૂ કર્યો હતો. મારી મુલાકાતની ખુશીમાં અને ઈન્તેજારમાં એ મારા જતાં પહેલાં જ એ 'પી' ચૂકયા હોય. જઈને હું પીવામાં તેને વધારે પ્રોત્સાહિત કરતી. પીવાના અતિરેકમાં એ હેંગ થઈ જતા હતા.

મોં અને માથા પર હું મારા ચહેરાની કોઈને ઝલક ન મળે તે માટે દુપટ્ટો લપેટી રાખતી. મારું અભિયાન પૂરું ન થાય ત્યાં સુધી પોલીસને કોઈ કડી ન મળે તે માટે હું ખૂબ સાવચેતી રાખી હેન્ડ ગ્લોવ્ઝનો ઉપયોગ કરતી.

પછીની તો આપને ખબર છે દારૂની મદહોશી, હેન્ડ ગ્લોવ્ઝનો ઉપયોગ, રાત્રીના દોઢ પછીનો સમય અને રેશમી દોરીનો ફંદો કહેતા તેણે એક રેશમી દોરી કાઢીને ઈન્સ્પેકટર તરફ ફેંકી. 'આ એ રેશમની દોરી છે ઈન્સ્પેકટર, કે જે એક વખત મારા પતિ સાથે ફિલ્મ જોવા જતાં પહેરેલા નવા ચણિયાની નાડી હતી. જેને આ વકીલે ઝટકો મારી ખેંચી કાઢી હતી.

દોરીને સ્પર્શતાં જ મારું ઝનૂન જાગી ઊઠતું. દારૂના નશામાં બેભાન પડેલા નરાધમનાં. કપડાં ઉતારી આ દોરીનો ફાંસો કરી, જે ગોઝારી રાતે હું તરફડી હતી તેમ તરફડતા જોતાં મને સંતોષ થતો હતો. હું મારો બદલો લઈ ચૂકી છું. હવે કાનૂન ભલે મને ફાંસીના ફંદે લટકાવે.' કહેતાં હાથકડી માટે ઈન્સ્પેકટર તરફ બેઉ હાથ લંબાવ્યા.

વસુંધરા

હા મારું નામ વસુંધરા. ગામ વડોદરા. જો કે નામ બદલાવીને વસુંધરા - નામે આપની સમક્ષ આવું છું. કારણ કે હાલ હું વડોદરા જ છું.

હવે મારો પરિચય આપું. હું યુવાન છું, દેખાવડી છું. મારી શારીરિક ભૂમિતિ સિમેટ્રીકલ છે. હું જાડી નથી - પાતળી નથી, ઊંચી નથી - ઠીંગણી નથી. એક યુવાન સ્ત્રી જેવી હોવી જોઈએ તેવી જ છું. પરંતુ હાલ મારી ઉંમર પાંત્રીસ વર્ષ છે અને હું કુંવારી છું. સાચા અર્થમાં 'કુંવારી' છું.

પાંત્રીસ વર્ષ અને કુંવારી સાંભળતા જ હું તરવરી ઊઠીને આપની કલ્પનામાં? યુવાન, દેખાવડી, પાંત્રીસ વર્ષે કુંવારી - તમારી વ્યાખ્યામાં 'વાંઢી' –

સાંભળતા જ દરેક પુરુષની જેમ તમારીયે જીભે પાણી આવી ગયું ને ? બસ આવું જ થતું રહ્યું છે બધે. જ્યાં જ્યાં મેં જોબ મેળવવા પ્રયત્ન કર્યો કે જોબ કરી ત્યાં ત્યાં દરેક એમ્પ્લોયરને આવી જ અપેક્ષા અને લાલચ રહી છે, પરંતુ કોઈએ મને સમજવાની કોશિશ નથી કરી. મારા શરીરની ભૂમિતિને જ સમજવાની કોશિશ કરી છે પરંતુ મારામાં પડેલી 'નારી' ને, મારા સ્ત્રીત્વને સમજવાની કોશિશ નથી કરી.

પિતાજી એક ખાનગી કંપનીમાં હતા. સંતાનમાં હું અને અઢીએક વર્ષે મારાથી નાનો એક ભાઈ, આમ અમારું ચાર સદસ્યોનું કુટુંબ.

વીસમે વર્ષે માં બી.એ. કર્યું પરંતુ એ દરમિયાન પિતાજીના સ્વાસ્થ્યમાં ગરબડ ચાલુ થઈ આથી અવાર નવાર લેવી પડતી લીવને કારણે જે લીવ બેલેન્સ હતું તે વપરાવા લાગ્યું. ઉપરથી પાછી અવાર નવાર લેવી પડતી મોંઘી મેડિકલ ટ્રિટમેન્ટ. મારે પોસ્ટ ગ્રેજ્યુએશન કરવું હતું પરંતુ ભાઈના ભણતરમાં અને પિતાજીને આર્થિક મદદમાં ઉપયોગી થવા પાર્ટ ટાઈમ જોબ કરતા કરતા એમ.એ. કર્યું,

આમ તો અઢારમા વર્ષથી જ મારો કન્યાકાળ શરૂ થઈ ગયો ગણાય. પિતાજી સાથે મા પણ મારા માટે સારા, લાયક મુરતિયાની ચિંતા કરવા લાગી.

હું પણ ભાવિ દાંપત્યની રોમાંચક કલ્પનામાં ખોવાઈ જવા લાગી. બંધ બાથરૂમમાં નિરાવરણ સ્નાન કરતાં અનેરો, અત્યાર સુધી નહીં અનુભવેલો રોમાન્સ અનુભવવા લાગી. પુષ્ટ- -ઉન્નત થઈ ચૂકેલાં મારાં વક્ષયુગ્મ સાબુથી મસળતા

લજામણીના છોડનાં પર્ણોને સ્પર્શ કરતા જેમ એનાં પર્ણો લજ્જાઈને બિડાઈ જાય તેમ મારા હાથ ઉરોજ પર બિડાઈ જતા.

અમારી આર્થિક સ્થિતિ સધ્ધર ન હતી. મારી વહેવા લાગેલી યુવાની અને ઉંમર લગ્નનો તકાજો કરતા હતા. નાનો ભાઈ કોમર્સ ગ્રેજ્યુએટ થઈ ગયો.

પિતાજીના કથળતા જતા સ્વાસ્થ્યને અને મારાં લગ્નની આર્થિક વ્યવસ્થા માટે પિતાજીએ વી.આર.એસ. લઈ લીધું. પ્રાઈવેટ કંપનીને કારણે પેન્શન સ્કીમ ન હતી, પરંતુ જે કંઈ ફંડ આવે તેનાથી મારું લગ્ન રંગેચંગે થઈ શકે અને બાકીની રકમ ભાઈને જોબ મળે ત્યાં સુધી ગૃહસ્થી ચલાવવામાં કામ આવે. સુખના દહાડા સામે જ હતા.

અચાનક એક દિવસ મારા પર વીજળી પડી. ભાઈ અચાનક ક્યાંક ગુમ થઈ ગયો. અમે પોલીસ ફરિયાદ લખાવી, પરંતુ ભાઈ કોઈ કારણોસર ભાગી ગયો, કોઈ ઉપાડી ગયું કે આપઘાત કર્યાની કોઈ કડી પોલીસ મેળવી ન શકી. ખૂબ બાધા-માનતાઓ કરી, સમાચારપત્રોમાં ફોટા સાથે જાહેરાતો છપાવી પરંતુ કંઈ પરિણામ ન આવ્યું.

ભાઈ પંજાબમાં છે, યુ.પી.માં છે, દિલ્હીમાં છે, તેવી ઘણી અફવાઓ આવતી રહી.

પિતાજી પોતાના સ્વાસ્થ્યને ભૂલી જઈ મારી સાથે, અમે બાપ-દીકરી અફવાઓના સ્થળે સ્થળે દોડતાં રહ્યાં. વી.આર.એસ.ના ફંડની ઘણી રકમ આ દોડાદોડીમાં ખર્ચાઈ ગઈ. નિરાશા સિવાય કંઈ સાંપડ્યું નહીં.

આતંકવાદીની જેમ કુદરતે પણ જાણે અમને જ ટાર્ગેટ બનાવ્યા હોય તેમ ભાઈના ગુમ થયાનો આઘાત માને લાગ્યો. વિચારવાયુના પાગલપણામાં એ શૂન્યમનસ્ક થઈ ગઈ.

ભાઈની તપાસની દોડાદોડીમાં મારી જોબ છૂટી ગયેલી. હવે તો ભાઈના ગુમ થયાના આઘાતને કારણે અપલક શૂન્યમાં તાકી રહેતી માની પણ ચિંતા મારા ઉપર આવી.

પાર્ટ ટાઈમ - ફુલ ટાઈમ જોબ હું શોધી કાઢતી પરંતુ તેમાં ટકી શકતી નહીં. થોડા જ સમયમાં એમ્પ્લોયરની દૃષ્ટિ બદલાઈ જતી. મારા શરીરને પામવાની

આડકતરી હિલચાલ શરૂ થઇ જતી. રૂપ, યૌવન, ઉંમર અને કુંવારીનું લેબલ, આથી બધાને હું સહજ સાધ્ય લાગતી, ચાર, છ આઠ માસે એમ્પ્લોયર બદલવા પડતા, છતાં હું મારા ચારિત્ર્યમાં વિચલિત ન થઈ.

એક એમ્પ્લોયરે તો મને લલચામણી લાલચ આપી; 'ઉપપત્ની' તરીકે રાખવા ઓફર કરેલી, તેને જીવનભર યાદ રહી જાય તેવો ચમચમતો લાફો ઝીંકી હું નાસી આવેલ.

વળી કુદરતે અમારા પર એક સિતમ ગુજાર્યો, મારી જોબ સમયની ગેરહાજરીમાં માંદા માંદાયે પિતાજ મને સંભાળી લેતા. સદભાગ્યે દુ:ખનું ઓસડ દહાડા કહેવાય છે તેમ ધીમે ધીમે મા સાજી થતી ગઈ. આ સુધારાથી અમે રાહતની ખુશી અનુભવવા લાગ્યા, પરંતુ કુદરતે કૃપાનું વળતર ઈચ્છ્યું. પિતાજીને પક્ષઘાતનો હુમલો આવ્યો.

સ્થાનિક હોસ્પિટલમાં પિતાજીને સુધારો ન થયો. કોઈએ અમને ટ્રસ્ટની એક આયુર્વેદિક હોસ્પિટલનું સૂચન કર્યું. ડૂબતો માણસ તરણાનોયે સહારો લ્યે, તેમ અમે ત્યાં ગયાં.

માતા-પિતાની સેવામાં હું મારું પુત્રીપણું ભૂલી ગઈ. હું પુરુષ નથી પણ સ્ત્રી ભૂલી ગઈ. હું પુત્ર નથી પુત્રી છું તે પણ ભૂલી ગઈ. વસુંધરાની જેમ વસુંધરા બની મા-બાપની સેવામાં મારા યૌવન 'ને અરમાનની આહુતિ આપી દીધી. સ્નાન કરતા અંગ મર્દન થતા રોમાંચિત થઈ ઊઠતી તે જગ્યાએ સ્નાનની શીતળતાથી સ્ફૂર્તિ, એક નવું જોમ, એક નવું ઉભરાવા લાગ્યું.

હું દીકરો બની જીવનની વિષમતામાં પીગળી પીંગળી- પુત્રીપણું દ્રવી દ્રવીને પુત્રપણામાં પરિવર્તિત થઇ ગયું થઈ ગયું. અસહ્ય કસોટીમાંથી પસાર કરી ઈશ્વર વરદાન આપે તેવું એક વરદાન છેવટે ઈશ્વરે આયુર્વેદિક હોસ્પિટલરૂપે આપ્યું.

એ વરદાન એટલે અહીં મને 'ભાઈ' મળ્યો, મારો ગુમ થઈ ગયેલ ભાઈ નહીં, પરંતુ મોટા ભાઈ મળ્યા, એમણે હોસ્પિટલમાં એડમિટ થતાં જ પિતાજીને પ્રાથમિક આયુર્વૈદિક ઉપચાર શરૂ કરી દીધો અને અમારી માતા-પુત્રીની જમવાની વ્યવસ્થા દર્દીનાં સગાં તરીકે કરી આપી.

પક્ષાઘાત જેવા કઠિન અસાધ્ય રોગના ઉપચારમાં આયુર્વેદિક પદ્ધતિ સમય અને ધીરજ લે છે.

પિતાજીને 'પંચકર્મ' ઉપચાર શરૂ કર્યો.

કોઈ પણ રોગની અડધી સફળતા ડૉક્ટરની વાણી વર્તનમાં હોય છે. આવા એક મીઠડા, લાગણીશીલ, પ્રેમાળ ડૉક્ટરના અંદરમાં પિતાજીનો કેસ સોંપાયેલ. મને આ ડૉક્ટર પ્રત્યે સદભાવ બંધાયો.

વાતો વાતોમાં અમારી કૌટુંબિક વાતો હું તેને કરતી રહી. એમની મુલાકાતની બે વાતો પણ મને ખૂબ હળવાશ બક્ષતી, મને ખૂબ ગમતું-તેનું સાંનિધ્ય.

મારામાં એક અહોભાવ તેમના પ્રત્યે પેદા થયો.

મારી એમ.એ.ની ડિગ્રી પર મને હોસ્પિટલ ક્લાર્ક તરીકે તેમના અભિપ્રાય-સિફારીસથી નોકરી મળી ગઈ. મને ક્વાર્ટર ફાળવવામાં આવ્યું. મને ફાળવવામાં આવેલ ક્વાર્ટરનો 'ગૃહપ્રવેશ' મને હજીયે યાદ છે.

ડૉક્ટર ખુદ સ-પત્ની મારા ક્વાર્ટરની ચાવી લઈ શુભ ચોઘડિયે આવ્યા હતા. મા સાથે પ્રવેશ કરી મેં 'કુંભ' મૂક્યો હતો. કુંભના કાંઠે નાડા છડી બાંધી હતી, ઉપરના કોડિયામાં ગોળ-ધાણા હતા.

'વસુંધરા, કળશ પરની નાડાછડી છોડી લે' ડૉક્ટરે જાણે મને આદેશ કર્યો. હું કંઈ સમજી નહીં. મેં નાડાછડી છોડી લઈ ડૉક્ટર સામે જોયું. ડૉક્ટરે જમણો હાથ લંબાવ્યો. મિસિસ ડૉક્ટરના હોઠ પર મંદ મુસ્કાન હતી. હું અસમંજસમાં પડી ગઈ.

બેના, 'આજે માત્ર શ્રાવણી પૂનમ જ નથી, રક્ષાબંધન છે.' ડૉક્ટરે કહ્યું ત્યારે યાદ આવ્યું કે આજે રક્ષાબંધન છે, હું ભૂલી જ ગઈ હતી.

મારું હૈયુ આનંદથી ભરાઈ ગયું. નાડાછડીને મેં રક્ષા - રાખડી રૂપે તેમને કાંડે બાંધી, ભાવવિભોર થઈ તેમના ચરણસ્પર્શ કરવા નમી એ પહેલાં તો તેમણે બાવડેથી પકડી મારા ગાલ તેમણે તેમની બંને હથેળી વચ્ચે જકડી મારા કપાળે ચુંબન કરી મને ભેટી પડ્યા. ને દ્રમાઈ ગયેલા હૈયે મારા અંતર માંથી સંબોધન નીકળી ગયું, 'ભા....ઈ ને મિસિસ ડૉક્ટરે લંબાવેલા બંને બાહોમાં 'ભાભી' કહેતા સમાઈ જઈ તેમના પગે માથું નાખી ધ્રુસકે ધ્રુસકે રડી પડી.

'તું દીકરી નહીં પણ સવાયો દીકરો છે. મને ગર્વ છે તારા જેવી નણંદ મળવા પર.

સ્ત્રીભૂણ જાણી, ભૂણહત્યા કરાવતી સ્ત્રીઓ નથી સમજતી કે એ સ્ત્રીભૂણ રૂપે દીકરીની નહીં પણ તારા જેવા "સવાયા દીકરાની" હત્યા કરે છે!' આમ આવા મને ભાઇ-ભાભી મળ્યાં.

સંબંધો માત્ર લોહીના જ નથી હોતા, લાગણીના પણ એથીયે ચડિયાતા હોય છે.

તપાવી તપાવીને કુદરત અમારા પર અમી વર્ષા કરતી હોય તેમ કાલે મારી પાંત્રીસમી વર્ષગાંઠ છે, અને આજે સવારે ચૌદ વર્ષ પહેલાં ગુમ થયેલ ભાઈ પણ યુવાન થઈ પત્ની સાથે આવી ગયો.

અમે તેને હજી ઘર છોડી જવા અંગે કંઈ પૂછ્યું નથી. ધીરે ધીરે આપમેળે જ કહેશે. અમારે તો એ આવી ગયો તે જ મોટી વાત છે. સંતોષ પણ એ છે કે તે સલામત છે. દેખાય છે તે પરથી લાગે છે કે જ્યાં હતો ત્યાં 'વેલસેટ' હશે. પત્ની પણ સંસ્કારી છે. હાલ તો બસ એ ઘણું છે.

સાચું જ છે કે 'ભગવાન આપે છે ત્યારે છાપરું ફાડીને આપે છે.' આપ્યું ત્યારે અમને પણ એમ જ આપ્યું. મને નોકરી મળી ગઈ,

મા-ભાઈના આઘાતમાંથી નોર્મલ થઈ ગઈ. પિતાજી પણ સ્ટીક (લાકડી)ના સહારે ચાલતા થઈ ગયા. ચૌદ વર્ષ પછી ભાઈ, ભાભી સાથે પાછો ફર્યો અને મને બે ભાઈને બે ભાભી મળી.

કન્યાકાળ વીતી ગયો છે પણ તમને કહું ? 'મને સમજી શકે તેવું કોઈ યોગ્ય પાત્ર હોય તો રૂપિયો ને નાળિયેર સ્વીકારવા મમ્મી - પપ્પા તથા બંને ભાઈ- ભાભી ઉત્સુક છે, પાછા નહીં ઠેલે!'

પહેલો પુરુષ

પાંત્રીસ-ચાલીસ હજારની વસ્તીના ગામમાં ચિંતનભાઈને નાનું છોકરુંયે ઓળખે. ભગવો ઝભ્ભો, ભગવો લેંઘો ને ડોકમાં માળા પહેરેલા કોઈ, એ ગામમાં તમને સામા મળે તો સમજજો કે એ જ ચિંતનભાઈ.

અત્યારે ચિંતનભાઈને ચુમ્મોતેરમું વર્ષ ચાલે છે. રેવન્યુ ખાતામાંથી નિવૃત્ત થયાને સોળ વર્ષ થઈ ગયા. ચિંતનભાઈના પિતા ગામડામાં શિક્ષક, પરિવારમાં ચાર દીકરા અને એક દીકરી, તેમાં ચિંતનભાઈ બીજા. બહેન વચેટ.

પિતાશ્રી ગામડામાં શિક્ષક, સાથે વતનમાં પચાસેક વિઘા જમીન પણ ખરી. એ જમાનામાં શિક્ષણનું ખાસ મહત્ત્વ નહીં, પિતાજીની સાથે ચિંતનભાઈએ ચાર ધોરણ પાસ કર્યાં. ગામડામાં ચાર ધોરણથી વધારેની શાળા નહીં, પણ પાસેના તાલુકાના ગામે મેટ્રિક સુધી, આથી ચિંતનભાઈ એ સાત ધોરણ ત્યાં પગપાળા આવ-જા કરી પાસ કર્યાં. ગામડાઓને જોડતો એ સમયે બસવ્યવહાર કે સારો રસ્તો પણ નહીં. આથી સાત ધોરણ પછી થાકીને ચિંતનભાઈએ અભ્યાસ છોડી દીધો. એ જમાનામાં સાત ધોરણ એટલે 'શાળાંત' ગણાતું. શાળાંત એટલે આગળ ન ભણવું હોય અને નોકરી કરવી હોય તો 'શાળાનો અંત.'

જોકે સાત ધોરણ પાસને શિક્ષક કે તલાટી જેવી ત્રીજા વર્ગની નોકરી ફટ દઈને મળી જતી. આમ સાત ધોરણ સુધી ભણેલા ચિંતનભાઈને તલાટીની નોકરી મળી ગઈ અને પિતાશ્રીની સાથે શિક્ષક તરીકે નોકરી કરતા લક્ષ્મીશંકરભાઈની દીકરી રમિલા સાથે લગ્ન થઈ ગયાં.

ચિંતનભાઈ પછીનો નાનોભાઈ જયંત શિક્ષક થયો. ચિંતનભાઈ ભલે સાત ચોપડી જ ભણી તલાટી થયા, પરંતુ રેવન્યુ ખાતામાં બાહોશ તલાટી તરીકે નામના મેળવી. કોઈ રેવન્યુ કેસમાં આંટીઘૂંટી ઊભી થાય તો જિલ્લા કલેક્ટર પણ ચિંતનભાઈને સલાહ લેવા બોલાવે. પોતાના આખા વિસ્તારની જમીનનો સર્વે નંબર અને તેના માલિકનું નામ મોઢે.

લગ્નના દોઢેક વર્ષ બાદ રમિલાબેન સગર્ભા થયા. ગ્રામ્ય ઉછેર, સવળોટું શરીર, નમણું મોઢું તેમાં સારા દિવસો ચઢ્યા. અધરણિયાત રૂપ નિખરી ઊઠ્યું. પેટ ભરીને દાંપત્યની તૃપ્તિ માણી શકાય તેવા રમિલાબેનનો પ્રસૂતિકાળ નજીક આવતો

ગયો. પ્રથમ સુવાવડ સીમંત (ખોળો ભરવો) કરીને માની દેખરેખ હેઠળ પિયરમાંજ કરાય, પરંતુ રમિલાબેનથી મોટા ચંદ્રાબહેનને પણ લગ્ન પછી છઅેક વર્ષે સગર્ભાવસ્થા પ્રાપ્ત થઈ, આથી ચંદ્રાબહેનને સીમંત કરી પ્રથમ સુવાવડ માટે પિયર તેડી આવેલા. બે સગર્ભા બેનોને એકસાથે પિયરમાં ન તેડાવાય તેથી માન્યતાને કારણે રમિલાબેનને સીમંત વિધિ કરી સાસરે જ પ્રસુતિ કરાવવાનું નક્કી થયું.

એ સમયમાં સુવાવડ ઘેર જ (નોર્મલ) કરાવવાનું મહત્વ. શહેરમાંયે જ્વલ્લે જ એકાદ ખાનગી પ્રસૂતિગૃહ હોય અથવા સરકારી દવાખાને સગવડ હોય, પરંતુ ત્યાં પણ જ્વલ્લેજ, કંઈ કોમ્પ્લિકેશન હોય, તો જ દાખલ થાય. આથી રમિલાબેનની સુવાવડ ઘર આંગણે- સાસરામાં જ કરવાનું નક્કી થયું.

સાસરે પ્રસૂતિ સમય પહેલાં મદદ માટે બે-અઢી માસ પહેલા સાળીને તેડાવી લે અને છેક પ્રસૂતિ પછી મોટી બહેનને સવા મહિને 'નહાણ' નવરાવી, ચૂલે અડાડી પછીયે પાંચ- પંદર દિવસ બહેનને 'ઓબ્ઝર્વેશન'માં રાખી અંગ્રેજીમાં જેને 'ડ્યૂટી ફિટનેસ' કહેવાય તેવું વડીલોનું દેશી ફિટનેસ મળે ત્યાં સુધી સાળી રોકાય.

આમ સુવાવડ સમયે મદદ કરવા રમિલાબેનથી નાની-શારદા સાત ધોરણ પાસ કરી, શાળાંતની પરીક્ષા આપી નવરી પડેલ, તેને તેડાવવામાં આવેલ.

અને રમિલાબેનની પ્રસૂતિ પહેલા અઢીક માસ અને પ્રસુતિ પછી દોઢેક માસ, આમ ચારેક મહિના ઘરની સંપૂર્ણ જવાબદારી સોળ વર્ષની શારદાએ ઠરેલ અનુભવી સ્ત્રીની જેમ અદા કરી. સોળ વરસની શારદા રસોઈ તો એવી બનાવે કે ખાનારથી પુછાઈ જાય 'કોણે રાંધ્યું છે?'

ચાર મહિનાના ગાળામાં તો શારદા ચિંતનભાઈના કુટુંબની આંખે વસી ગઈ.

'લક્ષ્મીશંકરભાઈ, એક રમિલા તો અમારા ઘરમાં છે શારદાયે આપી દ્યોને! અમારે નવો સગો ગોતવો નહીં. શારદા શાળાંત પાસ છે તો અમારો જયંતેય શિક્ષક છે.' કહેતા મૂળશંકરભાઈએ શારદાનું માગું નાખ્યું.

'આપી' કહી લક્ષ્મીશંકરભાઈએ માગું સ્વીકારી લીધું. 'મારા મનની વાત જ તમે કરી. દીવો લઈ ગોતવા જાઉં તો પણ તમારા જેવા સગા ક્યાં મળવાના!' કહેતા લક્ષ્મીશંકરભાઈ મુળશંકરભાઈને ભેટી પડ્યા.

સવલોટી, નમણી, ઊજળી, પતંગિયા જેવી ચંચળ, જાણે રમિલાબેનની જ બીબાઢાળ શારદા અને રમિલાબેન-બે સગી બહેન દેરાણી-જેઠાણી થઈ. ચિંતનભાઈ ને જયંતભાઈ-બે સગાભાઈ સાઢુભાઈ થયા.

શારદાને બે વર્ષ પી.ટી.સી. કરાવી જયંતભાઈ પરણી ગયા. પતંગિયા જેવી શારદાના ચિંતનભાઈ જેઠ થઈ ગયા. 'જીજાજી-જીજાજી' કરી ચિંતનભાઈ સાથે રમૂજ, મસ્તી કરતી, ચીડવતી, લાડ કરતી શારદા મલાજામાં આવી ગઈ.

ચિંતનભાઈને બાહોશ તલાટીમાંથી રેવન્યુ સર્કલ ઈન્સ્પેક્ટર તરીકે પ્રમોશન મળ્યું. હેડ ક્વાર્ટર પણ તાલુકાના નામે મળ્યું. પ્રમોશન પછી ચિંતનભાઈ આધ્યાત્મિકતા તરફ ઢળવા લાગ્યા. વર્ષમાં એકાદ વખત તો રજા લઈ રમિલાબેન સાથે હરિદ્વાર જવાનો નિયમ થઈ ગયો. હરિદ્વારથી પાછા આવી આધ્યાત્મિક પ્રચાર કરવો, શક્ય તેટલી વ્યક્તિઓને ઉપાસક બનાવવા.

આમ કરતા કરતા એક સરસ મજાનું ઉપાસક મંડળ તૈયાર થઈ ગયું. જીવનના અઠ્ઠાવન વર્ષ પૂરા થતા રેવન્યુ ખાતાના બાહોશ કર્મચારી તરીકે નિવૃત્ત થઈ પીતાંબર ધારણ કર્યાં. પિત્ત રંગી ધોતી- ઝભ્ભો અને ગળામાં માળા એ ચિંતનભાઈ.

રમિલાબેને પણ દીક્ષા લઈ યજ્ઞોપવિત ધારણ કરી ચિંતનભાઈ જેમ પિત્તરંગી વસ્ત્રોનું મેચિંગ કર્યું.

'જય ગુરુદેવ'ના અભિવાદન સાથે ઉપાસકો અને આમ લોકો પણ ચિંતનભાઈ, રમિલાબેનના ચરણસ્પર્શ કરી કૃતકૃત્યતા અનુભવવા લાગ્યા. ચિંતનભાઈએ શરૂ કરેલ આધ્યાત્મિક જ્ઞાન યજ્ઞના પ્રસાર, પ્રચારમાં ઉંમરના તોતેર વર્ષ સ્વાસ્થ્યપૂર્વક પૂરાં કર્યાં, પરંતુ ચુમ્મોતેરમા વર્ષે સ્વાસ્થ્ય પરિવર્તન દેખાયું. તીખી ન હોવા છતાં રસોઈ તીખી લાગે, ગળામાં ઉતારતા બળતરા થાય.

શરૂઆતમાં તો શરદીનું કારણ- નિદાન થયું, પરંતુ ફેર ન પડતા ગળામાં તકલીફ વધવા લાગી. આખરે ડોક્ટરોએ 'બાયોપ્સી' કરાવવાની સલાહ આપી. ચુમ્મોતેરમા વર્ષે કેન્સરનું નિદાન થયું.

કિમોથેરાપી અને શેક લેવાનું ટ્રીટમેન્ટમાં સૂચવવામાં આવ્યું, પરંતુ 'એ બધા તો હવે થિગડા' કહી ચિંતનભાઈએ મનોબળપૂર્વક સ્થિતપ્રજ્ઞતા કેળવી લીધી.

જેટલો થાય તેટલો ખર્ચ કરી શકે તેમ હતા. બે મોટા દીકરા કેળવણી ક્ષેત્રે હતા, દીકરી સાસરે સુખી હતી. જમાઈ ગેઝેટેડ ઓફિસર હતા. સૌથી નાનો દીકરો અશ્વિન પરદેશ હતો પણ 'કેન્સર એટલે આખરે કેન્સલ' કહી કહેતા 'મૃત્યુ માટે કંઈક નિમિત્ત તો સર્જાય જા!'-કહી ઈશ્વરના નિયમને સ્વીકારી લીધો.

ચિંતનભાઈને કેન્સર થયાનું સાંભળે તેને માન્યામાં ન આવતું. આવા સંત જેવા આધ્યાત્મિક માણસને કેન્સર? ભગવાનેય કેવો છે!' કોઈ વસવસો કરતા 'બહુ કરી બિચારા ચિંતનભાઈને, બિચારા હેરાન થઈ જશે!' તો કોઈ માણસ અર્ધો તો કેન્સરનું નામ પડતા જ મરી જાય' કહેતા પરંતુ ચિંતનભાઈના મન પર મૃત્યુના ઓથારનો કંઈ ભય ન હતો. રાબેતા મુજબ ઊઠી પ્રાતઃ કર્મ પતાવી પૂજામાં બેસી જવાનું. શરીરે સંપૂર્ણ સ્વસ્થ માણસ પણ આટલો માનસિક સ્વસ્થ રહી ન શકે.

ખબર પૂછવા આવનાર ચિંતા વ્યક્ત કરે ત્યારે ચિંતનભાઈ હસીને સામેનાને જાણે આશ્વાસન આપતા હોય તેમ કહેતા 'ભાઈ, મોતની આગાહી કોઈ કરી શકતું નથી. જન્મ અને મૃત્યુની તિથિનું રહસ્ય તો ભગવાને પોતાના હાથમાં ગોપનીય રાખ્યું છે. ભલભલા તેને સમજી શકતા નથી ત્યારે હું તો ઈશ્વરની કૃપા માનું છું કે મને તો મૃત્યુની આગોતરી નોટિસ મોકલી.' આમ સ્થિતપ્રજ્ઞતાપૂર્વક મૃત્યુને આવકારવા તૈયાર થઈ ગયા.

જયંતભાઈ અને શારદાબેન અવારનવાર ખબર કાઢવા જતા. ફોનથી ખબર પૂછતાં છતાં સંતોષ ન થતો તો 'ભાઈ, થોડા દિવસ અમારે ત્યાં આરામ કરવા આવો. અમને પણ સેવાનો લાભ આપો.' કહી આગ્રહપૂર્વક તેડાવતા.

આજે તો નિવૃત્ત થયાને પણ શારદાબેનને છ-સાત વર્ષ થઈ ગયાં. શરીર પર સ્થૂળતાના વાટા વિંટળાઈ ગયા. ચહેરા પર ઉંમરની ચાડી ખાતી કરચલીઓ ફરી વળી, નિતંબના ભાગો ચરબીથી ભારે થઈ ગયા, ગોઠણો વાની અસરથી જકડાઈ ગયા છે. બેસીને ઊભા થવું હોય તો બેઉ હાથનો જમીન પર ટેકો દઈ કષ્ટપૂર્વક ઊભા થવાય, તેમાંયે વળી પગથિયાં ચૂકથી પડી જતા સાથળના હાડકામાં ફેક્ચર થયું-સળિયા મુકાવવા પડ્યા. પુત્ર, પુત્રવધૂ સાથે બહારગામ ધંધાર્થે રહે છે. આમ જયંતભાઈ શારદાબેન સાથે લાગણીપૂર્વક દાંપત્ય માણે છે.

જયંતભાઈ ચિંતનભાઈને તેડાવવા ફોન કરતા ત્યારે શારદાબેન પણ ગળગળા થઈ જઈ આગ્રહ કરતા ત્યારે ચિંતનભાઈ પચાસેક વર્ષના ભૂતકાળમાં રિવાઈન્ડ થઈ જતા.

ત્યારે કેવી હતી શારદા? એ વિચારી રહેતા. ખીલુ ખીલુ થતી પોયણી જેવી જ્યારે એ રમિલાની પ્રથમ સુવાવડ કરાવવા આવી હતી. રમિલાબેન પછી ત્રીજા નંબરની શારદા મિલા સાથે ચિંતનભાઈના લગ્ન થયા ત્યારે ચૌદ જ વર્ષની અને રમિલાની પ્રથમ સુવાવડ સમયે સોળ વર્ષની ષોડશી.

પચાસેક વર્ષ પહેલાંનો એ સમયગાળો નજર સમક્ષ તરવરી રહેતો. ત્યારે તો હજુ શારદા નાની પણ વિધિની કરામત પણ કેવી? ત્યારે તો કલ્પના પણ નહીં કે આ જ રમતિયાળ છોકરી-લાડકી સાળીને બદલે નાના ભાઈની વહુ થઈને અમારા કુટુંબમાં આવશે.

શિક્ષક પિતા સાથે ગામડામાં ઉછરેલી શારદા સાગના સોટા જેવી. સવળોટું શરીર અને થોક થોક નમણી. કિશોરી અવસ્થાના કોશેટાને તોડીને ફૂટી રહેલું યૌવન, હરણીના બચ્ચા જેવી થનગનતી-અને આજના શારદાબેન? આખરે ચિંતનભાઈએ આવીને એક મહિનો જયંતભાઈને ત્યાં આરામ કર્યો.

આજે ચિંતનભાઈ પરિવાર પાસે પાછા જઈ રહ્યા છે. જયંતભાઈ મૂકવા જાય છે. સામાન તો ખાસ કંઈ હતો નહીં, જે હતો તે શારદાબેને એટેચીમાં વ્યવસ્થિત ગોઠવી આપ્યો. જયંતભાઈ રિક્ષા બોલાવવા નાકા પર ગયા.

તૈયાર કરેલી એટેચી બહાર લાવી શેટી પર ચિંતનભાઈની બાજુમાં મૂકી શારદાબેન ખોળો પાથરી બેસીને ચિંતનભાઈના બેઉ પગને ચરણસ્પર્શ કરી પગે લાગી ઊભા થઈને ચિંતનભાઈના માથા પર હાથ ફેરવી ગળગળા થઈ વાળને લાગણીપૂર્વક પસવારતા રહ્યા.

રિક્ષાનું હોર્ન વાગ્યું. જયંતભાઈ રિક્ષા લઈ આવી પહોંચ્યા.

શારદાબેને એટેચી જયંતભાઈના હાથમાં આપી. બેઉએ ટેકો આપી રિક્ષામાં બેસાડ્યા. સૌને ખ્યાલ હતો કે આ છેલ્લું આગમન અને પ્રસ્થાન હતું. ત્રણેનાં હૈયા ડુમાયેલ હતા.

જયંતભાઈને ત્યાંથી આવીને પંદરેક દિવસમાં તો ચિંતનભાઈનું નિધન થયાના ફોન થયા. સગાં- સંબંધીઓ અને સ્થાનિક અન્ય લોકો આવી ગયા. ગામ આખામાં ચિંતનભાઈની સુવાસ સારી આથી સ્મશાનયાત્રામાં ભાગ લેવા ભારે ભીડ થઈ ગઈ. મહિલાવર્ગમાં રોકકળ થઈ રહી.

ચિંતનભાઈનો પાર્થિવ દેહ નનામી પર ગુલાબના ફુલહારોથી તથા ફૂલોથી ઢંકાઈ ગયો. નનામી ઊંચકાઈ, હાજર દીકરાઓએ કાંધ આપી.

મહિલા વર્ગ રોતું-કકળતું મુખ્ય શેરીના નાકા સુધી પાર્થિવ દેહને વિદાય આપી પાછું ફર્યું. રમિલાબેને બધાને સાંત્વન આપી સ્વસ્થ કર્યા. કોઈ કોઈથી ચિંતનભાઈનું સ્મરણ થતા રડી પડાતું, પરંતુ રમિલાબેનની નજર પડતા સ્વસ્થ થઈ જતા.

પરંતુ શારદા? શારદાબેન કોઈ રીતે છાના નહોતા રહેતા.

આખરે રમિલાબેનથી ન રહેવાતા કહ્યું: 'અલી... વર તો મારો મરી ગયો છે છતાં તારા જેટલું હું નથી રડતી... ને તું તો...!

ત્યારે શારદાબેન વિચારી રહ્યા કે રમિલાબેનને કેમ કહેવાય કે 'બહેન તારો તો એ વર હતો પણ મારા જીવનનો તો એ 'પ્રથમ પુરુષ' હતો...!

હું મા છું

બે રૂમ, રસોઈ અને કંપાઉન્ડ સાથેના પોતાના નાનકડા ટેનામેન્ટમાં આજે નિરુબાની નીંદર હાથતાળી દઈ ગઈ છે. ઘણા પ્રયત્નો કર્યા છતાં નિરુબાની આંખ ન મીંચાઈ તે ન જ મીંચાઈ. આમ રોજ તો સાંજની રસોઈ કરી, વાળુ-પાણી કરી વાસણ કામવાળી માટે બહાર કાઢી, ટીવી જોતાં જોતાં જ ઊંઘી જાય, ઝબકીને જાગે ત્યારે ટીવી બંધ કરી પાછા મીઠી નીંદરમાં સરી પડે. સ્વસ્થ નીંદરને કારણે તો પાંસઠ વર્ષની ઉંમરે તંદુરસ્ત છે.

રાતે વહેલાં સૂઈ સવારે વહેલાં પાંચેક વાગે ઊઠી જવાનું. બ્રશ કરી કામે લાગી જવાનું. નાનકડા બાગના રાતે ખરેલાં પાંદડાં - કચરો કંપાઉન્ડ માંથી સાફ કરી અંદરની સફાઈ કરવાની. પાણી ગરમ થાય એટલે નાહીને પૂજા કરવા બેસી જવાનું. સાડા નવ આસપાસ આવતી કામવાળી વાસણ, કપડાં અને કચરાપોતાં કરે ત્યાં તો નિરુબાની રસોઈ તૈયાર થઈ ગઈ હોય. જમીને અગિયાર વાગે તો એક એન.જી.ઓ. સંચાલિત બાલમંદિરમાં ટાઈમપાસ કરવા માનદ સેવાર્થે નિરુબા પહોંચી ગયાં હોય. ત્રણ – સાડા ત્રણે આવી એકાદ કલાકના આરામ પછી ચા બનાવી ફ્રેશ થઈ ઘરનું નાનું-મોટું કામ પતાવી નજીકના શિવાલયે દર્શન કરી આવી સાંજની રસોઈ બનાવવાની. આ નિરુબાનો રોજનો કાર્યક્રમ. પાંસઠ વર્ષે શરીરમાં થાક નહીં.

અઠ્ઠાવન વર્ષે શિક્ષિકાની નોકરીમાંથી નિવૃત્ત થયાં. પડોશીઓ ક્યારેક કહે, 'નિરુબા, ઘણાં વરસ નોકરી કરી, હવે તો બાલમંદિરની હાય-વોય મૂકોને!'

નિરુબા હસીને કહેતાં, 'હું ક્યાં પૈસા માટે કરું છું! જિંદગી આખી શાળાનાં બાળકો સાતે વીતી તે હવે નાના નાના છોકરાઓને રમાડયા વિના ગમતું નથી. બેઠાં બેઠાં ટાઈમ કેમ જાય! હાથ-પગ ચલાવતા રે'શું તો શરીરના મિજાગરા જામ નહીં થાય. બેસી ગયા તો પછી ગળિયા બળદ જેવું.'

આમ આખા દિવસની પ્રવૃત્તિએ રાત થતાં તો નિરુબાએ ક્યારેય નીંદરને બોલાવવી પડી ન હતી, પરંતુ આજે?

આજે પલંગમાં બેસી યોગા કર્યા, બાથરૂમમાં જઈ ઠંડા પાણીથી નાહ્યાં, પલંગમાં લંબાવી મનને આદેશ કર્યો કે " હે મન, બધી આળપંપાળ મૂકીને હવે સૂઈ જઈએ.' છતાં મન જંપ્યું નહીં તે નહીં જ.

કાલે નિરુબાનો જન્મદિવસ છે. સવાર પડતાં તો એ ૬૬મા વર્ષમાં પ્રવેશશે. જીવનનું એક વર્ષ ઓછું થયાનો આ અજંપો નથી.

આજનો અજંપો તો કાલે દીકરા અને વહુ સામે કરેલા કેસની પ્રથમ મુદતનો છે. જીવનમાં પ્રથમવાર કોર્ટમાં પગથિયાં ચડવાં પડશે અને એ પણ દીકરા- વહુ સામે.

દીકરો તો લાગણીશીલ છે, પરંતુ સંસ્કારહીન, જડ, હઠીલી વહુ પાસે લાચાર છે. નિરુબાનો આક્રોશ છે - વહુ સામે.

ભલે માતા-પિતા આર્થિક રીતે સધ્ધર હોય, શરીરે સ્વસ્થ હોય છતાં પુત્રે સાથે રાખવા એ ફરજ બને છે. દીકરો જો સાથે ન રાખે તો તેને માટે કોર્ટમાં દાદ માગી શકાય છે. દીકરો સજાને પાત્ર પણ ઠરે છે.

વૃદ્ધોની તરફેણ કરતા આ કાયદા અનુસાર નિરુબાએ ફરિયાદ કરતાં ફાસ્ટ ટ્રેક કોર્ટમાં કાલે પ્રથમ મુદત છે. પાંત્રીસ વર્ષની એકલવાયી જિંદગીમાં નિરુબા ગરકાવ થઈ ગયાં. એકત્રીસ વર્ષની ભરયુવાન વયે એક દીકરો અને બે દીકરીને મૂકીને અકસ્માતમાં પતિએ વિદાય લીધી. ત્યારે તો નાની દીકરીના જન્મ થયાને પૂરો એક મહિનો પણ થયો ન હતો.

દિલના કારમા આઘાતને હૈયામાં ઊંડે ધરબી દઈ માત્ર મા જ નહીં, બાપ બનીને ત્રણ સંતાનોનું ભવિષ્ય ઘડવામાં રાત- દિવસ પાછું વાળીને જોયું નહીં. શિક્ષિકાની નોકરી તો ચાલુ હતી આથી આર્થિક ચિંતા ન હતી, પરંતુ ત્રણ નાનાં નાનાં સંતાનોની જવાબદારી...

ત્યારે તો નિરુબા - નિરુબા નહીં પણ નિરુબહેન હતાં. વહેલાં ઊઠી રસોઈ કરી અગિયાર વાગતાં પહેલાં તો શાળાએ પહોંચી જવાનું. એકાદ બાળકને સવારની સ્કૂલ હોય તો તેને તૈયાર કરી શાળાએ પહોંચાડી આવે.

સાંજે પાંચ પછી છૂટે. ઘેર આવતાં સાડાપાંચ થઈ જાય, એ પહેલાં તો બાળકો ઘેર આવી રમતાં હોય કે હોમવર્ક કરતાં હોય.

શિક્ષક, શિક્ષિકા તરીકે નોકરી કરતાં જેઠ-જેઠાણી એક ઓસરીએ રહેતાં. સાંજે થાકીને નિરુબહેન ઘેર આવે ત્યારે નાની, નાદાન અમૃતા ફરિયાદ કરતી, "મમ્મી,

દાદા આજે મો...ટું તરબૂચ લાવ્યા હતા.' તો કોઈ વાર કહેતી, "મમ્મી, દાદા આજે આઈસક્રીમ લાવ્યા હતા.

નિરુબહેન 'તેં માંગ્યું નો'તુંને?' પૂછી, સાથે સમજાવતાં 'બેટા, આપણને બાળવા એ ગમે તે લાવે, આપણે તેની સામે પણ નહીં જોવાનું. ભલેને એ સોનાનું લાવી ખાય.'

'ના મમ્મી. હું આંખો આડા આમ હાથ કરી દઈ રૂમમાં જતી રહેલી,' કહી નાની ઢીંગલી જેવી અમૃતા આંખો પર હાથ દાબી બતાવતી. ને થાક્યાં - પાક્યાં નિરુબહેન હમણાં આવું છું, તમે રમો.' કહી પાછાં બજાર જઈ દાદા પોતાના છોકરાઓ માટે જે લાવ્યા હોય તે લઈ આવી છોકરાઓને ખવરાવતાં.

નિરુબહેનને પતિની યાદ આવી હતી. હૈયું ભરાઈ જતું. કેટલું હેત હતું પતિને નિરુબા ઉપર! મોટા નરેન્દ્ર પછી રાનુ બે વર્ષ નાની. નરેન્દ્ર ગર્ભમાં હતો ત્યારે તો બંને સાથે નોકરી કરતાં. દસ કિલો તો ગામડાનું ભેંશનું ચોખ્ખું ઘી ખવરાવી દીધું હતું.

પહેલાં ખોળે દીકરાના જન્મના હરખમાં ત્રણ હજારની વસતિવાળા એ ગામમાં ઢોલ પિટાવી આખા ગામને ચા પીવાનું આમંત્રણ આપેલું. સવારથી રાત સુધી નિરુબહેનના ઘરમાં ચા ઊકળતી રહેલી.

સારા ઘરનું માગું આવતાં રાનુને બાપની ખોટ સાલવા દીધા વગર પગારમાંથી કરેલી બચત અને કંઈક સોનું ઘરમાંથી કાઢીને રંગેચંગે પરણાવી દીધી.

પછીના બે વર્ષના ગાળામાં નરેન્દ્ર અને અમૃતા ગ્રેજ્યુએટ થયાં, નરેન્દ્રને સેનેટરી ઈન્સ્પેકટરના કોર્સમાં એડમિશન મળતાં જોડાઈ ગયો અને અમૃતા બી.એડ. થઈ ગઈ.

નરેન્દ્રને મોસાળના ગામની નગરપાલિકામાં સેનેટરી ક્મ હેલ્થ ઈન્સ્પેકટરની નોકરી મળી ગઈ આથી નિરુબહેને પણ પિયરના નજીકના ગામે બદલી કરાવી લઈ હપ્તેથી નાનકડું ટેનામેન્ટ લઈ લીધું.

બી.એ., બી.એડ. અમૃતા માટે નોકરિયાત છોકરાનું માગું આવતાં ગોઠવાઈ ગયું, પણ હવે નરેન્દ્રનું ક્યાંય સારા, સંસ્કારી ઘરની દીકરી સાથે ગોઠવાઈ જાય તો બંનેનાં લગ્ન એકસાથે પતી જાય.

હવે તો વહુના સંસ્કારી હાથ હેઠળ ઢંકાઈ જવા નિરુબહેનનું હૈયું તલપાપડ થઈ ઊઠ્યું. બહુ સંઘર્ષ કર્યો જિંદગીમાં ત્રણ-ત્રણ બાળકોનું ભવિષ્ય ઘડવામાં! હવે ઊગતા સુખના સૂરજની પ્રસરતી આભા હાથ-વેંતમાં છે.

હમણાં સવાર પડશે છતાં વિચારોમાં ને વિચારોમાં નિરુબાની આંખ મીંચાતી નથી. ફરી પાછી ભૂતકાળની ઘટમાળ શરૂ થઈ:

'પરેશકુમાર, આ અમારી રેખાનું હવે કંઈક ઠેકાણું પાડોને!' નરેન્દ્રની બે સગી મામીઓ સગી બહેનો હતી અને રેખાનું 'ઠેકાણે પાડવાની' ભલામણ કરનાર મામીઓનાં પિયરિયાં હતાં.

'અરે, કાખમાં છોકરું ને છોકરું ક્યાં? આ ભાણો રહ્યોને!' 'પણ નિરુબહેન હા પાડશે? એણે રેખાને જોઈ છે પણ હા પાડી નથી.'

'એ તો અમારી મોટી બહેન. સમજાવી દઈશું. તમતમારે લાવોને રૂપિયો ને નાળિયેર.ઘરમના કામમાં ઢીલ શી!' સાસરા પક્ષનો જશ ખાટવા મામા-મામીઓએ રૂપિયો ને નાળિયેર સ્વીકારી લીધાં.

નિરુબહેન ત્યારે વેકેશનમાં હરિદ્વારની યાત્રાએ ગયાં હતાં. આવ્યા ત્યારે ભાઈ અને ભાભીઓએ વધામણી ખાધી ત્યારે નિરુબહેનને હૈયેથી હરખ થવાને બદલે ફળફળતો નિશ્વાસ ઊઠ્યો. અરે...રે, મારો એકનો એક દીકરો... આયખું એકલાં એને માટે ઘસી નાખ્યું... મગજમાં તમ્મર ચડી ગયાં.

'ભાઈ, ઉતાવળ નો'તી કરવી. રેખાને મેં જોઈ છે... મન ઠર્યું નથી. સાંભળ્યું છેકે છોકરી હઠીલી, જિદ્દી, તોછડી અને મોટે ચડી વાગેલ છે.'

'તો ક્યાં બગડી ગયું છે! આપી દઈએ રૂપિયો ને નાળિયેર પાછાં!' ભાઈઓએ બહેનનું મન જાણવા કહ્યું.

'ના, એ આપણા સંસ્કાર નહીં. દીકરી વોવાઈ જાય. નિભાવી લઈશું.'

ઉઘાડી આંખે નિરુબાની સવાર પડી. પથારીમાંથી ઊઠ્યાં, બ્રશ કર્યું, ચા પીધી, ખંખોળિયું ખાધું, પૂજા કરવા બેઠાં પણ પૂજામાંયે મન સ્થિર ન થયું. રસોઈ કરવાનીયે ઈચ્છા ન થઈ.

સમયસર કોર્ટે પહોંચ્યાં. પ્રથમ જ મુદત હોવાથી કાર્યવાહી ખાસ થઈ નહીં. જજસાહેબે સામાન્ય બયાન લીધું.

કોર્ટેથી પાછા ફરતાં લોજમાંથી ટિફિન લેતાં આવ્યાં. ઘણું મોડું થયું હતું. ભૂખનો અહેસાસ થતાં ટિફિન ખોલીને ખાવા બેઠાં. આંખમાં આંસુ ઊભરાઈ આવ્યાં.

'મમ્મી... તમે બેસી જાઓ તો રોટલી માંડું. તમારે ગરમ ગરમ ખવાય,' વહુના આવા સંસ્કારની આશા હતી એને બદલે આ ? હોટેલ - લોજનું ટિફિન!

જમ્યા વગર અન્નને નમસ્કાર કરી વિચારોમાં ખોવાઈ ગયા...

સોસાયટીના બે રૂમ, રસોડાના નાનકડા ટેનામેન્ટમાં દીકરા - દીકરીનાં લગ્ન લીધાં. નરેન્દ્ર પરણી આવ્યો ને બીજા દિવસે અમૃતાનું કન્યાદાન નરેન્દ્ર - રેખાએ કર્યું. રાતે નિરુબહેન ખૂબ રડયાં.

બેઉ દીકરી સાસરવાસી થઈ. નિરુબહેન એકલાં પડયાં. 'બેય દીકરીના ભાગનો પ્રેમ હવે હું રેખાને આપીશ. એને વહુ નહીં માનું. બે દીકરી ભારોભાર મને વહુ મળી તેમ માનીશ.'

ગૌરવશાળી પદ ભોગવતા દીકરા માટે મોભાદાર મકાન બનાવવા નિરુબહેને સોસાયટીમાં ખાલી પડેલ મોકાનો - કોર્નર પ્લોટ ખરીદી લીધો. દીકરાની તો હજી કારકિર્દીની શરૂઆત જ હતી. પગાર કંઈ એટલો ન હતો કે મોભાદાર મકાન બંધાવી શકે!

નિરુબહેને હોમલોન ઉપાડી. ખાતામાં જે કંઈ પ્રોવિડન્ટ ફંડ જમા હતું તે ઉપાડયું. બેન્કની હોમલોન એમ જ્યાં જ્યાં સ્ત્રોત મળ્યો ત્યાં બધાનો લાભ લીધો.

નરેન્દ્રને ત્યાં ગોપાલ-દીકરો પેદા થયો. બે પેઢી જોઈ. દીકરાને છાજતો બંગલો બની ગયો, રહેવા પણ જતા રહ્યાં. બસ હવે નિરુબહેનને જિંદગીનું એવરેસ્ટ સામે જ હતું.

ટિફિન ખાવું ન ભાવતાં પડી રહેલી રોટલી ગાયને નાખવા ઉપાડી. અરીસામાં જેમ પ્રતિબિંબ ઊભરી આવે તેમ એ રોટલીના ફલક પર વહુનો ચહેરો ઊભરી આવ્યો. 'હાય રે નસીબ' નિરુબાનાં આંસુનાં ચાર-છ ટીપાં રોટલીમાં ઝિલાઈ ગયાં.

સવારની શિફ્ટમાં નોકરી કરી અપ-ડાઉન કરતાં નિરુબા ઘેર આવે ત્યારે બપોરના એક ઉપર થયો હોય. સખત ભૂખ લાગી હોય પણ રસોઈ ઠંડી થઈ ગઈ હોય.

પંદર હજાર રૂપિયાનો પૂરો પગાર એ રેખાના હાથમાં મૂકી દેતા. રેખા તેમાંથી એહસાન કરતી હોય તેમ બસો રૂપિયા બસભાડાના તથા અન્ય હાથખર્ચના મહિના માટે આપે.

એક વાર ઉનાળાના તાપમાં બપોરે એક વાગે રસોડામાં ઢાંકી રાખેલી રસોઈ લેતા કહેવાઈ ગયું, 'બેટા, ચાર-છ રોટલીનો લોટ રાખી દેતી હો તો મને ગરમ ખવાય.'

'ત્યે આ ક્યાં કાલ્યની સે! સવાર્યે તો કરી સે. મોડું આવવું ને પાસું ઉભું ખાવું સે!' બાર ધોરણ ભણેલી વહુના મોઢામાં ગામઠી ભાષા અને સંસ્કાર ઝળકી ઊઠ્યાં.

30-30 વરસ! એ કંઈ નાનોસૂનો કાળ ન કહેવાય. એક્લ પંડ્યે એક દીકરા ને બે દીકરીને ઉછેરીને ભણાવ્યાં, વરાવ્યાં - પરણાવ્યાં, નરેન્દ્રની કારકિર્દી ઘડી, એ દીકરાને ઘેર માઍ કેવી કેવી અપેક્ષાઓ રાખી હોય પરંતુ...

ગામમાં જ પિયર હતું આથી એકલા એકલા કંટાળે ત્યારે ચાર-આઠ દહાડે નિરુબહેન એક શેરીમાં રહેતા ચારે ભાઈઓના ઘેર જઈ આવે.

રોજ પિર્ય (પિયર)માં ને પિર્યમાં શું પડ્યાં રો સો! આમ તો રોજ્ય થાકી ગઈ, થાકી ગઈ કરીને નાટક કરો સો, ને ન્યાં જાવામાં ટાંટિયા નથી થાકતા?'

નિરુબહેને સાંભળી લીધું. કહેવાનું તો ઘણુંયે મન થઈ ગયું કે "તારા મોઢેથી એક મીઠો શબ્દેય સાંભળવા નથી મળતો, પછી ક્યાં જાઉં?" પણ બોલી ન શક્યાં.

જ્યારથી નિરુબાઍ કેસ કર્યો છે ત્યારથી વારંવાર ભૂતકાળની કડવી યાદ તેમના મનનો પીછો છોડતી નથી...

તે દિવસે રવિવાર હોવાથી નરેન્દ્ર ઘેર જ હતો. નિરુબાનું કંઈક કામ હશે આથી રેખાને પૂછ્યું, "મમ્મી ક્યાં છે? બોલાવ તો!"

'આ બહાર કંપાઉન્ડમાં બેઠાં!'

ઘણી વાર સુધી રેખાએ ન બોલાવતાં નરેન્દ્રએ ભારપૂર્વક કહ્યું, 'બોલાવને!'

'સામું જોવે તો ને!'

'સાદ કરને મ...મ્મી.'

'ઈ કાંય મારી મા સે તે મમ્મી કવ!'

ત્યારે નરેન્દ્રને યાદ આવ્યું કે મેં ક્યારેય રેખાના મોઢામાં મારી માને મમ્મી કહેતાં સાંભળી નથી.

તેમાંથી બંને હઠે ભરાયાં. નરેન્દ્ર કહે, 'મમ્મી કહીને બોલાવ.' ને રેખા કહે 'નય કવ, નય કવ ને નય કવ. મારી નાખ્ય તોય નય કવા!'

'તો હાલતી થા. તારા બાપના ઘરભેગીની થઈ જા.'

યુવાનીની હઠે છ મહિના નરેન્દ્રએ કાઢી મૂકી. આખરે નિરુબાએ રસ્તો કાઢ્યો. 'બેટા, બે મહિના પછી હું નિવૃત્ત થાવ છું. જે કંઈ બચત અને શક્યતાઓ હતી તેના દ્વારા તારું મકાન કરી આપ્યું. હવે કંઈ મૂડી રહી નથી, પરંતુ નિવૃત્તિની જે કંઈ ગ્રેચ્યુઇટી, પીએફ વગેરે આવશે તેમાંથી મારા પૂરતું એક નાનકડું મકાન લઈ લેવાશે. મેં ગણતરી કરી છે અને એ બજેટમાં આપણી જ સોસાયટીમાં એક મકાન છે. મેં વાત પણ કરી રાખી છે. હું જુદી રહીશ. હજી તો કર ચાલે છે. પછી ભગવાન જેવડો ધણી, પણ તું રેખાને તેડી આવ દીકરા. એ ભલે મમ્મી ન કહે. તમે મારાં ત્રણ સંતાનો તો મમ્મી કહો છો એ ઘણું છે.

આમ સાત વર્ષથી નિરુબા પોતાના અલગ નાના મકાનમાં એકલા જીવે છે.

મમ્મી કહેવું તો એક તરફ રહ્યું પણ પૌત્ર ગોપાલને રમાડવા દિલ ઝંખે ત્યારે 'આવો' શબ્દનો મીઠો આવકાર પણ ન મળવા છતાં, અપમાન સહન કરીને, જાણે કોઈ અજાણ્યાના ઘેર જતાં હોય તેમ નિરુબા ગયા વગર રહી શકતાં નથી.

પંદર દિવસ પછી તો ફાઈનલ સુનાવણીની ફાસ્ટ ટ્રેક કોર્ટની મુદત છે, એ યાદ આવતાં નિરુબા વિચારે છે કે છોરું તો કછોરું થાય, પણ હું તો મા છું! શું આ કેસ કરીને મેં યોગ્ય કર્યું છે? એ અંતરને પૂછતાં, પરંતુ અંતરમાંથી પ્રતિપ્રશ્ન પેદા થતો 'યાદ કર નિરુ! તેં આ ક્યારે કર્યું છે?"

એ જન્માષ્ટમીનો દિવસ હતો. પોતાનું વ્યાજ 'ગોપાલ'ને રમાડવા જવા મન કાબૂમાં ન રહ્યું. 'મારો ગોપાલ, મારો કાન મારો કાનુડો...'

અને નિરુબા નરેન્દ્રના બંગલે પહોંચ્યાં. ડાઈનિંગ રૂમનો પાછળનો બારોબારનો દરવાજો વધુ ઉપયોગમાં લેવાતો. ડાઈનિંગ રૂમની જમણી તરફ રસોડાનું પ્રવેશદ્વાર હતું.

દરવાજાને ધક્કો મારી નિરુબા પ્રવેશ્યાં. રસોડા તરફ નજર પડી, અને નિરુબા જાણે જડ થઈ ગયાં.

રસોડામાં તીનપત્તી જુગારની રમત ગામના નાતે કહેવાતી કાકી અને કૈબાની કંપનીમાં ચાલી રહી હતી. દસ, વીસ, પચાસ, સો, પાંચસોની નોટોની ઢગલીઓ પડી હતી. નિરુબાનો દેહ જાણે જડવત્ થઈ ગયો, જુબાન જાણે ઝલાઈ ગઈ. મનમાં ઘણો આક્રોશ પેદા થયો પણ બોલી ન શક્યાં.

જડવત્ ઊભેલાં નિરુબાનું મગજ ત્યારે સચેત થયું કે જ્યારે ચપટી વગાડીને બોલતી રેખાના શબ્દો સંભળાયા: 'હાલતાં થાવ તો! આજ ભલે આવી ગયા, હવે પછી ગોપાલને, રમાડવાના કે કાંઈનાં કાંઈ બાનાં કાઢીને આ ઘરમાં પગ મૂકતા નય! અને ત્યારે નિરુબાની ધીરજની પરાકાષ્ઠા આવી જતાં નફ્ટકે કેસ કર્યો હતો.

આજે નિરુબાના કેસની સુનાવણી છે. નરેન્દ્ર અને રેખાને પણ હાજર રહેવા કોર્ટે સમન્સ બજાવ્યું છે.

'નિરુબાની રજૂઆત અને બયાનને લક્ષમાં લઈને કોર્ટ એ નતીજા પર આવે છેક મિ. નરેન્દ્ર પ્રત્યે નિરુબાની કોઈ ફરિયાદ નથી. મિ. નરેન્દ્ર નિરુબાની કેળવણીથી કેળવાઈને આ સ્થાને પહોંચ્યા છે. ઉપરાંત ગામના સન્માનિત હોદા પર છે. લાગણીશીલ છે. છતાં પત્નીને રાજી રાખવા એ મજબૂર છે તેવું જણાઈ આવે છે. પરંતુ પત્નીને રાજી રાખવા ખાતર જે માઅે ગર્ભાવસ્થાથી લઇને એકલા એકલા જીવનસંઘર્ષ કરી આ સ્થાને પહોંચાડ્યા એ જ માને સરાસર અન્યાય કર્યો છે. એ એમના ભણતર, સંસ્કાર અને હોદાને લાંછનરૂપ છે. કોર્ટ એમને બિનકસૂરવાર ગણીને પશ્ચાતાપની તક આપે છે.

નિરુબાએ બંગલો બંધાવી આપવા છતાં બીજું મકાન લઇ જુદા રહેવાની ફરજ પાડી તે બદલ કોર્ટ બંગલાની સોંપણી નિરુબાને કરવા અને હાલ તે રહે છે તે નાના મકાનમાં મિ. નરેન્દ્રને સપરિવાર રહેવા આદેશ કરે છે.

નિરુબાના નામના બંગલાનું નોમિનલ ભાડું માસિક રૂપિયા એક હજાર ગણી આટલા વર્ષનું ભાડું નિરુબાને ચૂકવવા કોર્ટ આદેશ કરે છે.

નિરુબાના ટેનામેન્ટમાં હવે પછી રહેવા બદલ દર માસે ભાડાપેટે રૂપિયા એક હજાર નિરુબાને ચૂકવવા કોર્ટ આદેશ કરે છે.

દર મહિને નિરુબાનો પૂરો પગાર મિસિસ રેખા લઈ લેતાં તે અન્યાયને લક્ષમાં લઈ દર માસે નિરુબાને પેન્શન આવતું હોવા છતાં, માસિક રૂપિયા એક હજાર તેમને આમરણાંત ચૂકવતા રહેવા કોર્ટ આદેશ કરે છે.

જે સાસુએ મિસિસ રેખાને વહુ ન માનતાં દીકરી જેવી ગણી છતાં તેની લાગણીની અવગણના કરી માનસિક યાતના આપી છે તે બદલ કાયદાના દાયરામાં રહીને ત્રણ માસની સાદી કેદની સજા કોર્ટ મિસિસ રેખાને ફરમાવે છે. જેથી ત્રણ મહિના દરમિયાન મિસિસ રેખાએ નિરુબાને કરેલ અન્યાય અને માનસિક અત્યાચારનું પ્રાયશ્ચિત કરવાની તક મળે.

ટપ... ટપ... ટપ... નિરુબાની આંખમાંથી આંસુ ટપકવા લાગ્યાં. અનાયાસે નિરુબાથી હાથ જોડાઈ ગયા:

'જજસાહેબ, આ કેસ મેં એટલા માટે કર્યો છે કે મારા જેવાં-સંતાનો હોવા છતાંયે - 'પોતાના'થી જ તરછોડાયેલાં, આ સમાજમાં અગણિત મા-બાપ છેકે જેમણે પોતાના શરીરના લોહીનું દૂધ કરીને પોષ્યાં. માની મમતાને કયા શબ્દોમાં વર્ણવું! વૃદ્ધત્વ ઘેરી વળે ત્યાં સુધી ફરજ બજાવે, પરંતુ મા-બાપને જ્યારે જરૂર પડે ત્યારે...' વધુ ન બોલી શક્યાં, હૈયે ડૂમો ભરાઈ આવ્યો.

થોડી વારે સ્વસ્થ થઈ, બે હાથ જોડી વિનંતિના સ્વરે કહ્યું, 'જજસાહેબ મારી એક વિનંતી છે.'

'બોલો નિરુબા.'

'સાહેબ, હું આ કેસ પાછો ખેંચું છું. કોર્ટની અમૂલ્ય - કાર્યવાહી અને સમય મેં લીધો છે તે બદલ જે કંઈ દંડ ભરવાનો થાય તે ભરી દેવા હું તૈયાર છું, પરંતુ મહેરબાની કરીને....'

અધવચ્ચે અટકાવતાં જજસાહેબથી આશ્ચર્યથી પુછાઈ ગયું,

'પરંતુ શા માટે નિરુબા?'

'કારણ કે હું મા છું, જજસાહેબ!'

એ ડાર્ક બ્લ્યૂ રંગનો કોટ

એ.સી. અને ફર્સ્ટ ક્લાસ વેઇટિંગ રૂમમાં ઉપલા વર્ગના પ્રવાસીઓને કારણે ખાસ ભીડ ન હતી. રાત વીતાવીને સવારે બસ દ્વારા મારે લાઠી જવું હતું. ટ્રેન દ્વારા પણ લાઠી જઈ શકાય, પરંતુ સમય બહુ લાગે. રાજકોટથી વાયા જેતલસર થઈ લાઠી જવું પડે.

વેઇટિંગ રૂમમાં નીંદર ન આવે ત્યાં સુધી સમય પસાર કરવા તાજું જ આવેલ 'અખંડ આનંદ' હું વાંચતો હતો. તેમાં મારીયે વાર્તા આવી હતી.

ત્યારે એ વેઇટિંગ રૂમમાં પ્રવેશ્યો હતો. હાથમાં વી.આઈ.પી. એટેચી, ખભે નાનકડી શોલ્ડર બેગ તથા હાથના કાંડા પર ડાર્ક બ્લ્યૂ કલરનો કોટ. વેઇટિંગ રૂમમાં મૂકાયેલ સેન્ટ્રલ રાઉન્ડ ટેબલ પર તેણે સામાન મૂક્યો. શોલ્ડર બેગમાંથી એક લાંબી ચેઇન અને લોક કાઢી બેગને કોચના પાયા સાથે ચેઇન લોક કરી. કોઈ પણ રેલવે સ્ટેશનના વેઇટિંગ રૂમમાં હોલ્ટ કરીએ ત્યાં આ અમારી રેલવે સ્ટાફની ખાસિયત.

નેપકીન દ્વારા કોચને ઝાટકીને કોચના હેડ રેસ્ટ પર સુઘડતાથી એકદમ બ્રાન્ડ ન્યૂ દેખાતાં ડાર્ક બ્લ્યૂ રંગના એ કોટને મૂક્યો.

શોલ્ડર બેગમાંથી ટોવેલ, સોપ બોક્સ, કાંસકો તથા અંડરવિયર ગારમેન્ટ્સ કાઢી એ બાથરૂમ તરફ જતો રહ્યો. હું કલ્પી રહ્યો કે, હવે મસ્તીથી શાવર લઈ-નાહીં ધોઈને ફ્રેશ થઈને નીકળશે. વેઇટિંગ રૂમમાં શેવ કરવી કે શાવર લઈ ફ્રેશ થવું એ પણ અમારી રેલવે સ્ટાફની ખાસિયત.

ચહેરો પરિચિત લાગ્યો. મારી જ ઉંમર, સરખું કદ-સરખો બાંધો. ફરક માત્ર માથાના વાળમાં, મારા માથા પર ટાલ પડવા લાગી હતી, પણ વાળ પૂર્ણ શ્વેત થયા ન હતા. જ્યારે આગંતુકના માથા પર પૂર્ણ શ્વેત કેશ, પરંતુ ધૂંઘરાલુ, વાંકડિયા કાનને ઢાંકતા લાંબા ઝુલ્ફાં. સેટ કરાવેલ ફેન્ચ કટ દાઢી-મૂછ-પહેલી જ નજરે લેખક કે ચિત્રકાર લાગે.

મને થયું, કનક તો નહીં ? આઠ ધોરણથી અગિયાર ધોરણ (મેટ્રિક) સુધીનો લાઠી હાઈસ્કૂલનો મારો સહાધ્યાયી ! કનક-કનક ત્રિવેદી.

એ સમયે કનકના મોટા ભાઈની ભિજડિયા સ્ટેશને એસ.એમ. એટલે કે સ્ટેશન માસ્ટર તરીકે ટ્રાન્સફર થયેલી. ભિજડિયા રેલવે સ્ટેશન પર હાઈસ્કૂલનું

શિક્ષણ અપ્રાપ્ય, અમારી હાઈસ્કૂલનું શિક્ષણ વખણાતું. આથી કનક ભિજડિયાથી લાઠી ટ્રેનમાં અપ-ડાઉન કરતો. તેની સાથે એક રેલવે સ્ટાફની અન્ય છોકરી પણ અપ-ડાઉન કરતી. એ આવે ત્યારે અમો તેઓને 'કપલ' કહેતા.

એ સમયે આવું 'ભારવાળું ભણતર' નહીં. જરૂરી બે-ત્રણ ટેક્સબુક અને પાંચસોએક પાનાંની રફનોટ સ્કૂલે લાવીએ. પાંચસોએક પાનાંની રફનોટમાં તો અમારું વર્ષ નીકળી જતું.

હું અને કનક એક બેંચ પર બેસીએ. અમને બંનેને પેઇન્ટિંગનો શોખ. અમારી બંનેની રફનોટ જુઓ તો તેમાં ભાતભાતનાં સ્કેચ જોવા મળે. ગાંધીજી, સરદાર પટેલ, જવાહરલાલ નહેરુ કે કેનેડીના પ્રોપર સ્કેચ પણ હોય.

મેટ્રિકની પરીક્ષા આપી અમે છૂટા પડી ગયેલા. પોલિટેકનિકનો કોર્સ કરી. હું રેલવેના ઇલેક્ટ્રિકલ ડિપાર્ટમેન્ટમાં ઇ.એલ.સી. (ઇલેક્ટ્રિકલ ચાર્જમેન) તરીકે જોડાઈ ગયેલ. આગળ કનકે શું કરેલ તે કંઈ જાણવામાં આવેલ નહીં. સાંભળેલ કે તેના મોટા ભાઈની ટ્રાન્સફર થઈ ગયેલ.

આગંતુકે કોચ પર રાખેલ ડાર્ક બ્લ્યૂ કલરના કોટને હું તાકી રહ્યો. મારા જ માપનો. બ્રાન્ડ ન્યૂ દેખાતો એ કોટ ! કનકની સ્મૃતિ તાજી થતી ગઈ. જો કે મેટ્રિક પછી તો કેટલાંક વર્ષ અમે મળેલા નહીં. કનક શું કરે છે એ કંઈ જાણવા જ મળેલ નહીં.

ફરી મારી નજર એ ડાર્ક બ્લ્યૂ રંગના કોટ પર-મારા જ માપનો ન્યૂ બ્રાન્ડ દેખાતો. ફરી પાછો કનક યાદ આવ્યો. કનકના મોટા ભાઈ સાથે નોકરી કરતા સ્ટેશન માસ્ટરની ટ્રાન્સફર મારી ડ્યુટીના સ્ટેશન પર થઈ. સ્ટેશન માસ્ટર ત્રિવેદી(કનક ત્રિવેદીના મોટા ભાઈ)ની વાતોના રેફરન્સમાં જાણવા મળ્યું કે, કનક પણ રેલવેમાં સ્ટેશન માસ્ટર છે. પછી તો એક વાર એ રૂટ પરથી પસાર થતા એ સ્ટેશન પર હું ઊતરી ગયેલો. રાતના બે વાગેલ, પરંતુ એ સ્ટેશન પર ટ્રેન પાંચેક મિનિટ હોલ્ટ કરતી. સ્ટેશન માસ્ટરની ઓફિસ સામે જ બરાબર મારો ડબ્બો (કોચ) ઊભો રહેલો. થયું કે, ચાલ કનક ડ્યુટી પર હોય તો મળતો જાઉં, નહીં તો દોડીને પાછો ચઢી જઈશ. ચાલતી ટ્રેને જ ચઢવાની પણ અમોને એક આદત પડી ગઈ હોય છે, પરંતુ કનક મળી ગયો. ચહેરા હજી બદલાયા ન હતા. તરત ઓળખી ગયો. ભેટી

પડ્યો. આગ્રહ કરી રોકી પાડ્યો. ટ્રેન જવા દીધી. આમેય અમારે ટ્રેનનું કે ટિકિટનું મહત્ત્વ ન હોય. ક્યારેક રમૂજમાં કહીયેય 'અમે તો રેલવેના જમાઈ.' ગમે તે ટ્રેનમાં ગમે ત્યાંથી ચઢીએ, ગમે ત્યાં ઊતરી પણ જઈએ. હા, સમય હોવો જોઈએ.

ટ્રેન કાઢીને સ્ટેશન પર જ ચા-નાસ્તો પતાવી ક્વાર્ટર પર ગયા. જેથી રાત્રે ભાભીને જગાડવા નહીં. રાતભર ખૂબ વાતો કરી. રેલવેની નોકરીમાં અવારનવાર નાઈટ ડ્યુટી આવતી હોવાથી ઉજાગરાની નવાઈ નહીં.

"ભાભી કઈ છે- કપલવાળી?" મેં સ્ટેશન પર જ પૂછી લીધેલ. એ હસી પડેલો, ખડખડાટ. હસવામાં પહેલાંથી જ કનક ખડખડાટ. આપણને ગમે તેવું. "નહીં રે... એ પણ મેટ્રિક પછી છૂટી પડી ગયેલ- તારા મારા જેમ. ચિંતા ન કરતો. તને કાઢી મૂકે તેવી નથી." સાથે સાથે તેણે પરિચય પણ આપેલ. "સ્કૂલ ટિચર હતી, પરંતુ અવારનવાર થતી આપણી બદલીઓને કારણે નોકરી છોડાવી દીધેલ.

ડ્યુટી દરમિયાન બે ટ્રેનના સમયગાળા વચ્ચે ડોકેટ બુક્સના પાનાંઓ પર પેન્સિલ ફેરવવાની ટેવ ગઈ ન હતી. સ્કેચ દોરવાનો શોખ હજુ પણ ગયો ન હતો. સાથે નવલિકાઓ તથા નવલકથાઓ પણ તે લખતો હતો. રેલ કર્મચારીના જીવનમાં પણ ક્યારેક કઠિન દાસ્તાન પડી હોય છે. ક્યારેક એવા કઢંગા સ્ટેશન પર ટ્રાન્સફર થઈ જાય કે સ્ટેશન નાનું હોય, ગામથી દૂર હોય. આવા સ્ટેશનો પર બાળકોને ભણાવવા, જીવનન જરૂરિયાતની ચીજવસ્તુઓ લેવા પણ ગામમાં જવું પડે. સામાજિક જીવન પણ રહેતું ન હોય. ટ્રેનો પણ ઓછી હોય સમય કાઢવો દુષ્કર થઈ જાય, પરંતુ કનકે આવા સમયનો લાભ લઈ નવલિકાઓ- નવલકથાઓ લખી, પાંચ-છ બુક્સ મને જોવા આપી તેમાં રેલ કર્મચારીઓના જીવનને આલેખતી નવલકથા પણ હતી.

ફરી મારી નજર વેઈટિંગ રૂમના કોચ પર મૂકેલ એ ડાર્ક બ્લ્યૂ રંગના કોટ પર ગઈ. પ્રથમ વાર તેના ક્વાર્ટર પર ગયો ત્યારે આવો જ કોટ ખીંટીએ હેંગર પર લટકતો હતો. રેલવે કર્મચારીમાં ટ્રાફિક ડિપાર્ટમેન્ટ અને કોમર્શિયલ ડિપાર્ટમેન્ટમાં સ્ટેશન માસ્તરો અને ટિકિટ ચેકિંગ મારફ્તે સફેદ પેન્ટ, શર્ટ, ટાઈ અને ડાર્ક બ્લ્યૂ કલરનો કોટ ફરજિયાત યુનિફોર્મ છે અને અન્ય ડિપાર્ટમેન્ટનો સ્ટાફ પણ આવા મિત્રો

પાસેથી કોટ ભેટ મેળવી લેતા હોઈએ છીએ. આ કોટ ટ્રેનમાં અમારી રેલવે સ્ટાફ હોવાની આઈડેન્ટી બની રહે છે.

બીજા દિવસે છૂટા પડતા કનકે મને 'લે, આ લઈ જા, નવો જ આવ્યો છે. આ પહેલાંનો હજુ બીજો મળે ત્યાં સુધી ચાલે તેમ છે.' કહી તદ્દન નવો જ ડાર્ક બ્લ્યૂ કોટ મને ભેટ આપેલ. "આપણું સ્ટ્રક્ચર સરખું છે ફ્રિટિંગમાં જામશે" કહેલું.

ત્યાર પછી તો ઘણાં વર્ષ અમે પરસ્પર અવારનવાર મળતા. બીજા બે-એક કોટ પણ ભેટ આપેલા.

પછી તો મેં આઠેક વર્ષની સર્વિસ બાકી હતી ત્યારે વોલન્ટરી રિટાયરમેન્ટ લઈ લીધેલ અને વડોદરા શિફ્ટ કરેલ. તેને પણ નવેક વર્ષ થવા આવેલ. મારી અને કનક વચ્ચે પત્રવ્યવહાર થતો રહ્યો, પરંતુ રૂબરૂ મળાતું ન હતું. રેલ કર્મચારીઓ મળે ત્યારે એ વખતની નોકરીની મજાના દિવસો યાદ કરી, એ વાતોમાં કનકને યાદ કરીએ કે કનક મને યાદ આવી જાય.

જાણવા મળતું, "એ તો અલગારી થઈ ગયો છે. જુલ્ફાં જેવા વાંકડિયા વાળ, પ્રૌઢતાએ ખીલેલો ગોરો ગોરો વાન, હજીયે સફેદ કપડાંની આદત. ક્યારેક દાઢી વધારે તો ક્યારેક ક્લીન શેવ્ડ તો ક્યારેક ફેન્ય કટ દાઢી.

એ નવી નવલકથા લખે ત્યારે એક કોપી અવશ્ય મને મોકલે. સ્વૈચ્છિક નિવૃત્તિ પછી હું પણ નવલિકાઓ લખતો થયો. મારી પ્રગટ થતી વાર્તાની ઝેરોક્ષ હું કનકને મોકલાવું. એ અવારનવાર આગ્રહ કરી મને તેડાવે, પરંતુ જવાતું નહીં. આમ કરતા કરતા રૂબરૂ મળ્યાને નવેક વર્ષ થવા આવ્યા. નિવૃત્તિ હોવા છતાં જવાયું જ નહીં.

ફરી મારી નજર એ ડાર્ક બ્લ્યૂ રંગના કોટ પર ગઈ. કન...ક, સાથે ભણતા ત્યારની કિશોરાવસ્થાથી લઈને છેલ્લે રૂબરૂ મળ્યા ત્યાં સુધીની સ્મૃતિઓ સળવળી ગઈ. આગંતુક હજુ બહાર આવેલ નહીં. હું વિચારી રહ્યો, મારી સર્વિસ ચાલુ હોત તો મારે રિટાયર થયાને એક વર્ષ થવા આવ્યું હોત. કદાચ કનક પણ રિટાયર થઈ ગયો હશે કે આજકાલ થવાની તૈયારીમાં હશે.

તેના અવારનવાર તેડાવવાના આગ્રહ સામે છએક મહિના પહેલાં મેં રમૂજમાં તેને લખેલ કે, હવે કોટ મળે તે મારા માટે રાખે તો ચોક્કસ એ લેવા આવું. પ્રત્યુત્તરમાં તેણે મને લખેલ કે, હવે પછીનો કોટ તારો જ, પરંતુ રૂબરૂ જ.

પછી તો... ત્યાર પછી કંઈ મારાથી પ્રત્યુત્તર લખાયેલ નહીં. કોટની વાત પણ સાંસારિક જવાબદારીમાં ભૂલાઈ ગઈ.

એ ડાર્ક બ્લ્યૂ રંગના કોટ પર અવારનવાર મારી દૃષ્ટિ થંભી જતી હતી.

આગંતુક હવે બાથરૂમમાંથી બહાર આવ્યો. તેના હાથમાં ભીનો ટોવેલ અને નિચોવેલા અંડરવિયર ગારમેન્ટ્સ હતા. તે એક પોલિથીન બેગમાં નાંખી, પોલિથીન બેગ સાથે કાંસકો, સોપ બોક્સ વિ. નાની શોલ્ડર બેગમાં મૂક્યા.

મારી ધારણા પ્રમાણે એ ખૂબ આરામથી બહાર આવ્યો હતો. સફેદ પેન્ટમાં ઇન કરેલ સફેદ શર્ટ, ગોરો ગોરો વાન, ઝુલ્ફાં જેવા વાંકડિયા સફેદ હમણાં જ ધોયેલ વાળ અને સાંભળ્યા પ્રમાણે દાઢીનો શોખ. હવે તો નક્કી થઈ જ ગયું કે, કનક જ છે. કનક જ હશે તો નામ સાંભળતા આ તરફ ધ્યાન જશે, નહીં હોય તો... વિચારી મેં હળવેથી બોલાવ્યો ક...નક.

"આગંતુક વિસ્મયથી મારા તરફ ફર્યો. "અરે... ઉપેન્દ્ર તું અહીં?" કહેતો મારા તરફ આગળ વધ્યો. મારા લંબાયેલ હાથને ઉષ્માપૂર્વક પકડી, ખેંચી મને ભેટી પડ્યો.

"કેટલા વર્ષે મળ્યા! કેમ ?" કહેતા તેણે બાથ છૂટી કરી.

"કેટલા વર્ષે મળ્યાની ક્યાં કરે છે યાર, છ મહિનાથી તો તારા કંઈ ખત-ખબર જ નહીં."

"શું કરું યાર... એવો તો..."

"ફસાઈ ગયો હતો ને? એવું જ કંઈ બહાનું શોધી કાઢીસ, ચાલ તારે કંઈ બહાનું શોધવાની જરૂર નથી. સવારની બસમાં લાઠી-ઘેર જવું છે. તારે સાથે આવવાનું છે. હવે તો ફ્રી છોને ? આપણી હાઈસ્કૂલ, જૂના મિત્રો..." મેં ઘણું ઘણું કહી દીધું.

એ સંમત થઈ ગયો. વેઇટિંગ રૂમમાં કોઈ કોઈ પ્રવાસીઓની આવ-જા થઈ રહી હતી. આથી કનકે કોચ ખસેડી મારી નજીક કર્યો.

સૂતા સૂતા બંનેએ વચગાળાની વાતો કરી. "ચાલ હવે સૂઈ જઈએ. મસ્તીથી નાહ્યો એથી ઊંઘ ચડી છે." કહી તેણે 'ગુડ નાઇટ' કહ્યું, 'ગુડ નાઇટ' કહી હું પણ સૂતો. સવારે શક્ય તેટલી વહેલી બસમાં નીકળવું હતું.

મને પણ આજે એ થાકેલો લાગ્યો. આથી મેં પણ 'કાલે સાથે જ છીએને !' વિચારી આંખ મીંચી.

વહેલી સવારે પહેલાં પ્લેટફોર્મ પર ટ્રેન આવતા પેસેન્જરોના કોલાહલથી મારી આંખ ખૂલી ગઈ, મેં બાજુના કોચ પર નજર કરી. કનક ન હતો. કોઈ અન્ય પ્રવાસી સૂર્તો હતો. કનકનો સામાન પણ ન હતો.

વ્યવસ્થિત સંકેલાયેલો પેલો ડાક બ્લ્યૂ. કોટ મારા ઓશિકે મુકાયેલ હતો. આશ્ચર્યથી કોટ ઉઠાવતા ઘડી ખૂલી ગઈ. ખિસ્સામાં બહાર દેખાતાં કાગળમાં એક ચિઠ્ઠી હતી, મેં વાંચી, "સોરી દોસ્ત, જતા મળી નથી શક્યો. માફ કરજે. કોટ તારા માટે જ લાવ્યો હતો. સ્વીકારી લેજે."

"ધૂની..." હું સ્વગત બબડ્યો "એવો ને એવો જ રહ્યો."

વહેલી સવાર થઈ રહી હતી. હવે નીંદર ઊડી ગઈ. એટેચી ઉઠાવી કાંડા પર કોટ લટકાવી હું સ્ટેશન માસ્ટરની ઓફિસમાં ગયો. સ્ટાફવાળા ઓળખે.

"આ આપણો ધૂની લેખક તો જુઓ. રાતે વેઇટિંગ રૂમમાં મળ્યો. સવારે મારી સાથે આવવાનું કહી સૂતો અને હું ઊઠ્યો તો ભાઈ ગાયબ. મને સૂતો મૂકીને ! પાછો આ કોટ પણ ભેટ આપીને" કહી મેં ચિઠ્ઠી કાઢીને વંચાવી.

"કોની વાત કરો છો?"

"આ આપણા કનકની, કનક ત્રિવેદી, આપણો માસ્ટર"

"કનકભાઈ? ત્રિવેદી સાહેબ ? એ મળ્યા ?" સ્ટેશન માસ્ટરે જાણે આશ્ચર્ય અનુભવ્યું.

"અરે મળ્યો શું? વેઇટિંગ રૂમમાં એટેચી-બેગ લઈ આવ્યો. મસ્તીથી નાહ્યો. સવારે મારી સાથે આવવાની હા કહી ભાઈ સૂતા ને મારા ઊઠતા પહેલાં ગાયબ. ન સુધર્યા, તેની ઇચ્છા ન હોય તો હસીને રમાડી જવા એ તો એને જ આવડે." હું ઘણું બોલી ગયો.

"તમે... તમે... તમે કનકભાઈની વાત કરો છો... કનક ત્રિવેદી સાહેબની "
માસ્ટર થોથવાઈ જતા લાગ્યા.

"હા... હા... કનકની. અમે સાથે જ ભણતા, ત્યારથી ઓળખું." મેં ભારપૂર્વક
કહ્યું.

એક નિ:સ્વાસ નીકળી ગયો. માસ્ટરના શ્વાસમાંથી, "અરે રે... સાહેબ... તમે
નથી જાણતા? કનકભાઈ છૂટી લઈ વિથ ફેમિલી ફરવા ગયા હતા. ત્યાં એટેક આવી
ગયો. ત્યાં ને ત્યાં... છઅેક મહિના થયા."

સાંભળતા જ હૈયાના ઊડાણમાંથી નિઃશ્વાસ સાથે બોલાઇ ગયું, "દોસ્ત,
મરીનેય તું કોટનું વચન પાળી ગયો દોસ્ત...!"

મયુરીની કલા

'મુનેય કામ આલોને સાબ્ય.

મસ્ટર રોલમાં અઢીસો નિયમિત મજૂરોની હાજરી પૂરીને, દોઢસો ડમી(ખોટા) મજૂરોનાં નામ પૈકી આજ કોની કોની હાજરી ભરવી અને કોની કોની ગેરહાજરી બતાવવી તેના સેટલમેન્ટની ગડમથલમાં પડેલા મસ્ટર કલાર્કના કાને કોયલના ટહુકા જેવો કર્ણ રમ્ય સ્વર પ્રવેશતાં જ, દસ વાર 'સાબ્ય,સાબ્ય' કરીને ઊભા રહેતા મજૂરોની અવહેલના કરતા મસ્ટર કલાર્કના 'મુનેય કામ આલોને સાબ્ય'નો રણકો કાને પડતાં જ કામચલાઉ મજૂરોની હાજરી ભરતા હાથને બ્રેક લાગી ગઈ. સાથે જ એ અવાજની મધુરપે નજર ઊંચકાઈ ગઈ.

સામે જ સત્તરેક વર્ષની સહેજ શામળી, કુશળ શિલ્પીએ સહેજ શામલ ઝાંયના આરસમાંથી ઘડી હોય તેવી સુડોળ કાયાંગો ધરાવતી યુવતી પર નજર પડી. ક્ષણભર, એ યુવતીની નમણાશ પર ઓઝપાઈ ગયો.

વક્ષયુગ્મને ચાતરી જતી ખભે નાખેલ ચૂંદડી. સહેજ વાંકડિયા વાળના ઢીલા ચોટલા ને ટેબલ પર બેઉ હાથના ટેકે સહેજ નમીને ઊભેલી એ યુવતીએ મસ્ટર કલાકની નજર ઊંચકતાં જ એક હાથ ઊંચકી ચોટલાને માદક અંગ મરોડ સાથે વાંસા પર ફંગોળી ફરી બેઉ હાથ ટેબલ પર ટેકવી ટહુકો કર્યો, 'મુનેય કામ આલોને સાબ્ય.'

કુદરતી કાજળઘેરી સ્વચ્છ હરિણીશી અક્ષ, શામળા વાનમાં ગાલ પર ઘૂંટાયેલી સિમલાના સફરજન જેવી સહેજ ગુલાબી ઝાંય. 'મુનેય કામ આલો ને સાધ્ય' કહેતાં મલકાયેલા ચહેરાના બેઉ ગાલે ખંજન પડ્યા. મસ્ટર કલાર્કના બદનમાં ઊની ઊની ઊંકરાટી ઊઠી.

'શું નામ છે તારું?' પૂછતાં મસ્ટર કલાર્ક એ ટ્રાઈબલ વિસ્તારની યુવતીને અવલોકવામાં પડી ગયો. પારિજાતના વૃક્ષની સવળોટી ડાળી જેવા જ સવળોટા બદન પર કટોરીવાળા બ્લાઉઝની કટોરી જાણે સાંકડી પડતી હોય તેવા ઉન્નત, વિકસિત વક્ષયુગ્મ. બ્લાઉઝ અને ઘેરવાળા ચણિયાની વચ્ચેના અંગમાં ઘુમ્મરીએ ચડેલા યૌવનની ઘૂમરી પડતી હોય તેવી નાભિ. ઘેરવાળા ચણિયાને લપેટાઈને નાભિ અને માત્ર બ્લાઉઝથી આવૃત્ત રહેલાં વક્ષયુગ્મને

ચાતરીને ખભાની પછવાડે લટકતો નાજુક ચૂંદડીનો છેડો, જાણે કોઇ કલાકૃતિ સર્જાતી હતી.

'શું નામ છે તારું?"

મસ્ટર કલાર્કના પ્રશ્નના જવાબમાં 'મયૂરી. સાબ્ય મારું નામ મયૂરી.' યુવતીએ મયૂરી નામ બે વખત પુનરાવર્તિત કર્યું.

'મયૂરી' નામ સાંભળતાં યુવતીના મોરપીંછ કલરના ચણિયાની સળેસળ જાણે સંકેલાયેલ મયૂરકળાના મોરપીંછ જેવી લાગી.

વારે વારે શું વિસારમાં પડી જાવ સો સાબ્ય? કહેતાં યુવતીએ મસ્ટર કલાર્કના હાથના પંજાને સ્પર્શ કર્યો ત્યારે એ યુવતીની ભાવ સમાધિમાંથી જાગ્રત થયો.

હા, હા, તારું નામ મયૂરી. સાંભળ્યું મે' કહેતાં પ્રશ્નોત્તરી આગળ ચલાવી;

'કોણ કોણ છો ઘરમાં

'હું ને ડોહો.'

'ડોહો એટલે તારો બાપ?'

'ના, મારા વરનો બાપ.

'ત્યારે તું પરણેલી છો એમને મસ્ટર કલાર્કના મનમાં નિરાશા ફરી વળી. આગળ પૂછ્યું. તુ પરણેલી છો તો ઘરમાં તું ને ડોહો – બે જ કેમ? તારો વર...

'મારો વર... તેને સાબ્ય, વડોદર કંપનીમાં વોમેન સે." (મયૂરીનો વર વડોદરા નોકરી કરે છે એ જાણી મસ્ટર કલાર્કને ફરી આશા બંધાઈ.) આકડે મધ.

'લગન કર્યાને કેટલાં વરસ થયાં?'

'તઈણ પૂરાં.'

'કેટલા છોકરા છે?'

'સોરા નથ્ય.' કહેતાં મયૂરી શરમાઈ ગઈ. (આ બીજો પ્લસ પોઈન્ટ - મસ્ટર કલાર્કે વિચાર્યું.)

'ત્રણ વરસ થયાં તોય 'સોરા' નઈ?" મસ્ટર કલાર્કે રમૂજ કરતો દાણો ચાંપી જોયો.

ઈ રાત્યે શ્યાં આંય રોકાય સૈ! કિયારેક રાત્યે હોય.' કહેતાં મયૂરી શરમાઈ ગઈ. 'પંદર દા'ડે, મયને કિયારેક રજા લઈને આવે તોય ધારિયા ને સરિયુની ધાર્યું ધહ્યાં કાં તીર- કામઠા વાંહે લાગ્યો હોય.'

ટ્રાઈબલ વિસ્તારની પછાત ભીલ કોમના હથિયાર છરા, ધારિયા અને તીરનાં ઝેર પાયેલ ફણાં;ને એ કોમનું ઝનૂન, અજરડાઈ અને ખુન્નસની સાંભળેલ વાતોએ મસ્ટર કલાર્કના મનમાં ભયની ધ્રુજારી ફરી વળી.

'સું થયું સાબ્ય?" ફરી મયૂરી પૂછી રહી.

'કંઈ નઈ, કંઈ નઈ.' કહેતાં મસ્ટર કલાર્કે મનમાં વ્યાપેલ ભય પર કાબૂ મેળવ્યો.

'તંઈ ધોળા શેતર જેવા કિમ થઈ જિયા?'

'બહુ ડાંપણ કરમાને, હવે નવા કોઈને કામ પર લેવાના નથી.

ઈમ હું કરો સો સાબ્ય. મુને કામ આલોને! હંધુય

તમારા હાથમાં સે.' કહેતાં મયૂરીએ મસ્ટર કલાર્કનો હાથ પકડી લીધો.' હું ભણેલીય સું સાબ્ય.' મસ્ટર કલાર્કને મયૂરીમાં રસ પડ્યો.

'એ... મ? વાંચતા-લખવાં આવડે

'મારા વરંગમાં અવ્વલ આવતી સાબ્ય.

'તને આ બધા મજૂરનાં નામ લખતાં-વાંચતાં આવડે?'

'હોવે.'

એની હાજરી પૂરતાં આવડે?'

'હોવે. અમારી નિહાળ્યમાં માસ્તર પૂરતા.' કહેતાં મયૂરીથી ઉત્તેજનામાં મસ્ટર કલાર્કના પંજા પર વધારે ભાર અપાઈ ગયો. મયૂરીના હાથના સ્પર્શનો કરન્ટ મસ્ટર કલાર્કના તન- બદનને ઝણઝણાવી રહ્યો.

હું કહીશ એ બધુંય કામ કરવું પડશે, પછી તું ના પાડીશ તો નહીં ચાલે, સમજી' કહી મયૂરીના હાથને પંપાળ્યો.

'હોવે-હોવે.' કહેતાં મયૂરી રાજી રાજી થઈ ગઈ.

'ડોહા કામ કરે એમ છે?

ઈનો તો એક ટોટિયો ઠાઠડીમોસી.'

94

'તારા વરનું ને ડોહાનું નામ લખાવ. ત્રણેનું નામ ચોપડે ચડાવું છું.'

'પણ સાયબ, મારો વર ને ડોહો...

'ઈ તારે શું કામ છે? હું કરું એ જોયા કર્યાં, ને કહું એ કર્યાં કરે.'

'ત્યૅ તો તમારા જેવો ભગવાનેય નય.' કહેતાં મયૂરીએ ફરી મસ્ટર કલાર્કનો હાથ પકડી ઉરે ચાંપ્યો.

આ વર્ષે રાજ્યના છ જિલ્લા દુષ્કાળગ્રસ્ત જાહેર થયા હતા તે પૈકી આ ટ્રાઈબલ વિસ્તાર પણ દુષ્કાળ-અછતગ્રસ્ત જાહેર થયેલો.

પ્રજાને રોજી-રોટી આપવા માટે સરકારે ઠેર ઠેર રાહત કામો શરૂ કર્યાં હતાં. પડતર જમીનમાં ચોકડીઓ ખોદવાની અને માટી નીકળે તેનાથી ખેતરોના પાળા બાંધવાના કે નાનાં નાનાં તળાવો બાંધવાનાં.

પ્રજાને રોજી-રોટી મળે એ કરતાંયે રાહતકામો સાથે સંકળાયેલા નીચેથી ઉપર સુધીના સરકારી બાબુઓને ધી- કેળાં થઈ જતાં.

દરેક ગામના ઘેર ઘેર રાહતકામનાં કાર્ડ આપવાનાં અને દરેક ઘરની પુખ્ત, સશક્ત વ્યક્તિઓએ કામ પર જવાનું.

જે જે વિસ્તારમાં રાહતકામ ચાલતું હોય તો ત્યાં ત્યાં સાચા મજૂરી પર આવતા મજૂર બસો જ હોય તો પણ મસ્ટરમાં ત્રણસો - સાડાત્રણસો ચાલતા હોય. ઉપરના સો-દોઢસો કામચલાઉ મજૂરોની સાચી, ખોટી હાજરી પુરાય એ સઘળી મજૂરીના પૈસા લાગતા-વળગતા સરકારી બાબુઓમાં વહેંચાઈ જાય.

બહાર વેરાન વગડામાં મસ્ટર કલાર્કનો મોટો તંબુ ત્રણ તરફ કનાત બાંધીને, સામે વગડાના તડકામાં મજૂરો ચોકડિયો ખોદતા હોય, પાળા બાંધતા હોય તેના તરફ નજર રહે તેમ ઊભો કરેલો. એક ટેબલ, બે ખુરશી તથા તંબુના એક ખૂણે પાણીનું માટલું તથા એક કાથી ભરેલ ખાટલો, ઓઢવા, પાથરવાનું જાડું પાગરણ જેના પર એકાદ મજૂર રાતભર ત્રિકમ, પાવડા ને તગારાની ચોકી કરવા સૂઈ રહે.

હવે તો ફરી ચોમાસું નજીક આવે, વાદળ ગોરંભાવાનું શરૂ થઈ પ્રથમ વરસાદનાં છાંટણાં થાય ત્યાં સુધી રાહતકામો ચાલવાનાં. ચાર-પાંચ મહિના તો ખરા જ.

આ વિસ્તાર આમ તો પાંચ, પંદર કે પચીસેક ઘરોનાં છૂટાં-છવાયાં ગામડાંનો જ; વળી નર્મદા ડેમ બંધાતાં ત્યાંના સ્થાનિક નિવાસીઓને ફાળવેલ વિસ્તારોની વસાહતો. આથી જુદાં જુદાં ગામોના તથા વસાહતોના મજૂરો રાહતકામ પર આવે.

મોતીપુરા ગામે પણ રાહતકામ ચાલતું હતું. આ વિસ્તારનો તલાટીયે મોતીપુરાનો. સરકારે 'ઘરવિહોણા' ગરીબો માટે એક રૂમ, રસોડું તથા જાજરૂ બાથરૂમ સાથેના બ્લોક (ઘર) 'આવાસયોજના' હેઠળ ઊભા કરેલા અને તેમાં બે બ્લોક તો આ તલાટીએ 'હાથ' કરેલા અને તે પૈકી એક બ્લોક રાહતકામ ચાલે ત્યાં સુધી રાત-વરત રોકાવાના કામમાં આવે તેમ વિચારી મસ્ટર કલાર્કે ભાડે રાખેલો.

મયૂરી ગોપાલપુરાની. મોતીપુરાથી એક કિ.મી. જ થાય. મસ્ટર કલાર્ક ઘેર જતો રહ્યો હોય ત્યારે નોકરી પર મોડો આવે, એ દરમ્યાન જેમ જેમ મજૂરો આવતા જાય તેમ તેમ નામ શોધી હાજરીનો 'એકડો' કરવાની જવાબદારી મયૂરી પર. ખાલી ખાનામાં કોની કોની હાજરી મૂકવી એ કામ મોડો આવીને મસ્ટર કલાર્ક કરે.

મયૂરી કામ પર લાગી ગઈ ત્યારથી મસ્ટર કલાર્કનું મોતીપુરામાં રહેવાનું વધી ગયું. બધા મજૂરોય હવે 'એકડો' પુરાવવા મયૂરી પાસે જ આવવા લાગ્યા. એ પૂરું થાય એટલે પ્રાઈમસ પેટાવી મયૂરી ચાનું પાણી ઉકાળવા મૂકે ત્યાં મસ્ટર કલાર્ક ગામમાંથી દૂધ લઈ આવી જાય. ચા થાય એટલે મયૂરી કપ-રકાબી લંબાવે, મસ્ટર કલાર્ક મયૂરીનું કાંડું પકડી ચાનો કપ લેતાં લેતાં સ્પર્શનો આનંદ મેળવી લ્યે. મયૂરી મજૂરને બદલે મદદનીશ બની ગઈ. તેની હાજરી તંબુમાં જ રહેવા લાગી. ભણેલી મયૂરીની છાપ ગોપાલપુરાના મજૂરો પર સારી. કોઈ શંકા કરે નહીં.

દર અઠવાડિયે મજૂરીનું ચુકવણું થાય. મયૂરીનું પહેલું અઠવાડિયું પૂરું થયું. મયૂરીએ પોતાના વાઉચરમાં સહી કરી. ડોહા વતી ડાબો અંગૂઠો અને વર વતી જમણો અંગૂઠો છાપી પગાર લીધો. ચુકવણું હોય ત્યારે એક કલાક વહેલું કામ છૂટી જતું.

મજૂરો ગયા એટલે મસ્ટર કલાર્કે મયૂરીને કહ્યું: 'તારે ઉતાવળ નથીને?' "કિમ કાંય કામ હતું?" પૂછતાં મયૂરીએ નેણનો ઉલાળો માર્યો.

ઘરે એક જોડી કપડાં મેલાં પડ્યાં છે તે ધોતીજાને!'

સાથે બ્લોક પર આવી કપડાં ધોઈ મયૂરીએ, 'સાધ્ય, લૂગડાં ધોય કાઢ્યાં સે. હું જાવ સું. કહ્યું.

'અરે, અંદર તો આવ. હજી દિવસ ઘણો છે. જો હું તારા માટે શું લાવ્યો છું! લેતી તો જા.'

એ અંદર ગઇ એટલે મસ્ટર કલાર્કે પેકેટમાંથી મયૂરીને શોભે એવી ભાતીગળ ચૂંદડી ખુલ્લી કરી મયૂરીના દેહ પર વીંટી.

નીરવ એકાંતે મયૂરીના યુવાન દેહસ્પર્શે યુવાન, કુંવારા મસ્ટર કલાર્કના શરીરમાં ઉત્તેજના વ્યાપી ગઇ. મયૂરીને આશ્લેષમાં જકડી લીધી. મયૂરીના કાઠા, ઉન્નત વક્ષદ્વય ચંપાતાં મદન વ્યાપી ગયો. આ જ તો ત્રણ પગાર વસૂલ કરી લેવા છે.'

પણ 'સાધ્ય મુને જાવા દો. મારા વને ખબર પડહે તો મૂવો ધારિય આટકે એવો... મયૂરી બોલવાનું પૂરું કરે એ પહેલાં તો વર, ધારિયું ને આટકો –

કાને પડ્યાં. મસ્ટર કલાર્કનો કામાવેગ ઉતરી ગયો. આશ્લેષની પક્કડ ઢીલી પડી ગઇ. ચૂંદડી ખભે વીંટાળતીક મયૂરી અવિદા કરી ગઈ.

સવારમાં એ જ ચૂંદડી પેરીને મયૂરી કામ પર આવી. તંબુમાં જઈ બોલી. 'જોવો તો સાહ્ય, સેવી લાગું સું?' ચૂંદડીમાં શોભતી મયૂરીને મસ્ટર કલાર્ક લોપ નજરે જોઈ રહ્યો: ત્યાં 'સાહ્ય, તમે સૂંદડી લાયા પણ આની મેસિંગ બંગડિયું નો લાવ્યા!' કહી જાણે ઠપકો આપી રહી.

'કાલે તું ભાગી ન ગઈ હોત તો બંગડી તો શું. તું કહે તે લાવી આપત.'

'તે દાદાના ક્યાં દુકાળ સે, લાવજ્યોને.' કહેતાં અંગમરોડ લઈ તીરછી નજરનો ઉલાળો માર્યો. મસ્ટર કલાર્ક પાણી પાણી થઈ ગયો.

'સા... લી. ભાવે છે પણ મોઢું બગાડે છે. સાચી વાત છે. દાદાના ક્યાં દુકાળ છે. આજ નહીં તો કાલ.' મસ્ટર કલાર્ક ભાવિ યોજના વિચારી રહ્યો.

બે મહિના નીકળી ગયા. મયૂરી હાથતાળી દેતી રહી. આજ અમાસનો અગતો (રજા) હતો. કામ બંધ હતું. મસ્ટર કલાર્કે મક્કમ નિર્ધાર કર્યો, આજ રાતે ગોપાલપુરા પહોંચવું છે. ડોહો તો મરવા પડ્યો છે, એ શું કરી લેવાનો! આજ તો એના જ ઘરમાં...

ત્યાં મયૂરી મોતીપૂરા આવી પહોંચી. કપડાંની થેલીમાંથી પેકેટ કાઢ્યું.

'શું લાવી?'

'વડોદરાનો લીલો શેવડો'

'તું વડોદરા ક્યારે ગઈ તી?"

'હું નથ્થુ ગઈ. મારો વર આપ્યો સે તી લેતો આવ્યો. લકાડીને (સંતાડીને) તમને દેવા આઈ.

સા...રું, ચા મૂક પછી આપણે સાથે ચા-નાસ્તો કરીએ.' મયૂરીને રોકી રાખવા ચા મુકાવી.

મોકો મળતાં મસ્ટર કલાર્કે મયૂરીને બાથમાં જકડી લીધો.

જોવો સાવ્બ, હું આવું તંઈ તમારે આવું નઈ કરવાનું - તો હું આવિહ નય. તમે આવું કરો સો તઈ મુને કાંક થાય સે.'

'શું થાય છે?'

'મારા દેઈમાં ઊનું ઊનું લાગવા માંડે સે!'

'આજ ભલે લાગે. જાવા નથી દેવી.' કહી મયૂરીના ગાલે ચસચસતું ચુંબન લઈ લીધું.

'સોડોને સાયબ, મારે મોઢું થાહે તો ઈ મુવો મારો વર ધારિયું લયને આંય પુગહે.'

સાંભળતાં જ મસ્ટર કલાર્કની પક્કડ છૂટી ગઈ: જાણે સાચે જ પેલાએ ધારિયું માર્યું હોય. આમ ને આમ ઉંદર - બિલ્લીની રમતમાં મસ્ટર કલાર્કના ત્રણ મહિના કોરા નીકળી ગયા.

આજ ચુકવણાનો દિવસ હતો. કેશ બોક્સ લઈ મસ્ટર કલાર્ક સાઈટ પર નીકળતો હતો ત્યાં જ મયૂરી આવીને રડી પડી. 'સાબ્બ, વડોદરેથી હંદેહો આયો સે. મારા વરને ઉપેનડીસ થયું સે, દવાખાને દાખલ કર્યો સે. ઉપરેસન કરાવવું પડસે. તરત ઉપરેસન નો થાય તો ઉપેનડીસ ફાટી જાહે ઇયેય કેવરાવ્યું સે ને મને પાંસ હજાર રૂપયા લઈને તરત બોલાવીસે.' રડતાં રડતાં એકી શ્વાસે બોલી ગઈ મયૂરી મસ્ટર કલાર્કને બાથ ભરી, ખભે માથું નાખી વધુ રડતાં બોલી, 'તઈણેયના પગારમાંથી કાપી લેજ્યો પણ એટાણે પાંસ હજાર આલો.

આખરે મસ્ટર ક્લાર્ક ગળી ગયો. દોઢસો ડમી મજૂરના વધતા પૈસામાંથી પાંચ હજાર ગણી આપ્યા ને જાણે સાંત્વન આપતો હોય તેમ ફરતો હાથ મયૂરીનાં વક્ષ તરફ વળ્યો. કન્યા મારો વર મરવા પડયો સે ને આંય તમને નખરા હુ" સે. દિના કયાં દુકાળ સે!' કહેતાં ફરતો હાથ દબાવીને ખસેડી દીધો. સમજી શકતો નથી મસ્ટર કલાર્ક કે આની હા છે કે ના.

'વડોદરેથી આવું ન્યા હુધી અમારો એકડો (હાજરી) પૂર જ્યો હોં.' કહેતી પાંચ હજાર લઈ મયૂરી નીકળી ગઈ.

પંદરેક દિવસ મયૂરી કામે આવી નહીં. 'આજ તો હું જ ગોપાલપુરા પહોંચી જાવ. સા... લી. ક્યાંક મને રમાડતી તો નથીને? વિચારતાં, કામ છૂટતાં મસ્ટર કલાર્ક સંધ્યા સમયે બાઈક લઈ ગોપાલપુરા પહોંચી ગયો. મયૂરીનું ઘર પૂછવાનું વિચારતો હતો ત્યાં જ સાંજના વાળુ માટે દૂધ લઈ મયૂરી જ સામે મળી.

આવો આવો સાહ્ય. તમે ભૂલા પડ્યા?'

'ભૂલો નથી પડ્યો. પૈસા લેવા આવ્યો છું. મારેય સરકારમાં હિસાબ દેવાનો હોયને! તું તો પાછી દેખાઈ જ નય.

'થઈ રેહે... આવ્યા સૌ તી હવે હવારે જ જાજો.' મયૂરીએ આંખના નખરે ઈંજન આપ્યું.

રાત રોકાવાનું ઈંજન મળતાં મસ્ટર કલાર્કના બત્રીસ કોઠે દીવા પ્રગટી ગયા. રાતભરની રંગીન કલ્પનામાં ખોવાઈ ગયો એ કલાર્ક.

'વળી પાસા વશારમાં ખોવાઈ ગયા? મારો વરૈય ઉપરેસન પસે આરામ કરવા આયોસે. ઉળખાણ થાહે. એય...ને મજાના વાડામાં ખાટલા ઢાળી દહ્. બેય પડખે,પડખે હૂઈ રેજ્યો.'

મયૂરીના વરનું નામ પડતાં જ 'ના. ના. રાત નથી રોકાવું, આ તો થયું કે તારું ગામ જોતો આવું અને પૈસાનું યાદ કરતો આવું.' કહેતાં મસ્ટર કલાર્કે બાઈકને કિક મારી. ફર્ય કિયારેક આવજો હોં સાહ્ય. દિના ક્યાં દુકાળ સે. મયૂરી બોલે બોલે ત્યાં બાઈક ગામ બહાર નીકળી ગયું.

બીજા દિવસથી મયૂરી કામ પર આવી ગઈ. ફરી પાછું મસ્ટર કલાર્કનું મન કોળી ઊઠ્યું. ફરી પાછો, મયૂરીની હાજરીનો ક્રમ શરૂ થઈ ગયો. બપોરે ખાવાનો

સમય થાય એટલે મજૂરો પોતપોતાના ગામનાં ગ્રુપ બનાવી ઘરેથી લાવેલ 'ભાથું' ભેગા મળીને ખાય. કેટલાક સમયથી તો મયૂરી બેવડું ખાવાનું લઈ આવતી અને તંબુમાં બેસીને મસ્ટર કલાર્કને તાણ કરીને ખવરાવતી, રમૂજે પણ ચડતી.

આજ તો મયૂરી બરોબરની ખીલી છે જાણી મસ્ટર કલાર્કે વાત છેડી. 'મયૂરી, લગન પહેલાં તે કોઈને પ્રેમ કરેલો?'

'અમારાં તો લગન હમજણાં થયા પેલા જ થઈ જાય, ઈમાં પરેમ કરવાનો સમો જ ક્યાં મળે?'

'તારો વર તને કેવોક પ્રેમ કરે છે?'

'ઈને તો ભલુ વડોદરુ. પંદર દાડે, મયને આવે તોય દારૂ પીયને રોયો ફતરા જેમ...' કહી મયૂરી શરમાઈ ગઈ.

'સાબ્ય, તમારી બાયડી?' મયૂરીએ પ્રતિ પ્રશ્ન કર્યો.

"હજી લગ્ન જ નથી કર્યા.'

'પરેમ?'

'એક છોકરીને કરું છુ પણ એ સમજતી નથી.'

'ઈતો હંધુય હમજે પણ કયે નય. તમારા જેવો વર કોને ન ગમે?'

'તને ગમું'

'હોવે.'

'તંઈ તું સમજતી કેમ નથી?'

'હંધુય હમજું સું પણ વરહાદ થાય નય તંઈ લગી ઊગે નય તેવું પરેમનું સે. માથે મૂવો મારો વર.'

મયૂરીના વરની યાદ આવતાં મસ્ટર કલાર્કના રંગનું સુરસુરિયું થઈ ગયું.

જેઠ મહિનો બેસી ગયો. ખેડૂતોએ વાવણીની તૈયારી કરી લીધી. ભીમ અગિયારશ પછી તરત વરસાદ થાય તો વરસ સારું થાય અને એંધાણ પણ સારા દેખાવા લાગ્યાં, ત્યાં અચાનક વહેલી સવારે મયૂરી બ્લોક (મકાન) પર આવી. 'સાબ્ય, તમારે મારી ભેગું વડોદરા આવવું પડશે.' કહ્યું.

કેમ?' કલાર્કે પ્રશ્ન કર્યો.

'મારા વરે મવડો પીને કંપનીના એક માણહને માર્યો સે ને ફરયાદ થઈ સે. મારા વરને પોલીસ પકડી ગઈ સે. દહ હજારના જામીન દેવાના સે.'

'તે પોલીસ કેસમાં હું શું કરું?"

'તમ જેવું ભણેલું માણહ મારી ભેગું હોય તો હરમત્ય (હિંમત) રે. ન્યાકણે અમારું કોણ? પૈસાય કુણ લે?

'એમાં મારાથી નો પડાય. હું સરકારી માણસ. એમ કર, લે દસ હજાર આપું, તારા કોઈ સગાને સાથે લઈ જા. પૈસા ભરી દઈશ એટલે જામીન મળી જશે.' મસ્ટર કલાર્કે પીછો છોડાવવા અને પોલીસની પ્રશ્નોત્તરીથી બચવા રસ્તો કાઢ્યો? મયૂરી દસ હજાર લઈને ગઈ.

પાંચ દાડે મયૂરી કામ પર આવી. સારા વરસાદની આગાહી થઈ ગઈ. આવતા અઠવાડિયે મજૂરોની ચડત રોજીનું ચુકવણું કરીને રાહતકામો બંધ થવાનાં હતાં.

હવે તો મસ્ટર કલાર્ક મરણિયો થઈ ગયો. મયૂરીને બોલાવીને કહી દીધું, 'તારે હવે સમજવું છે? ચોખ્ખી વાત કર. હા પાડ કે ના પાડ'

"એવું પાપ મુથી નો થાય. મારો વર...

'તારો વર ગયો તેલ પીવા. હું એનાથી બીતો નથી, સમજી" નો સમજવું હોય તો પંદર હજાર આપી દે ને પગાર લેવા ડોહાને ને તારા વરને લેતી આવજે. તારા અંગૂઠા નહીં ચલાવું. એના વગર એ બેયનો પગાર નય મળે. મને અત્યાર સુધી ઉલ્લુ બનાવીને ત્રણ-ત્રણ જણના પગાર લીધા. માથેથી પંદર હજાર લઈ ગઈ. પંદર હજારનું સાટું વાળવું હોય તો રાતે આવજે. વિચારી લે અને પગાર લેવા બેઉને બોલાવતી આવજે નહીંતર પગાર નહીં આપું. જા હવે રાત સુધીમાં વિચારી લર.

વહેલી સવારથી જ ચુકવણું શરૂ થઈ ગયું હતું. રાહતકામોનો આજે છેલ્લો દિવસ હતો. મયૂરી આવી ત્યાં સુધીમાં ગામ પ્રમાણે ગ્રુપની લાઈન થઈ ગઈ હતી.

મયૂરી આવતાં જ મસ્ટર કલાર્કનો કાળ-ઝાળ ઓર્ડર છૂટ્યો. 'લાઈનમાં ઉભી રે, જા. આજ સુધી મસ્ટર કલાર્કની મહેરબાની મેળવતી મયૂરી ગોપાલપુરાના મજૂરોની લાઈનમાં ઉભી રહી ગઈ.

મયૂરીનો વારો આવ્યો ત્યારે મયૂરીની સહી કરાવી પગાર ચૂકવી ગુસ્સાથી કહ્યું, 'ડોહાનો ને તારા વરનો પગાર લેવા એને મોકલ. જા, અને લઈને આવજે.'

મયૂરીના ગયા પછી ગોપાલપુરાના બીજા મજૂરનો વારો આવતાં એ મજૂરે કહ્યું: 'સાધ્ય, ઈ ક્યાં પૈણી જ સે. કવારી સે.'

ને મસ્ટર ક્લાર્કના માથામાં ધણના ધાની જેમ એ શબ્દો પડઘાઈ ઊઠ્યા:

'સાધ્ય, ઈ ક્યાં પૈણી જ સે. કવારી સે.'

ડૉ. વિલિયમ્સ હોસ્પિટલ

મકાન તો છે સર, અફલાતૂન આપને જરૂર છે તેવું જ. એ એક ખ્રિસ્તી ડોક્ટર વિલિયમની સર્જિકલ હોસ્પિટલ જ હતી, પણ..

પણ કહી આગળ કહેતાં એ અચકાયો. 'કેમ પણ?' એ અચકાયો છે તેમ લાગતા મેં આગળ પ્રશ્ન કર્યો હતો.

'ના સર. બીજી કોઇ મુશ્કેલી નથી, પરંતુ ડોક્ટર વિલિયમના અકાળ અવસાન પછી એ ભૂતિયું ગણાય છે.' મને વાતમાં રસ પડતો હતો આથી મેં ડોક્ટર વિલિયમ વિષે જણાવવા કહ્યું.

'સર, એ ડોક્ટર વિલિયમની સર્જિ હોસ્પિટલ જ હતી. ડો. વિલિયમ મૂળ તો ભારતીય. લંડનની ડિગ્રીઓ ધરાવતા હતા.

ડો. વિલિયાના પત્ની અમેરિકન હતી. એ પણ સર્જન હતાં. બેઉએ અમેરિકામાં ઘણાં વર્ષ પ્રેક્ટિસ કરી, પરંતુ આખરે ભારતીય ખરાને ભારતનો મોહ વધારે. ગરીબોની સેવા કર્યાના આશરાની અમેરિકા છોડી ભારત આવી વસ્યા. પતિ-પત્ની બેઉ દયાળુ આટલા મોટા સર્જન છતાં જરા મોટપ નહીં, એકદમ ઓછા ચાર્જ આપરેશન કરે. ગરીબોના તો બેલી ગણાતા, ક્યારેક તો ગરીબોને સામેથી પૈસા આપી મદદ કરે અમેરિકાથી આવીને બંનેએ ઘણાં વર્ષે અહી પ્રેક્ટિસ કરી.

'પછી?' મારાથી પુછાઇ ગયું.

પછી સર, બે દીકરા થયા, પરંતુ એ અમેરિકામાં જ ભણીને યુવાન થયા. ત્યાં જ પરણ્યા અને સેટલ થઇ ગયા –

'બધી રીતે સુખી હતા તો પછી આ ભૂત...! કુતૂહલવશ મારાથી વચ્ચે પુછાઇ ગયું.

"એ જ કહું છુ" કહેતા વાત આગળ ચાલી. 'વિલિયમ સરના દીકરાઓને ત્યાં પણ સંતાન થયાં. પુત્ર-પૌત્રાદિકને મળવા પતિ પત્ની અવારનવાર અમેરિકા જઇ આવતાં. ડોક્ટર વિલિયમને પોતાના ગરીબ દર્દીઓની વધારે ચિંતા આથી લગભગ તો તેમના પત્ની પહેલા અમેરિકા જાય અને તેમને લેવા પાછળથી વિલિયમ સર જાય. થોડો સમય સંતાનો સાથે રહી બેઉ સાથે પાછં આવતા રહે. તેમાં એક વાર

એવું બન્યું કે સતાનોને મળવા અને પત્નીને તેડવા અમેરિકા જતાં પ્લેન-ક્રેશ અકસ્માતમાં ડોક્ટરનું અપમૃત્યુ થયું.

ડોક્ટરના પ્રૌઢ પત્નીએ પરિવાર સાથે ભારત આવી પોતાના ધર્મ પ્રમાણે વિધિ પતાવી, અહીંનો વ્યવહાર સંકેલી લઇ પોતાના એક સગાને મકાનની સારસંભાળ લેવા તથા કોઇ ખરીદદાર મળે તો વેચી નાખવાની ભલામણ કરી, ચાવી આપી ગયાં છે.

ખરીદનાર મળવું તો ઠીક, ભાડે રાખવા પણ કોઇ તૈયાર નથી. જેમની પાસે ચાવી છે એ લોકો નિયમિત સાફસફાઇ કરાવી સાચવે છે, પરંતુ વિલિયમ સરના અપમૃત્યુ-અકાળ અવસાન પછી કોઇ ત્યાં રાત રહી શકતું નથી.

જોકે વિલિયમ સરના ભૂત અંગે માત્ર અફવા જ નથી. ઘણાને અનુભવ થઇ ચૂક્યો છે. ઘણી વાર રાત્રે લોકોએ બંગલાની લાઇટો ચાલુ જોઇ છે. અંદર કોઇ ફરતું હોય તેવી આકૃતિ પણ જોવા મળી છે. ગાર્ડનમાં રાખેલ ઝૂલા પર કોઇએ વિલિયમ સરને હીંચકતા જોયાના, આવા ઘણા અનુભવ ઘણાને થયા છે.

કેટલીક માન્યતા છે કે એ અમેરિકાથી સોના, ચાંદીરૂપે અઢળક મિલકત લાવેલા અને એ બધું બંગલામાં મૌજૂદ છે. આથી ડો. વિલિયમ તેને સાચવવા ભટકે છે. રાત્રે જ ભૂત ભટકે તેમ માની એક વાર એક જણ દિવસે આ મિલકત શોધવા અંદર પડેલો, પરંતુ દિવસે પણ તેણે શું જોયું કે શું થયું તે ખબર ન પડી પણ ચીસો પાડતો ભાગેલો. ગેટ કૂદીને બહાર આવ્યો ત્યાં તો બેભાન થઇ ગયેલો. પેન્ટ સુધ્ધાં ભીનું થઇ ગયેલું. બે દિવસ તો બેભાન રહેલો અને હાલ પણ અસ્થિર મગજના-ગાંડા તરીકે ભટકે છે. બસ, ત્યારથી જ કોઇ ત્યાં ચોરી કરવાની હિંમત નથી કરતું.' ધ્યાનપૂર્વક હું વાત સાંભળી રહ્યો હતો.

વાત સાંભળી મને કુદરતી એ બંગલાનું આકર્ષણ થયું. એ મારી બે માન્યતા આપને કહું: હું પ્રેત સૃષ્ટિમાં માનું છું. એ પણ માનું છું કે દરેક આત્મા ઇમોશનલ હોય છે. એમની કોઇ પ્રકારની અપેક્ષા, કામના કે વાસના પૂરી ન થઇ હોય, કોઇને જણાવી શક્યા ન હોય તેના કારણે આ પ્રેત યોનિમાં ભટકતા હોય છે. તેમને માનપૂર્વક આવકારીએ, તો એ સંવેદનશીલ આત્મા કદી નુકસાન ન કરે, બલકે મદદ કરે.

બીજું-કોઇ પણ અજાણ્યા મકાન, જમીન કે ગામમાં પ્રથમ પગ મૂકીએ અને આપણા આત્માને-મનને પ્રફુલ્લતા અનુભવાય તો એ મકાન, જમીન કે ગામમાં આપણે સુખી જ થઇએ.

અમારો પરિવાર મુંબઇમાં જ છે. મેં મુંબઇમાંથી જ જનરલ સર્જરીમાં એમ.એસ. કર્યું. થોડાં વર્ષો મેં કહેવાતી મોટી-મોટી, સેવાભાવી-ટ્રસ્ટની હોસ્પિટલોમાં સેવા આપી અનુભવ મેળવ્યો, પરંતુ મને લાગ્યું કે ટ્રસ્ટ-સેવાભાવના એ બધું હંબગ છે. કોઇને સેવા કરવી નથી, કોઇની ગરીબાઇ સમજવી નથી. માત્ર પૈસા જ પેદા કરવા છે. કદાચ અપવાદ જ સેવાભાવી ટ્રસ્ટ હશે. નથી જ તેવું નથી, પરંતુ અપવાદ.

પરંતુ મારે તો સાચા અર્થમ ગરીબોની સૈદ્ધાંતિક ભાવનાથી સેવા કરવી હતી. દર્દીઓને ખોટો 'હાઉ' ઊભો કરી, બિનજરુરી ઓપરેશન કરી પાંચ-છ આંકડાનું બિલ આપી લૂંટવા નથી. કોઇ ગરીબ દર્દીને ગભરાવીને ઓપરેશનના નામે કિડની કાઢી લઇ તવંગરોન વેચવી નથી. બિનજરુરી દવાઓ, જરુરી દવા સાથે પ્રિસ્ક્રાઇબ કરી મેડિકલ સ્ટોરમાંથી પર્સન્ટેજ લેવા નથી. લેબવાળા સાથે 'ટ્યુનિંગ' કરી ખોટેખોટા ચેકઅપ કરવા મોકલવા નથી. ફ્રી ચેકઅપ કેમ્પ યોજી કે ટ્રસ્ટના દવાખાનામાં સેવા આપવાના નામે મારા વિઝિટિંગ કાર્ડ પકડાવી મારા તરફ વાળવા નથી.

મારે તો મેડિકલ વ્યવસાયને ઉજળો કરવો છે. દર્દીઓ ડોક્ટરને બીજો ભગવાન માને છે તે ભાવનાને મારે કૃતાર્થ કરવી છે.

મહારાષ્ટ્રના કોઇ એવા વિસ્તારની હું તલાશમાં હતો કે જ્યાં વસ્તી વધારે હોય સાથે ગરીબાઇ પણ વધારે હોય અને એવા એક શહેર-કલ્યાણગઢમાં મેં પગ મૂક્યો છે. કલ્યાણગઢ શહેરની પંક્તિમાં ગણાય તેવું છે, વસ્તી બહોળી છે ને આસપાસનાં ગામોનું કેન્દ્ર છે. પગ મૂકતાં જ મને ગામ ગમી ગયું આથી એક સારા, મોટા મેડિકલ સ્ટોરની મુલાકાત લઇ મકાન અંગે પૂછપરછ કરતાં અમારે ડો. વિલિયમની હોસ્પિટલવાળા મકાનની વાત થઇ અને તેમાંયે જ્યારે ડો. વિલિયમ અને તેના ભૂત અંગે જાણ્યું ત્યારે હું મનોમન ખુશ થયો. મને કંઇ ડો. વિલિયમની છુપાયેલી સંપત્તિમાં રસ ન હતો. ડો. વિલિયમના આત્મામાં રસ હતો.

મેં એ મકાન જોવા ઇરછા વ્યક્ત કરી. મેડિકલ સ્ટોરના માણસને પેલા ખ્રિસ્તી સંબંધીને ચાવી લઇને આવવા, બોલાવવા મોકલ્યો.

થોડી વારમાં એ ભાઇ ચાવી લઇને આવી પહોંચ્યા. અમે સાથે મકાન જોવા નીકળ્યા.

પહોળા, મોટા ગેટ પર 'ડો. વિલિયમ્સ હોસ્પિટલ' લખેલ આરસની મોટી તકતી લાગેલી હતી. ગેટ ખોલીને અંદર પગ મૂકતાં જ એક મીઠી સુગંધ મારી આસપાસ પ્રસરી રહી. મારું મન પ્રફુલ્લ, પ્રફુલ્લ થઇ ઊઠ્યું. મકાન ખરેખર જતનપૂર્વક સચવાયેલું હતું. દસ વર્ષથી આમાં કોઇ રહ્યું નથી તેવું જરા પણ ન લાગે.

ગ્રાઉન્ડ ફ્લોરનો દરવાજો ખોલી હોસ્પિટલ વિભાગ જોયો. ઓ.પી.ડી., વોર્ડ, ઓપરેશન થિયેટર વગેરે અપ ટુ ડેટ હતું. ઓપરેશન થિયેટરમાં ઘણાં બધાં ઇમ્પોર્ટેડ ઇન્સ્ટ્રુમેન્ટ્સ તથા ઇક્વિપમેન્ટ્સ પણ પેકિંગ કરીને સારી સ્થિતિમાં સચવાયેલાં હતાં. જેમને સાચવવા સોંપેલાં તેમણે ખરેખર ખૂબ જ જહેમત લીધી હતી.

ઉપર ફર્સ્ટ ફ્લોર પર ગયા જે ડો. વિલિયમનો રેસિડેન્સ ફ્લોર હતો. થ્રી બેડરૂમ - હોલ, કિચન. ત્રણે બેડરૂમ એટેચ્ડ બાથરૂમ સાથે હતા, પરંતુ તે પૈકીનો માસ્ટર બેડરૂમ તો વિશાળ હતો. એ ડો. વિલિયમ દંપતીનો હશે! સવારમાં આંખ ખૂલતાં જ ગોડ ઈશુનાં દર્શન થાય તેવી રીતે ત્રણેક ફૂટ ઊંચા બનાવેલા પ્લેટફોર્મ પર પ્રભુ ઇશુનું સાડાચારેક ફૂટ ઊંચાઇનું આરસનું સ્ટેચ્યુ હતું. પાછળની દીવાલમાં મજબૂત, લાકડાની ફ્રેમમાં મધર મેરીની ગોદમાં બાળ ઇશુનું આદમકદનું તૈલી કલરમાં રંગીન પોર્ટ્રેઇટ હતું. બેઉ બાજુની દીવાલમાં બાઇબલમાં વર્ણવાયેલા પ્રભુ ઇશુનાં જીવનચરિત્રોના આદમકદ, રંગીન, ફ્રેમ કરેલાં ચિત્રો હતાં. હું કોઇ ચર્ચમાં હોઉં તેવી પવિત્ર ભાવના મારા હ્રદયમાં પ્રસરી રહી.

પ્રભુ ઇશુના સ્ટેચ્યુ સામે ઊભા રહી, છાતી પર ક્રોસ કરી ભાવવંદના કરી ત્યારે મને કાનમાં અલૌકિક ધ્વનિમાં શબ્દો સંભળાયાઃ 'વેલ કમ માય સન... ગોડ બ્લેસ યુ.' કદાચ સાથેના કોઇને સંભળાયા ન હતા. ત્યારથી જ મેં નક્કી કરી લીધું કે આ મકાન મારે ખરીદી જ લેવું છે. વાત તો ભાડે રાખવાની થઇ હતી, પરંતુ હવે મારા મનમાં એ ખરીદી જ લેવાનું નક્કી થઇ ગયું.

અમારે પૈસાની તાણ નથી. પેઢી દર પેઢીથી અમારી ગણના શ્રીમંત કુટુંબોમાં થતી આવી છે. ડેડી ભારતીય સૈન્યમાં કર્નલ હતા. મેં મકાન વેચાતું જ-ખરીદી લેવાની વાત કરી ત્યારે સૌને આશ્ચર્ય થયું. જે મકાન ભાડે રાખવા તો શું-પગ મૂકતાં પણ લોકો ડરે છે ત્યાં ખરીદી લેવાની મારી વાત, મારું ગાંડપણ લાગ્યું હશે. મેડિકલ સ્ટોરના માલિકે તો મને કહ્યું: 'હમણાં ભાડે રાખો!' પરંતુ મારે વેચાતું જ લઇ લેવું હતું. હું મક્કમ હતો. આખરે ધાર્યા કરતાં સાવ ઓછામાં સોદો થઇ ગયો. જે ખ્રિસ્તીભાઇ કેરટેકર હતા તેમણે કહી દીધું કે 'ઉદ્ઘાટન થાય ત્યાં સુધી ડોક્ટર તમારે અમારા ઘેર જ રહેવાનું. ઉદ્ઘાટન પછી છૂટા.'

સતત બે દિવસ જરૂરી સાધનો તેમ જ સામાનની યાદી કરી હું મુંબઇ આવ્યો. લિસ્ટ પ્રમાણે ખરીદી કરી, ટ્રક ભાડે કરી બધું લઇ આવ્યો. એ દરમિયાન જરૂરી પબ્લિસિટી થઇ ગઇ હતી.

વસંતપંચમીના દિવસે ધામધૂમપૂર્વક ઉદ્ઘાટન કરવામાં આવ્યું. એ રાત્રે મારા યજમાનને ત્યાં જમીને, રજા લઇ પ્રથમ રાત્રે હોસ્પિટલ પર હું સૂવા આવ્યો. દશ વર્ષ પછી આ એક એવી રાત્રિ હતી કે એ મકાનમાં હું સૂવાનો-રહેવાનો હતો.

અગમ-નિગમનાં રહસ્યોમાં મને ખૂબ રસ છે. આત્માઓ તો આપણી આસપાસ સર્વત્ર ફરતા જ હોય છે, પરંતુ દૃશ્યમાન થવા એ ઓક્ટોપ્લાઝમિક સિસ્ટમથી દેહ ધારણ કરી શકતા હોય છે.

ઉદ્ઘાટનની આખા દિવસની દોડધામમાં હું થાક્યો હતો. નીચે લોક મારી, જરૂરી લાઇટો ચાલુ રાખી હું ઉપર આવ્યો. થાક દૂર કરવા કપબોર્ડ (કબાટ)માંથી વ્હિસ્કીની બોટલ, ગ્લાસ, કાઢી ટિપાઇ પર મૂકી પેગ તૈયાર કર્યો.

એક બીજી ચોખવટ કરી દઉં. હું કર્નલનો દીકરો છું. ડેડીનો સંબંધ મારા યુવાન થયા પછી મિત્ર જેવો રહ્યો છે. રોજ સાંજે બે પેગ ડેડીના તથા એક પેગ મારો બને. અમે પિતા-પુત્ર રાજ સાથે બેસીને ડ્રિંક કરતા પણ લિમિટેડ.

સાથે આઇસ ક્યુબ, ડાયેટ તૈયાર કરી હું ખુરશી પર ગોઠવાયો ત્યાં ટિપાઇ પાસે સામે પડેલી ખુરશીનો ખરરરાત મને સંભળાયો. આરામથી બેસી શકાય તેમ ખસીને ખુરશી ગોઠવાઇ ગઇ.

ડૉ. વિલિયમના આગમનનો મને ખ્યાલ આવી ગયા. ડૉ. વિલિયમના આત્માનું સ્વાગત કરવા હું તૈયાર જ હતો! થોડી ક્ષણોમાં એ ખુરશી પર સફેદ વસ્ત્રધારી આકૃતિ દૃશ્યમાન થતી હું જોઇ રહ્યો. એ ડૉ. વિલિયમની ઓટોપ્લાઝમિક દેહધારી આકૃતિ હતી. મેં ઊભા થઇ જઇ અદબ બીડી, શરીરને નમાવી અભિવાદન કરતાં કહ્યું હતું: 'વેલ કમ ડૉક્ટર વિલિયમ'

'ગોડ બ્લેસ યુ માય સન ટેક યોર સીટ,' કહ્યું, પરંતુ હું બેઠો નહીં. ક્રોકરી શો પીસમાંથી એક વધુ ગ્લાસ લઇ આવી બીજો પેગ ડૉ. વિલિયમ માટે મેં બનાવ્યો હતો. ગ્લાસ હળવાશપૂર્વક ટકરાવી અમે 'ચિયર્સ' કર્યું. ચિયર્સ કરી ડૉ. વિલિયમે ગ્લાસ ટિપાઇ પર રાખી 'સ્ટાર્ટ માય સન' કહી, મને શરૂ કરવા કહ્યું. મેં શરૂ કર્યું, પરંતુ આશ્ચર્ય વચ્ચે જોયું કે ટિપાઇ પર પડેલ ગ્લાસમાંથી ધી...રે. ધી...રે. ડ્રિંક સીપ થઇ રહ્યું હતું.

મોડે સુધી ડૉ. વિલિયમ મારો વૃત્તાંત, વિચારો સાંભળતા રહેલા. આખરે ' સી યુ ટુમોરો નાઇટ, માય સન.' કહીને લેન્ટર્નનો પ્રકાશ ધીમે ધીમે હોલવાતો જઇ અદૃશ્ય થઇ જાય તેમ ડૉ. વિલિયમની આકૃતિ અદૃશ્ય થઇ ગઇ.

સવારે ઊઠ્યો ત્યારે મારામાં કોઇ નવી ચેતના ઊભરાઇ હોય તેમ નોર્મલ કરતાં વધારે ફ્રેશ હતો. તૈયાર થઇ હોસ્પિટલની મારી ચેમ્બરમાં બેઠો. સાંજ સુધીમાં છ-સાત, સામાન્ય ઓ.પી.ડી. પેશન્ટ જ આવેલા, પરંતુ આખો દિવસ ડૉ. વિલિયમના વિચારો કરતો કરતો રાત પડવાની રાહ જોઇ રહ્યો.

એ રાત્રે પણ ડૉ. વિલિયમ સાથે બેઠક થઇ. પૂર્વજન્મના કોઇ સંબંધ બાકી હોય તેમ અમારી વચ્ચે આત્મીયતા વધતી ગઇ. ખ્રિસ્તીસંસ્કૃતિ મુજબ એ જ્યારે 'માય સન' કહેતા તે મને ખૂબ ગમતું. છ-સાત દિવસ તો સામાન્ય ઓ.પી.ડી. પેશન્ટોમાં પસાર થઇ ગયા, પરંતુ દર્દીઓની સંખ્યા વધી રહી હતી.

આઠમા દિવસની રાત્રે ડૉ. વિલિયમ સાથે બેઠક ચાલી રહી હતી ત્યારે ડોરબેલ વાગી. મેં પ્રશ્નાર્થભરી દૃષ્ટિ ડૉ. વિલિયમ તરફ નાખી: 'ડોન્ટ વરી માય સન. તું જ મને જોઇ તથા સાંભળી શકીશ,' તેમણે કહ્યું હતું.

ઊતરીને હું ગેટ પર આવ્યો. ચાલીસેક વર્ષનો એક યુવાન પેટ પકડીને અસહ્ય દર્દથી કણસી રહ્યો હતો. સાથે તેની પત્ની તથા વૃદ્ધ બાપ હતાં. મેં તેમને અંદર લીધાં.

વૃદ્ધ બાપ કરગરી રહ્યો: સાહ્ય. ગરીબ માણસ સઇ. ખાનગીમાં બતાવ્યું પણ કહ્યું કે ઓપરેશન કરવું પડશે. પાંત્રીસ, ચાલીસ હજાર ખર્ચ થશે. અમારી શક્તિ નથી, પણ આ દીકરાની પીડા જોઇ શકાતી નથી, એટલે અટાણે આવવું પડ્યું. અમ ગરીબ પર રેમ કરો.

'કંઇ રિપોર્ટ કરાવેલા? સાથે લાવ્યા છો?

'હા', કહેતાં રિપોર્ટની ફાઇલ મારા હાથમાં મૂકી, રેડિયોલોજિસ્ટ ડો. વિજય ભરોડિયાનો એક્સરે તથા સોનોગ્રાફીનો રિપોર્ટ હતો. પેશન્ટને એબ્ડોમિનલ (પેટનું) ઓબ્સ્ટ્રેક્શન (અવરોધ) હતું.

કેસ સર્જિકલ અને ગંભીર હતો, તેમ સામે કણસી રહેલા પેશન્ટની હાલત પણ ગંભીર હતી. તાત્કાલિક ઓપરેશન ન થાય તો આંતરડું ફાટી જવાની સંભાવના હતી. આ મારો પ્રથમ મેજર, સર્જિકલ કેસ હતો આથી ક્ષણિક તો મેં મારી જાત પરનો કોન્ફિડન્સ ગુમાવ્યો, પરંતુ એ સાથે જ ડો. વિલિયમનો અવાજ સંભળાયો: 'ડોન્ટ વરી માય સન.' આથી પેશન્ટને ઓપરેશન થિયેટરમાં લેવરાવી સાથે આવનારને હિંમત આપી બહાર બેસાડ્યા. ઓ.ટી.નો દરવાજો બંધ કર્યો.

હવે ડો. વિલિયમ મારી સામે હતા. 'ઓપરેશન હું કરું છું. તારે પાસે ઊભા રહી જોવાનું છે.' પેશન્ટનાં જરૂરી કપડાં હટાવી હું ડો. વિલિયમ પાસે ઊભો રહ્યો.

પેશન્ટના શરીરથી ત્રણેક ઇંચની ઊંચાઇ પર ડો.વિલિયમના હાથનો પંજો ધીમે ધીમે છાતીથી કમર તરફ સરકો ગયો તેમ તેમ પેશન્ટના પેટ પર ચીરો પડતો ગયો. હવે પેશન્ટનું પેટ અંદરથી ખુલ્લું હતું. અંદરનાં આંતરડાં દેખાતાં હતાં. ડો. વિલિયમનો હાથ ખુલ્લા ભાગ પરથી ઊંચકાતો ગયો તેમ તેમ અંદરનાં આંતરડાં બહાર આવ્યાં. નાના આંતરડામાં થયેલ ઇન્ફેક્શન મને સમજાવ્યું.

ડો. વિલિયમના હાથમાં કોઇ સર્જિકલ સીઝર કે ઇન્સ્ટ્રુમેન્ટ ન હતું. છતાં ઓપરેશન થઇ રહ્યું હતું. આતરડાની સડેલો ત્રણ-ચાર ઇંચનો ટુકડો કપાઇ ગયો, તે ડો. વિલિયમે મને સેમ્પલ તરીકે ફોર્માલીનમાં સાચવી રાખવા આપ્યો.

આંતરડાંના સંધાઇ ગયેલા ભાગ સાથે આંતરડાં પાછા પેટમાં ગોઠવાઇ ગયાં. પેશન્ટના શરીર પર પેરેલલ ફરી રહેલો ડો. વિલિયમનો હાથ અટક્યો ત્યારે પેશન્ટનું પેટ સિવાઇ ગયું હતું. 'બ્લડલેસ, સ્ટીચલેસ ઓપરેશન' હું દિગ્મૂઢ થઇ જોઇ રહ્યો.

આ મારો પ્રથમ મેજર સર્જિકલ પેશન્ટ હોવાથી કંઇ પણ ફી લીધા વગર બીજા દિવસે રજા આપી દીધી.

'સાહ્ય, ગરીબોને લૂંટતા ડોક્ટરોને પૈસા તો મળે પણ અમ જેવા ગરીબના અંતરના આશિષ નો મળે હો, કહેતાં મારા પગ પકડી રડી પડ્યો.

બે નર્સને મેં દિવસની ડ્યૂટી માટે રાખી લીધી. હું એકલો (બેચલર) હોવાથી તેમ કર્યું બાકી તો રાતે ડો. વિલિયમ મારી સાથે જ હોય.

બીજા દિવસે રાતે એક એપેન્ડિક્સનો પેશન્ટ આવ્યો. ડો. વિલિયમના ઇશારે મેં ઓ.ટી.માં લેવરાવ્યો. એ રાત્રે વળી ડો. વિલિયમે આત્માની શક્તિનો એક ઓર કરિશ્મો બતાવ્યો. તેમણે મને કહ્યું: 'માય સન. આપણા દેશમાં લોકો હજી દેહદાનનું મહત્ત્વ સમજ્યા નથી. આથી મેડિકલ સ્ટુડન્ટ્સને કોઇ બિનવારસી લાશ મળી જાય તો જ શરીરની કુદરતી રચના સારી રીતે શીખવા-જાણવા મળે, પરંતુ આટલી બધી મેડિકલ કોલેજોમાં આ કેટલા ? આર્થી મેડિકલ સ્ટુડન્ટસને મોડેલ પરથી શીખવું પડે છે, પરંતુ આજે હું તને ઓરિજિનલ હ્યુમન (માનવ) એનેટોમી (રચના) બતાવું,' કહી પેશન્ટ ઉપર બંને હાથ ફેરવતાં, મારા આશ્ચર્ય વચ્ચે એનું આખું શરીર ટ્રાન્સપરન્ટ (પારદર્શક) બની ગયું. હવે હું આખા શરીર માંહેનું તંત્ર જોઇ શકતો હતો. એપેન્ડિક્સમાંનું ઇન્ફેક્શન પણ હું જોઇ શક્યો. આખરે દર્દીના શરીરને મૂળ સ્થિતિમાં લાવી મને કહ્યું હતું: 'હવે પછીનાં બધાં જ ઓપરેશન્સ તારે મારા માર્ગદર્શન હેઠળ કરવાનાં. ડોન્ટ વરી માય સન. હું તારી સાથે જ રહીશ.' મેં સફળતાપૂર્વક ઓપરેશન કરી દર્દીને વોર્ડમાં એડમિટ કરી દીધો, પરંતુ હવે કોઇને સંદેહ ન થાય, ખોટી અફવા ન ફેલાય તે માટે મેં એક એનેસ્થેટિક ડોક્ટર સાથે કોન્ટ્રાક્ટ કરી લીધો, પરંતુ માર્ગદર્શન માટે તો ડો. વિલિયમ સાથે જ રહેતા.

હવે તો હું ગમે તેવાં અટપટાં ઓપરેશન્સ કરતો જ રહ્યો. ડો. વિલિયમના માર્ગદર્શન હેઠળ મારું દરેક ઓપરેશન સફળ રહેવા લાગ્યું. દર્દીની આર્થિક સ્થિતિ

પ્રમાણે જ ચાર્જ કરતો. પૈસાદાર દર્દીઓનાં બિલ પણ એમના ધારવા કરતાં ઓછાં થતાં ત્યારે કેટલાક સદગૃહસ્થો તો તેમના તરફથી વધારે રકમ મને પ્રેમપૂર્વક ભેટરૂપે સ્વીકારવા આગ્રહ કરતા, અને એ રકમ હું ગરીબ દર્દીઓની ચેરિટીમાં વાપરતો.

મારી ખ્યાતિ ખૂબ જ ફેલાઇ રહી. સદગૃહસ્થો તરફથી ડોનેશનની પણ ઓફરો થવા લાગી. મેં ડો. વિલિયમની સ્મૃતિમાં હોસ્પિટલનું નામ 'ડો. વિલિયમ્સ હોસ્પિટલ' જ રાખેલું, પરંતુ હવે તો મારી હોસ્પિટલ 'ડો. વિલિયમ્સ ચેરિટેબલ હોસ્પિટલ'માં પરિણમી ગઇ. 'નહીં નફો, નહીં ખોટ'ના ધોરણે.

હવે હું ખૂબ જ વ્યસ્ત રહેવા લાગ્યો. સેવાભાવી સ્ટાફ વધારી દેવો પડ્યો. હોસ્પિટલનું બિલ્ડિંગ એક્સ્ટેન્ડ કરવું પડ્યું. વોર્ડ વધારીને વધારે બેડની વ્યવસ્થા કરી. સેવાની મારી ભાવના સાકાર થઇ રહી હતી, પરંતુ બધું જ ડો. વિલિયમના આત્માને આભારી હતું. લોકોમાં માન્યતા બંધાવા લાગી કે " આ ડોક્ટરના માથા પર ડો. વિલિયમનો હાથ છે.'

રોજ રાત્રે ડો. વિલિયમ સાથે મારી બેઠકો ચાલુ જ હતી. હવે આસિસ્ટન્ટ ડોક્ટર્સ અને નર્સના સ્ટાફને વધારવાને કારણે રાત્રે અમે સમય ફાળવી શકતા. મેડિકલ સાયન્સનાં નવાં નવાં સંશોધનોના વોલ્યુમ મારે વાંચવાં ન પડતાં. ડો. વિલિયમના આત્માની શક્તિ આ બધાં સંશોધનોથી આગળ હતી.

એક વાર રાત્રે પ્રેતોનિ અંગે મેં ચર્ચા કરેલી. પ્રેતયોનિના અસ્તિત્વ અંગેનાં ખૂબ ગૂઢ રહસ્યો મને ડો. વિલિયમે સમજાવેલાં. મેં તેમના આત્માના મોક્ષ અંગે પૂછ્યું તેના જવાબમાં તેમણે એટલું જ કહેલું: 'દરેકનો નિશ્ચિત સમય હોય છે. માય સન, ગોડ સામે હાજર થવાના મારા સમયને હજી વાર છે. સમય થશે ત્યારે હું જ તને કહીશ.'

ત્રણ્ક વર્ષથી અધિક સમય ડો. વિલિયમ સાથે મારો નીકળી ગયો. મારી ખ્યાતિ ચોમેર ફેલાતી જઇ રહી હતી. ગરીબ દર્દીનો ધસારો વધી ગયો.

ડો. વિલિયમ આપેલો ગુરુમંત્ર: 'પૈસાને મહત્ત્વ ન આપતો માય સન. પૈસા તો ગોડ તને આપશે. ગરીબના આશીર્વાદ એ જ મોટું કર્મ છે.' અને એ ગુરુમંત્ર મેં છોડ્યો ન હતો-છોડવાનો પણ ન હતો. હું પણ એ જ સિદ્ધાંત લઇ બેઠો હતો.'

111

એનેસ્થેટિક ડોક્ટર યુવતી સાથે મારું એન્ગેજમેન્ટ થયું. મેં તેને મારા સિદ્ધાંત અને ડો. વિલિયમ અંગે બધી જ વાત કરી હતી. સદભાગ્યે એ પણ મારા જેવો જ અભિગમ ધરાવતી હતી. જોકે ડો. વિલિયમના આત્માએ જ મને આમાં પણ પ્રેર્યો હતો.

એન્ગેજમેન્ટ પછી એ ખાસ સમય લઇ મળવા આવતી ત્યારે ડો. વિલિયમ સાથે અમારી બેઠક થતી.

છએક માસ પછી લગ્નગ્રંથિથી જોડાઇ હું મારી પત્નીને હું કલ્યાણગઢ લઇ આવ્યો. એ રાત્રે ડો. વિલિયમ ઓક્ટોપ્લાઝમિક રીતે અમારી સામે દૃશ્યમાન થયા. અમે બંનેએ સાથે નમીને આશીર્વાદ માગ્યા. તેમણે બંને હાથ ઊંચા કરી, 'ગોડ બ્લેસ યુ માય ચાઇલ્ડ,' કહી આશીર્વાદ આપેલા.

અમે ત્રણે બેઠાં.

'માય સન, તેં મને એક વાર મારા મોક્ષ વિશે પૂછ્યું ત્યારે મેં 'સમય આવશે ત્યારે હું જ તને કહીશ' કહ્યું હતું.' આજ મને ડો. વિલિયમના અવાજમાં ગંભીરતા અનુભવાઇ. એમણે આગળ કહ્યું:

"આજે એ સમય આવી ગયો છે. હું-મારી ગરીબોની સેવાભાવનાને જાળવી રાખે, મારી ગેરહાજરી પછી મારા એ મિશનને કાર્યરત રાખે તેવા વારસદારની પ્રતીક્ષામાં હતો. આ ગામમાં આવવા, આ હોસ્પિટલ ખરીદવા મેં જ તને પ્રેર્યા હતો. આટલાં વર્ષની કસોટીમાંથી તું પાર ઊતર્યો છે,' કહોને તે અમને માસ્ટર બેડરૂમમાં લઇ ગયા હતા. મધર મેરીની તસવીરની ફ્રેમમાં, અમને બતાવતાં એક કળ ફેરવી હતી. એ ફ્રેમ દરવાજાની જેમ ખૂલી ગઇ. અમે જોયું તો પાછળના ભાગે એક મજબૂત તિજોરી હતી. ડો. વિલિયમના હાથમાં બે મોટી લાંબી ચાવી હતી. આ ચાવીઓ ડો. વિલિયમના હાથમાં ક્યાંથી, ક્યારે, કેવી રીતે આવી તે અમે સમજી શક્યાં નહીં. પહેલાં એક નંબરની ચાવીથી કળ ખોલી પછી બીજી ચાવીથી કળ ખોલી તિજોરી ખોલી.

અમારા આશ્ચર્ય વચ્ચે ડો. વિલિયમના ખજાનાની જે લોકમાન્યતા હતી તે અમે જોઇ રહ્યાં હતાં. તિજોરીમાં હીરા, માણેક, મોતીજડિત વિવિધ જ્વેલરી વિભાગવાર ખાનાંઓમાં ઝળહળતી હતી:

'કમ, માય ડોટર' કહીં મારી પત્નીને પાસે બોલાવી. એ પાસે ગઇ ત્યારે ડો. વિલિયમે બંને ચાવી તેના હાથમાં થમાવતાં કહ્યું, 'ટેક ઇટ માય ડોટર. એક ફાધર તરફથી ગિફ્ટ...' અને પછી મારા તરફ ફરીને કહ્યું:

'મારી પ્રતીક્ષા પૂરી થઇ માય સન. મારા મિશનને ચલુ રાખજે. ગોડ પાસે જવાનો સમય આવી ગયો છે. હવે હું તને નહીં મળું. ગોડ બ્લેસ યુ માઇ ચાઇલ્ડ,' કહેતાં ઉપર ચડતો ડૉ.વિલીયમનો આત્મા પ્રકાશપુંજ બનીને વિલીન થઇ ગયો ત્યારે અમારી આંખોમાં ચોધાર આંસુ હતાં.

છલના

રાત્રિનો દોઢ વાગ્યો છે. એક ઘડી પહેલાં હું અમારા બેડરૂમમાં ડબલબેડ પર પડેલા મારા નશ્વર દેહમાં હતો. થોડી જ ઘડીઓ પહેલાં મારી નજર સામે બેડ પર પડેલું પાર્થિવ ખોળિયું છોડ્યું છે, જે આજ પંચાવન વર્ષ સુધી આ આત્માનું 'ઘર' હતું.

અત્યારે ગીતામાં ભગવાન કૃષ્ણે કહ્યું છે તેમ હું શાશ્વત આત્મા છું. જેને શસ્ત્રો છેદી શકતા નથી, અગ્નિ બાળી શકતો નથી, પાણી ભીંજવી શકતું નથી, પવન સૂકવી શકતો નથી.

હિન્દુ શાસ્ત્રોક્ત વિધાન પ્રમાણે મારા ક્રિયાકર્મ નહીં થાય ત્યાં સુધી મારે અહીં આસપાસ જ ભટકવાનું છે. બાદમાં મને દેહરૂપી નવું ઘર પ્રાપ્ત થશે. ફરી કોઇ માતાના ગર્ભમાં પ્રવેશી નવો જન્મ પામવાનો છે.

મારા નિશ્ચેતન પાર્થિવ ખોળિયાની બાજુમાં જ મારી પત્ની સૂતી છે. ટૂ-પીસ આછા ગાઉનમાં બાવનમાં વર્ષે પણ એ એટલી જ આકર્ષક દેખાય છે કે હજીયે પુરુષો આકર્ષાય. એનો વાન એટલો ધવલ છે કે હું પ્રેમથી તેને 'ચાંદ' કહેતો.

તેણે મારા પાર્થિવ દેહ તરફ પડખું ફેરવતા ગાઉન ઊંચે ચડી ગયું. તેનાં સુંવાળા શ્વેત પગ ઢીંચણ સુધી ખુલ્લા થયા.

<u>હું શાશ્વત આત્મા છું. જોઇ રહ્યો છું.</u>

પડખું બદલી, આંખ ખોલી, હાથ લંબાવી મને આશ્લેષમાં લેવા મારા દેહને ફેરવવા પ્રયત્ન કર્યો. નિશ્ચેતન જડ દેહ ફર્યો નહીં. નાઇટ લેમ્પના આછા ઉજાસમાં એ મારા તરફ મીટ માંડી રહી. એ બેઠી થઈ ગઈ. મારી છાતીના ડાબા પડખે હાથ રાખ્યો, દબાવ્યો. મારા કાંડાની પલ્સ પર બે આંગળીઓ દાબી પલ્સ જાણવા પ્રયત્ન કર્યો. નાક પર શ્વાસનો સ્પર્શ જાણવા દેહને લંબાવતાં તેની નજર મારી ખુલ્લી આંખો પર પડી. જડ, ખુલ્લી, પ્રેતાત્મા જેવી અપલક આંખો...

તેનાથી ચીસ પડાઈ ગઈ ' આ...નં...દ....'

ચીસ સાંભળી બાજુના બેડ પર સૂતેલા પુત્ર આનંદ 'શું થયું મમ્મી?' પૂછતો આવી ગયો.

'જો તો, તારા પપ્પાને શું થઈ ગયું? જલદી વિપુલ અંકલ (ડોક્ટર)ને ફોન કર.'

પરિસ્થિતિ પામી જઈ આનંદે મારા ડોક્ટર મિત્ર વિપુલને ગંભીરતા સમજાવી આવી જવા કહ્યું. વિપુલ શહેરનો ખ્યાતનામ સર્જન, અમે એક ગામના. નાનપણથી સાથે ભણેલા, રમેલા.

વિપુલે હાર્ટ, પલ્સ, આંખો ચેક કરી. સોરી ભાભી. નો મોર.' કહી સ્ટેથોસ્કોપ ઇમર્જન્સી બેગમાં મૂકતા કહ્યું: 'પોઈઝન કેસ છે ભાભી ! કંઇ વધારે ઝઘડો...?'

'તમારા મિત્રને તો તમે નાનપણથી જાણો છો. જિદ્દી, રિસાળ અને હઠીલો સ્વભાવ. ટસલ તો થયા કરતી, પરંતુ સાવ સામાન્ય ટસલમાં પોઈઝન લેવા સુધીની હદે જશે એવી તો કલ્પનાય નહીં.'

'...હવે એનો દેહ પોસ્ટમોર્ટમમાં ચૂંથાય નહીં એ મિત્ર તરીકે તમારે જોવાનું.'

હું શાશ્વત આત્મા છું. જોઇ રહ્યો છું.

વિપુલે મેસિવ હાર્ટએટેકનું સર્ટિફિકેટ લખી આપ્યું. શુભાંગી- મારી 'ચાંદે' મરણચીસ નાખી. સાંભળીને કેટલાક પડોશીઓ આવી ગયા. આમેય શુભાંગીને સોસાયટીમાં વધુ સંબંધો ન હતા.

આનંદે રડતી આંખે સગાં-સંબંધીઓને ફોન કરી દીધા.

સૌથી પ્રથમ મારી વચલી પુત્રી નંદની જમાઈ સાથે આવી ગઈ. નંદનીએ વડોદરામાં જ લવમેરેજ કર્યા છે. ત્રણ સંતાનોમાં નંદની મારી લાડકી.

'પ...પ્પા, પ...પ્પા' કરીને મારા પાર્થિવ દેહ પર આક્રંદ કરતી નંદનીના માથે હાથ ફેરવી સાંત્વન આપવા, છાની રાખવા હું તડપી ઊઠ્યો, પરંતુ હું લાચાર હતો. કારણ કે અત્યારે હું નશ્વર દેહધારી નહીં, પરંતુ એ દેહને છોડી ચૂકેલો આત્મા છું. મારા સ્પર્શની અનુભૂતિ થઈ શકતી નથી. મારે તો આ બધું જોવાનું જ હતું. શાસ્ત્રોમાં કહ્યું છે ને કે મૃતક પાછળ જેટલી રોકકળ - કલ્પાંત કરો તેટલું આત્માને દુ:ખ થાય.

સવારે આઠેક વાગે અમદાવાદ સર્વિસ કરતી મારી મોટી દીકરી દામિની તેની અમદાવાદવાળી રેખામાસી સાથે આવી ગઈ.

આવનારાં જૂજ સગાંવહાલાં આવી ગયાં. માણસાઈને નાતે સોસાયટીના અન્ય મેમ્બર્સ પણ આવી ગયા.

શબવાહિનીને ફોન કરી ટાઈમ આપી દેવામાં આવ્યો. બીજી તરફ એ પાર્થિવ દેહને સ્મશાને પહોંચાડવાની વિધિ શરૂ થઈ.

મારી પાટલા સાસુ (મોટી સાળી) રેખાએ નાની બહેન- મારી ધર્મપત્નીને ચૂડીકર્મ કરાવ્યું. શુભાંગીએ ધવલવસ્ત્રોમાં વધુ શોભતા દેહે હાથ પછાડ્યા. તડ... તડના અવાજ સાથે તૂટેલી ચૂડીઓના ટુકડા મારા દેહ પર પધરાવી શુભાંગી હૈયાફાટ આક્રંદ કરતી મારા મૃતદેહને વળગી પડી 'ન જા રાજ, મને એકલી મૂકીને ન જા' કહેતી બેહોશ થઇ ઢળી પડી. કઠોર હૈયાના માણસોનાં પણ દિલ દ્રવી ઊઠ્યાં.

હું પ્રેમથી તેને 'ચાંદ' કહેતો અને એ મને 'રાજ' કહેતી. પ્રૌઢાવસ્થાના ઉત્તરાર્ધમાં પણ શ્વેતવસ્ત્રોમાં એ 'પૂર્ણ ચાંદ' જેવી ઝલકતી હતી. એના આક્રંદિત દેહને આશ્લેષમાં લઇ લેવાનું મને મન થયું. તેને કેટલીયે વાર આશ્લેષમાં જકડી રાખી અધરામૃતનું પાન કરતાં કરતાં, ધીરે ધીરે મારા હાથ અટકચાળે ચડતા ત્યારે 'હ.દ....હવે કંઇ નાના નથી.' કહીને મને ધક્કો મારી આંખોનો માદક નઝારો કરી છૂટી જતી.

'નાનો કે મોટો, હું તો એંશી વર્ષનો થઇશ તોયે આવો જ રહેવાનો. તારા આ રસભર્યા હોઠોનું અધરામૃત ચૂસતો ચૂસતો હાર્ટ એટેકથી એઈને તારા ખોળામાં જ મરી જઇશ.' કહેતા ફરી તેને પકડી આશ્લેષમાં લઇ તેની છાતીમાં માથું મૂકી ગંભીર થઈ જતો.

ત્યારે એક વહાલસોઈ પત્ની બની એ મારા વાળ પસવારતાં પૂછતી: ' શું થયું રાજ? કેમ ગંભીર થઈ ગયો?'

'કંઇ નહીં. વિચારું છું કે તને ભવિષ્યમાં મારા તરફ અણગમો થશે તો?'

'રાજ, આવું કેમ વિચારે છે?'

'અતિ પ્રેમ સારો નહીં. મને તારા પર અતિ પ્રેમ છે એથી.' હું કહેતો.

'ખોટી કલ્પના છોડી દે, ચાલ સૂઇ જા જોઇ' કહી એ મને બેડ તરફ દોરી જઈ, પડખું આપી માથા પર હાથ પસવારતી રહેતી અને નાના બાળકની જેમ તેના વક્ષમાં માથું ભરાવી સૂઈ જતો, પરંતુ અત્યારે હું લાચાર છું.

દેહમાંથી આત્માની જુદાઈ એટલે મૃત્યુ. મૃત્યુ એટલે ઋણાનુબંધનું પૂરું થવું. તેમ આજે આ જન્મના ઋણાનુબંધ શુભાંગી સાથે પૂરા થયા.

મારા નાશવંત દેહરૂપી ઘરને અગ્નિસંસ્કાર કરવાની તૈયારી થઈ ગઈ. શબવાહિની આવી ગઈ. શબને તેમાં મૂકવામાં આવ્યું. આનંદ અગ્નિની દોણી લઈ આગળ બેઠો. સમાયા તેટલા પ્રૌઢો પણ બેઠા. બાકી સહુએ પોતપોતાની રીતે પાછળ પાછળ સ્મશાન તરફ પ્રયાણ કર્યું. માંડ માંડ તેને છૂટી પાડી.

ચિતા પર મૃતદેહને સૂવરાવી ઉપર લાકડાં ખડકાયાં. દોણીમાં લાવેલ અગ્નિ દ્વારા સૂકી કડબનો પૂળો સળગાવી આનંદે શબનાં ચરણોને ચાર વાર ચરણસ્પર્શ કરતાં ચાર પ્રદક્ષિણા ફરી મારા જમણા પગના અંગૂઠે આગ ચાંપી. અગ્નિ પ્રજ્વળી ઊઠ્યો.

'કેટલી ઉંમરે પહોંચ્યા હશે?' કોઇએ આનંદને પૂછ્યું.

'પંચાવન' આનંદે જવાબ આપ્યો.

'ઓહ... ઘણાં નાના કહેવાય.' સામેનાએ દર્દ વ્યક્ત કર્યું.

'વન વટાવી ગયા હોત તો ચિંતા નહીં. વન-પનથી બચે એ ભાગ્યશાળી.'

'આપણા હાથની વાત થોડી છે? ઈશ્વરઈચ્છા બળવાન. જન્મની સાથે જ મૃત્યુ લખાઈને આવે છે. પાંચમની છઠ થતી નથી.' વગેરે ફિલોસોફી ડાઘુઓ ટાઇમપાસ કરવા ડહોળતા હતા.

<u>હું શાશ્વત આત્મા છું. જોઇ રહ્યો છું.</u>

ભડથું બનાવવા રીંગણ શેકાય તેમ મારો પાર્થિવ દેહ ભડભડતી આગમાં બળી રહ્યો છે. વાળ સળગીને ખોપરીએ આગ પકડી. કોઇએ લાકડાં ઉપાડી ખોપરીમાં જોરથી ગોદો માર્યો, ખોપરી ફાટી ગઇ. અંદરથી મગજનો લોચ્યો બહાર સરી પડ્યો. આ 'ખોપડી'માંથી શુભાંગી સાથે 'તોફાન' કરવા કેવા કેવા તુક્કા પેદા થતા!

ચિંતામાં છાતીનો ભાગ બળવામાં વાર થતી હતી. 'લોટામાં ઘી છે તેને વાંસ સાથે બાંધી એ ભાગ પર રેડી દે બેટા. ઝડપ થશે...' કોઇએ આનંદને સૂચન કર્યું. ઉપર બે-ત્રણ મૂઠીઓ ભરી તલ ફેંકવામાં આવ્યા. ભડભડાટ અગ્નિશિખાઓ પ્રજ્વળી ઊઠી.

હવે એ છાતીનો ભાગ પણ ભસ્મીભૂત થવાની તૈયારીમાં હતો, જેમાં મારું 'દિલ' હતું અને એ દિલોજાનથી મેં શુભાંગીને ચાહી હતી. એ મારી પ્રેમારાધ્ય હતી.

હજુયે એ ક્ષણો મને બરાબર યાદ છે. ત્યારે બે-ત્રણ વર્ષથી મને મેલ ટ્રેનના ગાર્ડ તરીકે પ્રમોશન મળી ગયું હતું. મેં વ્હિસલ મારી, લીલી ઝંડી ફરકાવી એન્જિન ડ્રાઈવરને 'ઓલ રાઇટ' આપી દીધેલું. ટ્રેન ધીમી ગતિએ ચાલી રહી. મારે ગાર્ડ બ્રેકવાનના દરવાજે ઊભા રહી નિશ્ચિત સમય સુધી ઝંડી ફરકાવવાની હોય

ત્યારે એ ગતિ પકડી રહેલી ટ્રેનની પાછળ પાછળ દોડી આવતી હતી. મારી બ્રેકવાન સુધી પહોંચી ગઈ હતી. બ્રેકવાનની આગળ લેડીઝ કોચ લગાવવામાં આવે છે. મને લાગ્યું કે એ ત્યાં પહોંચવા પ્રયત્ન કરે છે, પરંતુ નહીં પહોંચી શકે!

મેં હાથ લંબાવ્યો. તેણે એ પકડી લીધો. મેં હળવેકથી તેને મારી બ્રેકવાનમાં ખેંચીને ચઢાવી દીધી. દોડવાથી એ હાંફી રહી હતી. કુરતા-સલવારમાં હાંફતી એ જળમાંથી ફેંકાઈ ગયેલી કોઈ મત્સ્યકન્યા જેવી લાગતી હતી, મેં સામેની સીટ પર બેસવા સંકેત કર્યો. એ બેઠી, પરંતુ હજુ પણ તેનો શ્વાસ બેઠો ન હતો. મેં જગમાંથી પાણીનો ગ્લાસ ભરીને આપ્યો. પીધા પછી તેના મોં પર રાહતની સુરખી ફેલાઈ. રેલવેની અને તેમાંય ગાર્ડની નોકરીમાં બહુ સ્ત્રીઓ જોઇ હતી, પરંતુ સાચું કહું તો જિંદગીમાં પ્રથમ વાર જ મળેલ મારી કલ્પનાનું એ પાત્ર હતી.

જામનગર નર્સિંગ કોલેજના સેકન્ડ યરમાં એ નર્સિંગનો કોર્સ કરતી હતી. રાજકોટ નજીકનું ગામ તેનું વતન હતું. આથી વીક-એન્ડમાં કે અન્ય રજામાં એ ઘેર આવતી.

આજે રાજકોટ આવવા બસ મોડી પડવાથી એ દોડતી પ્લેટફોર્મ પર આવી હતી, પરંતુ ટ્રેન છૂટી ગઈ હતી. આખરે મેં મારી બ્રેકમાં તેને ખેંચી લીધી હતી.

કહેવાય છેકે સાચો પ્રેમ કરાતો નથી, થઈ જતો હોય છે. અમારું પણ તેવું જ થયું. રજાઓમાં નક્કી કરેલા શિડ્યુલ પ્રમાણે મારી બ્રેકવાનમાં એ આવતી-જતી થઇ ગઈ. ગાર્ડ બ્રેકવાનમાં અમે પેસેન્જર બેસાડી ન શકીએ, પરંતુ સ્ટાફમાં હવે તો એ મારી ભાવિપત્ની તરીકે જાણીતી થઈ ગઈ હતી. એકાદ વર્ષ પછી અમે સિવિલમેરેજ કરી લીધાં.

હું શાશ્વત આત્મા છું. બધું જોઇ રહ્યો છું.

મારા દેહની ચિતા ઠારી સૌ પાછા ફર્યા. પંચાવન વર્ષની વયે તો- યુવાનીમાં મારા દેહસૌંદર્ય પર મુગ્ધાઓ સાથે પરિણીતાઓ પણ આકર્ષાતી છતાં જેને મન શુભાંગી જ માત્ર સર્વસ્વ હતી તે દેહ ભસ્મીભૂત પણ થઈ ગયો!

અમારાં લગ્ન પછી શુભાંગીની ટ્રેનિંગ પૂરી થઈ. મારું હેડક્વાર્ટર રાજકોટ હતું. આથી શુભાંગીને પણ ગવર્મેન્ટ હોસ્પિટલમાં રાજકોટમાં જ સર્વિસ મળી ગઈ.

વર્ષો વિતતાં ગયાં. તેનાં માતા-પિતા સંસારમાંથી વિદાઈ લઇ ગયાં. રેખાના લગ્ન તો અમદાવાદમાં જ થયાં હતાં. તેના ત્રણે ભાઈઓ પણ અમદાવાદમાં ધીમે ધીમે શિફ્ટ થઈ ગયા. અમે પણ બે પુત્રીઓ તથા એક પુત્રના માતા-પિતા થયાં.

એકાવનમે વર્ષ મને વોલન્ટરી રિટાયરમેન્ટ લેવાનું મન થયું. રોજની દોડધામનો હવે કંટાળો આવતો હતો. આજે આ લાઈન પર તો કાલે બીજી લાઈન પર. ટર્મિનસ પર પુરુષ રસોયાના હાથની રસોઈ ખાવી પડે.

વળી એકાવન વર્ષે મારી સર્વિસ પણ ક્વોલિફાઈ થઇ ચૂકી હતી. પેન્શનના બધા જ હક્ક પ્રાપ્ત થતા હતા.

જોકે, દોડધામનો કંટાળો વગેરે તો એક માનસિક બહાનું હતું. ખરેખર તો બસ હવે શક્ય તેટલું શુભાંગીના સાંનિધ્યમાં જીવવું હતું. ખૂબ પ્રેમ માણવો હતો. બાળકો પણ મોટાં થયાં હતાં. તેના ભવિષ્યના અજ્યુકેશન માટે મેં વડોદરામાં થોડાંક વર્ષો પહેલાં ડુપ્લેક્સ પણ લીધો હતો. આજે એ પણ ત્રીસ-ચાલીસ લાખનો ગણાય. જોકે, શુભાંગીની હઠ તો અમદાવાદમાં સ્થિર થવાની હતી. ત્રણે ભાઈઓ અને મોટી બહેન રેખા ત્યાં હતી. રેખા સરકારી પ્રાથમિક શાળામાં આચાર્ય હતી.

અમદાવાદ કરતાં વડોદરા બાળકોના એજ્યુકેશન અને ભાવિ માટે સારું હતું. વડોદરા સંસ્કાર નગરી ગણાય છે.

બીજી તરફ મને કુદરતી જ રમા તરફ કોમ્પ્લેક્સ બંધાઈ ગયેલો. એ બાઈ મને પ્રેક્ટિકલ નહીં, પરંતુ સ્વચ્છંદી લાગતી. એ હંમેશાં શુભાંગીને અમદાવાદ શિફ્ટ થવા ઉકસાવતી રહેતી. એ વાત પર અમારે અવારનવાર ઝઘડા થવા લાગ્યા હતા.

જ્યારથી મેં અમદાવાદને બદલે વડોદરામાં મકાન લીધું ત્યારથી અમારી વચ્ચે મતભેદ પેદા થતો ગયો હતો. સ્ત્રી અહમ્ અસંતુષ્ટાયો હતો, પરંતુ સ્પષ્ટ થતો ન હતો.

આખરે મેં વોલન્ટરી રિટાયરમેન્ટ લઈ જ લીધું. બરોડા શિફ્ટ પણ થઈ ગયા અને શુભાંગીની ટ્રાન્સફર પણ ત્યાં કરાવી લીધી. મને હતું કે હવે મારા અઢળક પ્રેમમાં એવી તો ડુબાવી દઈશ કે અમદાવાદ ભૂલી જશે, પરંતુ આ મારી ભ્રમણા હતી.

પહેલાં તો પત્રથી કે વધુ જરૂરી હોય તો લેન્ડલાઈન કે એસટીડી ફોનથી સંપર્ક કરવો પડતો અથવા રૂબરૂ જવું-આવવું પડતું. પરંતુ મોબાઈલનો યુગ આવતાં મેં એક મોબાઈલ ઘરમાં શુભાંગી માટે વસાવ્યો એ મારી સૌથી મોટી ભૂલ હતી. દિવસમાં અવારનવાર બંને બહેનો વચ્ચે વાતો થવા લાગી. વળી મોટી દીકરી દામિનીને અમદાવાદમાં નોકરી મળી ગઈ. નંદીનીએ અઢાર વર્ષ પુરા થતાં પ્રેમલગ્ન કરી લીધાં. આનંદ હજુ નાનો અને નાદાન હતો.

સોળ-સત્તર લાખ રૂપિયા પીએફ તથા ગ્રેચ્યુઇટીના મળ્યા હતા. અગિયાર હજાર જેટલું પેન્શન બંધાયું હતું. શુભાંગીની સર્વિસ પણ ચાલુ હતી. બાકી જિંદગી સુખેથી વીતે તેમ હતી, પરંતુ રેખા અમારા પ્રેમાળ જીવનમાં 'મંથરા' બની. સમાજમાં કે સગામાં જ્યારે મંથરા' પેદા થાય ત્યારે અઘટિત ફળ જ મળતું હોય છે. જોકે, આમાં એક ગુપ્ત કારણ હતું જે મેં મારા સાલસ સ્વભાવને કારણે શુભાંગી આગળ પણ છુપાવી રાખેલું.

રેખાએ પ્રથમ પતિને નપુંસક ઠરાવી ડાઇવોર્સ મેળવી બીજાં લગ્ન કરેલાં. તે પતિ પણ બે સંતાનો મૂકી ટૂંક સમયમાં જ મૃત્યુ પામેલો. હવે રેખા ઉપર-કોઇનું બંધન ન હતું. એ અવારનવાર રજાઓમાં મારી સાથે રાજકોટ આવતી. રેખા આવતી ત્યારે હું ક્વોર્ટરમાં અલગ રૂમમાં સૂતો. એક રાતે શુભાંગી ના સૂઈ ગયા પછી ચૂપચાપ રેખા મારા રૂમમાં આવીને મારા પડખામાં સૂઈ ગઈ હતી.

જ્યારે મારે શુભાંગીથી અલગ સૂવાનું થાય ત્યારે ઊંઘ ન આવતી. શુભાંગીનો હાથ માથા પર ફરે ત્યારે જ તેને આલિંગીને સૂઈ જવાની આદત પડી ગઈ હતી. રેખા અંદર આવીને સૂઈ ગઈ. ત્યાં સુધી આંખો મીંચીને પડ્યો હતો.

પ્રથમ તો મને લાગ્યું કે શુભાંગી હશે. દરેક પતિ-પત્ની પરસ્પરના સ્પર્શને ઘોર અંધકારમાં પણ પારખી જાય છે. મને શુભાંગી નથી ખ્યાલ આવતાં ચૂપચાપ ઊઠીને ડ્રોઇંગરૂમના સોફા પર જઈ મેગેઝિન વાંચવા લાગેલો, એ પણ ચૂપચાપ આવી હતી તેમ શુભાંગી પાછી જતી રહેલી. મૂંગી ફિલ્મના જેવો શોટ ભજવાઈ ગયેલો.

સેક્સના અસંતોષ છંછેડાયેલી અભિસારિકાની આ હવે પ્રતિશોધ હતી. મોટીબહેનની મનમૂર્તિ ખંડિત ન થાય એથી શુભાંગીથી આ વાત છુપાવેલી. જો આ ઘટનાની જાણ કરી હોત તો સ્ત્રીસહજ એ રેખાથી અંતર રાખત.

ડાઘુઓની સાથે હું પણ ઘેર પાછો ફર્યો. અડવા હાથે, કોરા કપાળ અને કોરી માંગ સાથે એ- મારી ચાંદ સફેદ વસ્ત્રોમાં બૈરાઓથી ઘેરાઇને બેઠી હતી. હજુયે એવી જ દેહયષ્ટિ જળવાઈ રહી છે. લગ્ન પછી અમે પંદરેક દિવસ કાશ્મીર-શ્રીનગર ગયાં હતાં. હૂંફાળા તાપમાં જોવાલાયક સ્થળોએ ફરીને ઠંડી વળતાંજ હોટેલના રૂમમાં કાશ્મીરી ઉનના ગરમ રગમાં વસ્ત્રો ફેંકીને એકાકાર થઈ જતાં. આ ઉજ્વલ દેહનો હું સંપૂર્ણ ઉપભોક્તા હતો. અત્યારે પણ તેને આશ્લેષમાં લેવાનું મન થયું, પરંતુ હું લાચાર છું. અત્યારે એ ઉજ્વલ દેહી 'ચાંદ'નો પતિ નહીં, પણ આત્મા છું.

સ્મશાનેથી આવીને સ્થાનિક લોકો વીખરાયા, બહારથી આવનાર તો રેખા અને તેના પિયરિયાં જ હતાં.

સૂવાની વ્યવસ્થા કરી શુભાંગી અને રેખા અમારા બેડરૂમમાં રાત્રે એકલાં પડ્યાં.

હું શાશ્વત આત્મા છું. જોઇ રહ્યો છું:

'વડોદરામાં ડુપ્લેક્સ લેવાનું વિચારતા હતા ત્યારથી જ હું કહેતી હતી કે અમદાવાદ મકાન રાખો.' રેખા કહેતી હતી.

'શું કરું રેખા, એ માનતા જ ન હતા. એક જ દલીલ કરતા અમદાવાદમાં તારાં પિયરિયાં. એ ગામમાં તો શિફ્ટ થવું જ નથી. છોકરાઓના એજ્યુકેશન માટે વડોદરા જેવું ક્યાંય નહીં! ખાસ તો તેને તારા તરફ કોણ જાણે કેવા કોમ્પલેક્સ બંધાઈ ગયેલા કે ' રેખા હોય ત્યાં તો નહીં જ'.

'આખરે તેં ધાર્યું પાર પાડ્યું!' રેખા.

'પણ શું કરું રેખા? આ સિવાય છૂટકો જ ન હતો. મિલકત મારા નામે હોય તો હું વેચીને અમદાવાદ આવતી રહુંને ! એ કંઇ વે કરે નહીં કે મિલકત વેચે નહીં. છેવટે, રાત્રે સૂતી વખતે નવશેકું, ગળ્યું દૂધ પીવાની એમને ટેવ તે દૂધમાં નાખી દીધું. આમ બિચારા ભોળા. મારા પર અવિશ્વાસ નહીં.' શુભાંગી,

'તારું જબરું નાટકા બધા તારી દયા ખાય છે.' રેખા.

વિપુલે (ડોક્ટર) પણ માની લીધું કે આવેશમાં રાજે આપઘાત કરી લીધો.' શુભાંગી.

'બધું વેચી મારે તો કેટલી રકમ થાય?' રેખા.

'જોને, આ મકાન ચાલીસેક લાખનું, આનંદ માટે કોમર્શિયલ જગ્યા ધંધા માટે લીઘેલી તે દસેક લાખની. બીજા ત્રીસેક લાખ ડબલમાં પડ્યા છે એ પણ પાકવા આવ્યા છે!' શુભાંગી,

થોડી વાર રિક્તતા છવાઇ રહી.'રેખા, ઊંડે ઊંડેથી થાય છે. કે મેં આ ખોટું કર્યું.' કહેતા શુભાંગીથી એક ઊંડો નિશ્વાસ નખાઇ ગયો.

'ખોટું શું? તારો બનેવી શું કુદરતી મોતે મર્યો છે? તને તો ખબર છે અમે ભાડે રહેતાં, અમારું આવડું મોટું ઘર. અમદાવાદમાં કંઇ એમના ટૂંકા પગારમાં થાય? એમનો મોટો વીમો ઉતરાવેલો. પ્રિમિયમ મારા પગારમાંથી ભરતી. મારે તો કેટલી ધીરજ રાખવી પડી. સ્લો પોઇઝનથી એવી હાલત કરી કે વીમા કંપની પણ લાંબા ગાળાની બીમારી સમજી બેઠી. વીમોય પાકી ગયો ને ચાલુ નોકરીએ મરણ થતાં કંપની તરફથી પણ મોટી રકમ મળેલી. કહેતાં કુરુક્ષેત્રના મેદાનમાં અર્જુનને શ્રીકૃષ્ણે કહેલું તેમ રેખાએ કહ્યું: 'શોક છોડી દે. બધું વેચી નાખ. મારી સોસાયટીમાં એક બંગલો વેચાઉ છે.'

'પણ રેખા, થોડું ઠંડું પડવા દે. કોઇને શંકા ન પડે, વળી મિલક્ત એમ પાણીના ભાવે થોડી કાઢી નખાય! ભાવ તો આવવો જોઇએને!'

શુભાંગીએ કહ્યું તો ખરું પણ રેખાએ પતિના મોતનું રહસ્ય ખુલ્લું કર્યું તે જાણી એ અવાક થઇ ગઈ. જે બહેનને વડીલ, પોતાની હિતેચ્છુ માનતી હતી તે બહેને...? રાત આખી એ સૂઇ ન શકી.

હું શાશ્વત આત્મા છું. જોઇ રહ્યો છું:

મારા બધા દૈહિક મિત્રો શોક જતાવી ગયા. એક માત્ર મારા વિશ્વાસુ (દૈહિક) મિત્ર એડવોકેટ ઇસ્માઇલ પટેલ એક કેસ સબબ દિલ્હી ગયેલા તે પણ ક્રિયાના દિવસે આવી ગયા.

વિધિની ક્રિયા પૂરી થઈ. શોક વ્યક્ત કરવા એ અંદર ગયા : બહુ ખોટું થયું ભાભી, હું તો એક કેસ સબબ દિલ્હી ગયો હતો. સવારની ફ્લાઇટમાં આવતાં ખબર પડી.' એડવોકેટે શોક વ્યક્ત કરી કહ્યું: 'ખુદા એને જન્નત બક્ષે.'

એડવોકેટ ઇસ્માઇલભાઈએ આગળ કહ્યું,

'એના આત્માને સંકેત તો મળી જ ગયો હતો કે આવું કંઇક થવાનું છે.' 'તમને કદાચ જાણ કરી હોય કે ન કરી હોય, ખબર નથી, પણ કહું કે છ મહિના પહેલાં તેણે એક ટ્રસ્ટ રજિસ્ટર કરાવેલું, મને પણ ટ્રસ્ટી મંડળમાં રાખ્યો છે. અને તેમણે ગયા મહિને મારી પાસે એક વિલ કરાવી કોર્ટમાં રજિસ્ટર કરાવેલું છે અને એ વિલ પ્રમાણે તેણે તેની સ્થાવર, જંગમ, ફિક્સ્ડ જે કંઇ મિલકત તેને નામે છે તે તમામ ટ્રસ્ટને અર્પણ કરેલ છે.'

હું શાશ્વત આત્મા છું...

સવાયો દીકરો

આજે રક્ષાબંધનનો દિવસ છે. હું કલ્પનાની રાહ જોઈ બેઠો છું. કલ્પના મારાથી નાની, મારી માનેલ બહેન છે.

જ્યારથી અમારા ભાઈ-બહેનના સંબંધો બંધાયા ત્યારથી રક્ષાબંધનના દિવસે એ અચૂક આવે જ. તેની લેડીઝ પર્સમાં ત્રણ નાની નાની પડીકીઓ હોય. એકમાં કંકુ હોય, બીજીમાં ચપટી ચોખા, ત્રીજીમાં સાકર અને પર્સમાં એક રાખડી હોય.

એ આવીને સીધી રસોડામાં જાય, એક નાનકડી થાળી ઉઠાવે, તેમાં એક તરફ કંકુની ઢગલી કરે, બીજી તરફ ચોખાની અને ત્રીજી તરફ સાકરની ઢગલી કરે, થાળી વચ્ચે રાખડી મૂકે. પછી પાણીમાં આંગળીઓ બોળી કંકુ ઉપર થોડું રેડી કંકુ ઘૂંટી બેઠક રૂમમાં આવે. મારા કપાળે કંકુનો ચાંદલો કરી ચોખા ચોડે પછી રાખડી ઉપાડી મારા જમણાં કાંડે બાંધી, થાળીમાં ખડી સાકરની કરેલ ઢગલીમાંથી મારા મોઢામાં સાકર મૂકી, નમીને આશીર્વાદ માગે. હું તેના માથા પર હાથ મૂકી મનથી આશીર્વાદ દઈ તેના ભાલને મોટાભાઈ તરીકે લાગણી- પૂર્વક ચૂમી લઉં; ત્યારે તેની આંખોમાં આંસુની લકીર ઝળકી ઊઠે. 'ભાઈ!' એટલું બોલી તેનું માથું મારા ખભા પર ઢાળી દે. હું તેના માથા પર થોડી ક્ષણો વહાલપૂર્વક મારો હાથ પસવારતો રહું.

કલ્પના ભલે સગી બહેન નથી પરંતુ તોયે કલ્પના મને સગી બહેન કરતાંયે વહાલી છે; અને એ વહાલનું કારણ આપને આગળ સમજાશે; પરંતુ દર વર્ષે રક્ષાબંધનને દિવસે આ કલ્પનાનું રુટિન.

યુવાવસ્થા ને પાર કરી રહેલ કલ્પનાબહેન - થોડાં વર્ષ પહેલાં જ્યારે હું ટ્રાયબલ એરિયાની એક એન.જી.ઓ. સંસ્થાના ટ્રસ્ટ સંચાલિત સામૂહિક આરોગ્ય કેન્દ્ર(સી.એચ.સી.)માં સેવા આપતો હતો ત્યારે અમારા આરોગ્ય કેન્દ્રમાં સંસ્થાએ બી.એ. સુધી ભણેલ કલ્પનાબહેનને કલેરીકલ વર્ક માટે રાખેલાં.

એ સમયે તેની ઉંમર તેત્રીશ વર્ષની હતી. છતાં કલ્પનાબહેન છતાં કુંવારા હતાં. અમારી સંસ્થામાં સામૂહિક આરોગ્ય કેન્દ્ર ઉપરાંત કૃષિ- વિકાસ, વૉટર શેડ, એકથી સાત ધોરણની આશ્રમ શાળા, બાર ધોરણ સુધી માધ્યમિક તથા ઉચ્ચતર

માધ્યમિક હાઈસ્કૂલ તથા બી.આર.એસ. કોલેજ જેવા અન્ય પ્રોજેક્ટ પણ હતા. આથી સ્ટાફ મોટો હતો.

નીચા બાંધાની, તેત્રીશ વર્ષની સુગઠિત કુમારી કાયા ધરાવતી કલ્પના અંગે સંસ્થામાં છાની છાની ચર્ચાઓ થવા લાગી—વિષય હતો, કલ્પનાબહેનનું 'કુંવારાપણું.'

થોડા ટાઇમમાં કલ્પબનાબહેનના ચારિત્ર્ય અંગેની 'કલ્પના' સૌ પોતપોતાની રીતે ઘડવા લાગ્યા.

અમારા સ્ટાફમાં પણ કલ્પનાબહેન અંગે અવનવી ધારણાઓ મુખ્ય તો 'કલ્પનાબહેનના ચારિત્ર્ય' અંગે ગુસપુસ થવા લાગી.

કલ્પનાબહેન અપ-ડાઉન કરતાં. હું સંસ્થામાં સ્થાનિક હતો. મારું રહેવા-જમવાનું સંસ્થા તરફી હતું; પરંતુ કલ્પનાબહેન ક્યારેય સંસ્થામાં જમતાં નહીં. તેમણે કેન્ટીનનો ભોજન-ચાર્જ ચૂકવવો પડે.

સવારે નવ વાગે આવી સાંજે પાંચ પંછી પાછાં નીકળતાં. હું ક્યારેક જમવા અંગે પૂછતો તો એ કહેતાં, 'હું તો હંમેશ એક ટાઇમ સાંજે ઘેર જઈ જમું છું.'

એક દિવસ ઓ.પી.ડી. પછી બપોરે જમીને હું મારી ઑફિસમાં મારા ટેબલ પર આવ્યો. મેં તેમને બોલાવ્યાં. અમે બેસીને પરસ્પર ખૂબ અંગત વાતો કરી.

મેં તેને બહુ જ સ્પષ્ટ-નિખાલસતાપૂર્વક તેના અંગે સંસ્થામાં થતી ચર્ચાઓ બારામાં પ્રશ્નો પૂછ્યા.

'તેત્રીશ વર્ષની અપરણિત યુવતી તરીકે હું જ્યાં જ્યાં જાઉં છું ત્યાં અંદરોઅંદર આવી જ ચર્ચાઓ થાય છે - થાય જ! મારે કાને પણ આવે !' તેમણે કહ્યું હતું; 'પણ મને સમજવાની કોઈએ કોશિશ નથી કરી.'

'મારી તેત્રીશ વર્ષની ઉંમર અને અપરણિત હોવાની વાત જાણી, સાંભળી, દરેક મને નોકરી પર રાખી લ્યે છે પરંતુ પછી સૌ મારો શારીરિક લાભ ઉઠાવવના પ્રયત્નમાં લાગી જાય છ અને છેવટે મારે નોકરી છોડવી પડે છે.'

'તમે આ, જે નિખાલસતાપૂર્વક ચર્ચાતા મારા ચારિત્ર્ય અંગે પ્રશ્નો કર્યા. મારી ઉંમર અને 'અપરણિત' સાંભળતાં જ દરેકની દૃષ્ટિમાં લોલુપતા આવી જાય છે. આજે ભલે તમે પણ મને કોઈ અપરણિત યુવતી જવાબ ન આપી શકે કે ગુસ્સે થઈ

જાય તેવા પ્રશ્નો કર્યા પરંતુ તમારી આંખોમાં, તમારા સંવેદનશીલ હૈયાની પારદર્શકતા દેખાય છે. તેમાં લોલુપતા નથી, મને ભોળવવાનો પ્રયત્ન નથી, છે માત્ર મને સમજવાની નિર્દોષિતા – તો સાંભળી; અમારા મધ્યમવર્ગી પરિવારમાં પ્રૌઢ માતા-પિતા, એક ભાઈ અને હું – એક બહેન હતાં. હું બી.એ. સુધી ભણી; પણ મારો લગ્નકાળ ગણાય તેવી મારી ઉંમરે ભાઈ અચાનક ગાયબ થઈ ગયો.'

'એ સ્વેચ્છાએ ભાગી ગયો, કોઈ કિડનેપ કરી ગયું, તેનું ખૂન થઈ ગયું કે આપઘાત કર્યો, કંઈ જ જાણી ન શકાયું.'

તેની તપાસ કરવામાં મેં અને પિતાજીએ ખૂબ દોડધામ કરી - માનતાઓ કરી - તેમાં મારાં લગ્ન માટે જે કંઈ બચત હતી તે ખર્ચાઈ ગઈ. છેવટ પરિણામ શૂન્ય આવ્યું. પિતાજી આઘાતથી ભાંગી પડ્યા. આ વાતને વર્ષો થઈ ગયાં છે. છતાં હજી તેનો પત્તો પોલીસ પણ મેળવી શકી નથી. આઘાતે ભાંગી પડેલ પ્રૌઢ પિતાને અકાળે વૃદ્ધત્વે ઘેરી લીધા. ભાંગી પડેલ પિતા-માતાની જવાબદારી દીકરો બનીને મેં ઉપાડી લીધી. 'ભાઈ પાછો આવશે'ની આશામાં લગ્નકાળ વીતતો ચાલ્યો. કહેવાય છે ને કે 'પડે છે ત્યારે ચારે તરફથી પડે છે.' તેમ થોડાં વર્ષ પછી ભાંગી પડેલા વૃદ્ધ પિતાને પક્ષાઘાતનો હુમલો થયો. આજે માતા-પિતા બન્નેની જવાબદારી કુંવારી રહી હું નિભાવી રહી છું. આજે ભાઈ હોત તો...' કહી ટેબલ પર માથું ઢાળી એ સિસકી ઉઠ્યા.

હૈયું હળવું થવા દેવા ખાસો સમય રડવા દઈ ટેબલ પર ફેલાયેલા તેના હાથ અને ઢાળેલ માથે સિસકતી કલ્પનાનો એક હાથ ગ્રહી મેં તેના પંજાને વહાલપૂર્વક ચૂમી લઈ તેના માથા પર હાથ ફેરવી; બહેન, આજની સ્ત્રીઓ ગર્ભમાંના ભ્રૂણનું સેક્સ-પરીક્ષણ કરાવી દીકરી હોય તો ગર્ભપાત કરાવી નાખે છે પણ તેને ભાન નથી કે ગર્ભમાં તારા જેવી દીકરીઓ પણ હોય છે! એ ભ્રૂણહત્યાથી તેઓ દીકરી નહીં પણ તારા જેવા 'સવાયા દીકરા' ગુમાવે છે, આજથી તારો ભાઈ હું છું.' મેં કહ્યું હતું.

એ સાંભળી સિસકતી કલ્પનાબેન ભાવ- વિભોર થઈ; 'ભાઈ...' એટલું જ બોલી શકી હતી.

થોડી વાર પછી ઊભી થઈ મારી નજીક આવી મારા ખભે માથું ઢાળી દઈ ફરી બોલી હતી. 'ભાઈ...!'

'હા, બહેન...!' કહી મેં પ્રતિભાવ આપ્યો હતો.

બસ ત્યારથી દર રક્ષાબંધને કલ્પના અચૂક આવે, મારા કપાળે કંકુનો ચાંદલો કરે, તેના પર ચોખા ચોડે. રાખડી બાંધી સાકરની કણીઓ મારા મોઢામાં મૂકે અને અમે બહેન - ભાઈ લાગણીમાં ડૂમાઈ જઈએ.

બસ ! ગેટ ખખડ્યો, મારી બહેન કલ્પના આવી..!

નોન ટ્રાન્સફરેબલ

રાજપરા ગામ ખાસું મોટુ છતા ગામમાં નમી કોઇ સારો બગીચો કે નથી કુદરતનુ સાનિધ્ય માણી શકાય તેવું સુંદર મંદિર, નથી નદી કિનારો, નથી તળાવ કાંઠો કે જ્યાં ઘડીભર બેસીને વિતી ચુકેલ સંભારણાને યાદકરીને પુલકિત થઈ જવાય કે દીવસભરનો માનસિક કે શારીરિક થાક ઉતારી શકાય.પરંતુ તમે ગામથી થોડા દૂરના એક સ્થળના દરવાજમાં પ્રવેશો તો મધુર રવે, મુકાયેલા સ્પેકરોમાંથી ગીતાના શ્લોકો ગુંજ્તા સંભળાય.

તેમજ દીવાલો પર પણ ગીતાના અદભુત શ્લોકો સંસ્કૃત ભાષામાં- તરજુમા સાથે વાંચવા મળે.

ગમ્મે તેવી ગરમીમાં પણ લીમડા, પિપળા, ઉમરા જેવા ઘટયોપ વૃક્ષોની છાયામાં શિતળતા અનુભવી શકો.

ગુલાબ, મોગરા,રાતરાણીના ક્યારાઓમાં. કપાઉન્ડ વોલ પર ચઢેલ જુઈ, ચમેલીની વેલીઓની સુગંધ તમારી નાસિકામાં પ્રવેશી તમારા મન- મગજને પ્રફુલ્લિત બનાવી દે.

ઘટાટોપ વૃક્ષોના છાંયડામાં મુકાયેલ સિમેન્ટના બાકડાઓ,પીવા માટે વોટરકુલરનું શિતળ પાણી.

પ્રથમ દ્રષ્ટિએ કોઈ સંતનો આશ્રમ લાગે, પરંતુ એ કોઈ સંતનો આશ્રમ નથી- રાજપરા ગામનું સ્મશાન છે.

અંદર આગળ જતા અગ્નિસંસ્કાર માટેના બે વિશાળ શેડ છે. ઠંડીમાં ડાઘુઓને સ્નાન કરવા બાથરૂમ પર સોલર વોટર હિટરની વ્યવસ્થા છે. જેથી ઠંડીમાં ઘેર જઈને નાહીશું" તેવું અશાસ્ત્રોકત વિધાન કોઈના મોઢેથી નીકળે નહીં,

મૃતકનો દેહ સ્મશાનમાં લાવ્યા પછી, અગ્નિ ચાંપતા પહેલા મૃતદેહની શાસ્ત્રોક વિધિની પણ વ્યવસ્થા હતી જેથી જીવનું શિવમાં ભળી જવાનું સરળ બને છે.

જનાર્દનભાઇ રેલવેમાં સ્ટેશન માસ્ટર હતા. વતન રાજપરા. કિશોરાવસ્થાથી જ જિમના શોખીન આથી કસાયેલુ શરીર. ખુબ સાલસ સ્વભાવ. સ્ટેશન માસ્ટર હોવાનો ગર્વ નહીં; 'જનુભાઈ સ્ટેશન માસ્ટર'ના નામે ઓળખાય. રેલવેમાં તો દૂર દૂર

- ક્યાં..ય..ના..ક્યાંય સ્ટેશનો પર અવારનવાર બદલીઓ થતી રહે પરંતુ જનુભાઇને સૌથી વહાલું પોતાનું રાજપરા ગામ- વતન.

ગામડાનો કાચા મકાનોનો માણસ અમેરિકા જઈ વસે તો પણ એ ધૂળ-માટીનું ગામ ભુલી શકે નહીં. ત્યારે આતો જનુભાઇ- લાગણીશીલ પ્રેમાળ, વતન પરસ્ત, પત્નીનું નામ લક્ષ્મીબેન, ખરેખર નામ એવાજ ગુણ. કોઇ ભુખ્યો ગરીબ કે કોઇ ભિખારણ કાખમાં છોકરે તેડીને આવે તો તાજી રસોઈ આંગણામાં બેસાડીને ખવરાવ, શિયાળાની ટાઢમાં ગરીબને ઘરમા ગરમ શાલ કે ધાબળી કાઢીને આપી દે. ગરીબ બાઈને પોતાના જુના કપડા આપી દે.

લક્ષ્મીબેનને મન માગનારા 'ગરીબ' હતા- 'ભિખારી' ન હતા. એ કહેતા હોય એતો ! હાથ લંબાવવો કોઇને ન ગમે પણ સમય અને સંજોગે, નાછૂટકે હાથ લંબાવવો પડે. જેના ભાગ્યનું હોય તે તેન પહોંચાડવું જ જોઈએ, આપણે તો નિમિત માત્ર છીએ.

જનુભાઈ કહેતા: 'શાસ્ત્રોમાં શું છે પત્નીના પુણ્ય કર્મનો અર્ધ ભાગ પતિને મળે છે અને પતિનો અર્ધ ભાગ પત્નીને મળે છે. પરંતુ આપને રહ્યા સ્ટેશન માસ્ટર ગાડી સ્ટેશનમાં લેવી ને રવાના કરવી એ સિવાય કઈ થાય નહીં' આ આપણા રામ તો મફતમાં તમારા પૂણ્ય કર્મનો અર્ધો ભાગ લેવાના, કહી લક્ષ્મીબહેનને લાગણીપૂર્વક હાથ જોડતા, ત્યારે લક્ષ્મીબહેન' ટોકતા, કોઇ જૂએ તો કેવું લાગે? કહી લક્ષ્મીબહેન છણકો કરતા. ઉભય વચ્ચે અદ્ભૂત લાગણી અને પ્રેમ હતો.

જીવનનું સાચું સાફલ્ય તો સદગુણી પત્ની મળવી તે જ છે.

આવા સરળ સ્વભાવના દંપત્તીને બે દીકરી અને એક દીકરો થયો. મા પર ઉતરેલી બેઉ સદગુણી દીકરીઓને એવાજ સારા ઘરમાં પરણાવી દીધી.

દીકરો એમ.કોમ. થયો. હવે દિકરાને પરણાવવા સિવાય બધુ જ સંતોષકારક રીતે પરવારી ગયા.

દીકરાને પણ તાલુકા પંચાયત કચેરીમાં ક્લાર્ક તરીકે નોકરી મળી ગઈ.

કેટલીક નોકરીઓ એવી હોય છેકે જેમાં નોકરિયાત સામાજિક જીવનથી છુટો પડી જાય છે. તેવું રેલ્વેની નોકરીમાં ખાસ.

ડે, નાઇટ,-ને લીવ રિજર્વ ડ્યુટી(LR). માંથી ઉંચો જ ન આવે.

તેમાંયે સંતાનો પરણાવવવાલાયક થાય ત્યારે ખાસ દ્વિધા થાય, કોને ત્યાં સારી કન્યા કે મુરતિયો હશે તે ખ્યાલ જ ન હોય. આથી સગા-વહાલાઓએ ચીંધેલ ઠેકાણુ એવું ભટકાઈ જાય કે જીંદગીની ધૂળ-ધાણી થઈ જાય.

જનુભાઈના નરેન્દ્રને સરકારી નોકરી મળી ગઈ! કન્યાવાળાઓની 'પડાપડી' બોલ. નરેન્દ્રએ ઘણી કન્યા જોઈ - નવા જમાનાના સંતાનોની પસંદગીમાં જનુભાઈએ તો હાના કરવાની ન હતી.

નરેન્દ્રની પસંદગી એક કન્યા ઉપર ઉતરી, છોકરી પુષ્ટ શરીરે ને ઉજળાવાને દેખાવડી હતી, સાથે બી.એ. થયેલી હતી. કુટુંબમાં ખાસ કોઈ ન હતું, પરંતુ નરેન્દ્ર સાથે જોડી જામે તેવી હતી.(ટીન એજ વિત્યા પછી યુવાન કે યુવતીને વિજાતિય બધાજ પાત્રો સારાજ લાગે.)

નોકરીના સ્થળ નરેન્દ્રને એકલા રહેવામાં મુશ્કેલી પડતી-ખાસતો ખાવા પીવાની, આથી ચુંદડી ઓઢાડવા સાથે જ નરેન્દ્રના લગ્ન લઈ લીધા, છેલ્લો પ્રસંગ-એકનો એક દીકરો, ધામધૂમથી જનાર્દનભાઈઓ દિકરાને પરણાવ્યો.

લગ્ન સબબ નરેન્દ્રએ એક મહીનાની રજા લીધી હતી. એક અઠવાડિયું 'હનીમૂન' પર જઈ પાછા આવ્યા, કહેવત છે કે"દીકરાના લક્ષણ પારણામાંથી બંને વહુના લક્ષણ બારણા માંથી' એ દરમ્યાન સંસ્કારી, ધાર્મિક લાગણીશીલ, પતીવ્રતા લક્ષ્મીબહેનના અગોચર મનમાં લાગ્યું કે રેખા ભણેલી છે, રૂપાળી છે, ઘરમાં શોભે તેવી છે પણ અગોચર મનમાં સંતોષનો ભાવ પેદા ન થયો.

મનને મનાવ્યું કે, અમે કેટલા વરસ? નરેન્દ્રને ગમી એટલે બસ. 'રજા પુરી થતા નરેન્દ્ર રેખાને લઈને નોકરી પર જતો રહ્યો, પરંતુ લક્ષ્મીબહેનના મનનો પડઘો શમ્યો નહીં'

જ્યારે જ્યારે છૂટી લઈ બન્ને નરન્દ્રને ત્યાં જતા ત્યારે બે,ત્રણ દિવસમાં તો જનુભાઈને લઈ પાછા આવી જતા. કહેતા: "કોણ જાણે કેમ? જનાર્દન, મને ક્યાંય રહેવું ગમતું જ નથી." મારે તો ઘર ભલુંને આપણે ભલા, વહુ તરફનો ભાવ ક્યારે કળાવા દેતા નહીં.

વર્ષો વિતતા ગયા, જનાર્દનમાંથી જનુદાદા, લક્ષ્મી માંથી લક્ષ્મી બા થયા, દીકરાને ઘરે દીકરો થયો, વતનનું જુનવાણી ઘર પડાવી નાખી, વિધા-એકના

પ્લોટમાં ત્રણ બેડરૂમ, હોલ સાથે મજાનો નાનકડો બંગલો બંધાવ્યો. નરેન્દ્રની ટ્રાન્સફર પણ રાજપરામાં થઈ ગઈ, રાજપરાને તાલુકા કક્ષામાં મુકાયું. નરેન્દ્ર બાપીકા બંગલામાં રહેવા આવી ગયો.

અવિરત ચાલતો સમય આખરે નિવૃત્તિના સમય સુધી આવી ગયો. ગદગદિત હૈયે સ્ટાફની વિદાય લીધી. પાર્ટી થઈ, ભેટો આવી. સ્ટાફના સદસ્યોને ભેટી આંસુ ભીની આંખે સ્ટેશનના પ્લેટફોર્મ પર – રેલના પાટાઓ તરફ નજર નાખી ગાડીઓના 'એરાઈવલ- ડિપાર્ચર' માંથી મુક્ત થઇ ગયા. ડોકરો વહુ અને મુદલના વ્યાજ જેવો પૌત્ર. શેષ જીવન દીકરા- વહુના હાથ હેઠળ ઢંકાઈ જવાની મધુર કલ્પના સવારતા, સઁવારતા રાજપરા આવી ગયા.

ઘરના કંપાઉન્ડમાં સરસ મજાનો ગાર્ડન બનાવ્યો. હીચકો મુકાયો, જનુભાઈ હંમેશ કહેતા ફળિયા વગરનું ઘર નહીં ને બગીચા વગરનું ફળિયું નહી.

દીકરા પાસે કોઈ અપેક્ષા ન હતી. ખાસ્સુ એવું પેન્શન આવતું.

વહુના હાથની જે અપેક્ષા રાખી હતી. તે ફળી ન હતી.

નરેન્દ્ર ઓફિસે જવા વહેલા જમી લેતો. રેખા પણ પતિ સાથે જમીને આરામ કરવા ઉપર જતી રહેતી. પૌત્ર આવીને કહેતો 'દાદા તમે જમીલોને, મમ્મી તો જમીને સુઈ ગઈ.

ત્યારે ઢાંકી રાખેલી રસોઈ લક્ષ્મીબા પીરસી દેતાં ને બન્ને સાથે જમી લેતા.

નિવૃત્ત જીવનમાં જેવી જેવી કલ્પના કરી હતી, તે જરા પણ સાકાર થઈ ન હતી. હાં! "હજુ છોકરું છે, ધીમે ધીમે ઘડાશે," વિચારીને મનને મનાવતા. બે વાતો કરવા પણ રેખા, સાસુ સસરા પાસે બેસતી નહીં.

સાંજે વાળુપાણી કરીને, એયને બધા બગીચામાં સાથે બેસીન હીચકતા હીચકતા આનંદ કરીશું તેવી કલ્પના કરલ પણ ઓફીસ છુટ્યા પછી મિત્રો સાથે થોડીવાર રોકાઈને નરેન્દ્ર મોડો ઘેર આવી, જમીને ઉપર જઈ સુઈ જતો. રેખા પણ ધણીનું પગલું દબાવતી ઉપર જતી રહેતી.

હમણાં હમણાં બન્નેને નરેન્દ્ર કંઈ મુંજવણમાં હોય તેવું લાગતું. ઘણા દિવસ સુધી માર્ક કર્યા પછી એક દિવસ રેખા શાક લેવા ગઈ હતી અને નરેન્દ્ર પણ રવિવાર હોવાથી ઘેર હતો ત્યારે જનુદાદાએ તેને વિશ્વાસમાં લઈ વાત કઢાવી. ત્યારે નરેન્દ્રએ

ખુલાસો કર્યો કે 'હમણાં હમણાં રોજ મારી અને રેખા વચ્ચે ઝઘડો થાય છે. રેખા હઠ કરે છે કે આ મકાન મારા નામે ડોહા પાસેથી ટ્રાન્સફર કરાવી દે.'

' બેટા, અમે હવે કેટલા વરસ! અમારા મર્યા પછી બધુ તમારું જ છેને? જનુબાપએ કહ્યું.

પણ બાપુજી, એ માનતી જ નથી, દલીલ કરે છેકે તારોય ભરોસો નઈ. ડોહા, ડોહીના મર્યા પછી બે બેનુય ભાગ માંગે અને તું ભોળો, ભાગ આપીયે દે, હું ઘણું સમજવું છું કે બહેનો એવી નથી. બેય આપણા કરતાયે સુખી છે, તો કહે કે હું ન માનુ એના સાસરીયા દબાણ કરી તો?'

નરેન્દ્રએ બાપા પાસે ખુલાસો કર્યો. આગળ વધતા કહ્યું : તમે રીટાયર્ડ થઈને આવ્યા ત્યારથી તમારા તરફનું વર્તન હું જાણું છું એટલે તો હું મુંજાવ છું. આટલા વર્ષે મા-બાપ સાથે રહેવા મળ્યું.

મને, રોજ સાંજે આવીને મા-બાપ સાથે બેસવાનું મન મને નહી થતું હોય? તમને લાગતુ હશે કે નરેન્દ્ર બદલાઈ ગયો, પણ શું કરું બાપુજી? તમારી પાસે બેસું તોયે રાતે બાપવડિયો ને માવડિયો કરીને જગડા કરે, એક જ જીદ.

આ પ્રોપટી મારા નામે દોહા ટ્રાન્સફર કરી દે. સાંભળીને લક્ષ્મીબાના હૈયા માંથી નિઃશ્વાસ નિકળી ગયો. 'જનાર્દન, રેખાએ પરણીને આ ઘરમાં પગ મુક્યો ત્યારથી મારો માહલો કહેતો હતો- એક દિ આવું કંઈક થવાનું જ.' લક્ષ્મી બાએ કહ્યું.

નરેન્દ્રએ તો માં-બાપ પાસે હૈયું હળવું કર્યું. થોડા દિવસ બધું શાંત રહ્યું.

પરંતુ છેવટ રેખાએ પોત પ્રકાશ્યું, જનુબાપાને મોઢા મોઢ કહી દીધું, જો મકાન મારા નામે ટ્રાન્સફર નહી કરો તો જોવા જેવુ કરીશ. જીવવા જેવું નહી રહેવા દઉં. ત્યારે નરેન્દ્રથી ન રહેવાયુ. રેખાને થપ્પડ મારી દઈ કહ્યું: નિકળ આ ઘરમાં માંથી!

એમ? મને કાઢીશ? જોઉં છું, હું નિકળું છું કે તારો બાપ નીકળે છે?

બંગલો રેખાના નામે ન કરવા નરેન્દ્ર તો મક્કમ રહ્યો પણ જનુબાપાએ દીકરાના સુખ અને શાંતિ માટે રેખાના નામે મકાન ટ્રાન્સફર કરી નાખ્યું.

છઍક મહીના બાદ: નરેન્દ્ર સાંજે હજુ ઘેર ન'તો આવ્યો. લક્ષ્મીબા મંદિરે ગયા હતા. જનાર્દન દાદા ઘરે હતા.

હાથનો જટકો મારી બ્લાઉજ ચીરી નાખી રેખા બહાર રસ્તા પર આવી ચિલ્લાવા લાગી: 'હાય, હાય, કોઈ આવો બચાવો, આ દોહાએ મારી આબરૂ પર હાથ નાખ્યો. હાય, હાય, હું તો બરબાદ થઈ જાત.'

'ગામ ભેગુ થઈ ગયુ. નરેન્દ્ર આવી ગયા. દોડતાક કોઈ લક્ષ્મીબાને મંદિરથી બોલાવી લાવ્યું.

અનુબાને જોઈને રેખાએ છાતી ફુટી કુટીને તમાશો શરૂ રાખ્યો, ડોહાને મન આ હવે ડોશી થઈ ગઈ તે મારી આબરૂ પર હાથ નાખ્યો! કેટલાય વખતથી મારા પર ડોળો હતો તે આજે મોકો મળી ગયો.

પોતાના દેવ જેવા સાલસ, માયાળું પતિ પર વહુનો આવો આક્ષેપ સાંભળી લક્ષ્મીબાને ત્યાંને ત્યાં હાર્ટ એટેક આવી ગયો. ન ધારેલું થઈ જતા રેખા પણ શાંત થઈ જઈ, રૂમમાં ભરાઈ ગઈ.

ન ધરવું થઈ જતા જનુબાપાની કાંધે ચઢી, સ્મશાનના આંગણે લક્ષ્મીબાના અગ્નિ સંસ્કાર થયા. લક્ષ્મીબાનો પાર્થિવ દેહ ભસ્મ થઈ ગયો. જનુદાદાએ બેઉ હાથ ભેડી ડાઘુઓને રજા આપી. નરેન્દ્રે બાપના ખભે માથું મુડી રડતા રડતા કહ્યું: 'ચાલો બાપુજી ઘરે, અહી બધુ પતી ગયું!'

'બેટા. હવે તો આ મારૂં ઘર છે. તું ન દીકરા, હું તો હવે અહી જ રહીશ. બહાર નીકળવા જઈ રહેલા ડાઘુઓ પાછા ઉભા રહી ગયા.

બાપુજી, આ ઘર થોડું છે? અહી તમારી સંભાળ કોણ લેશે? જીદ કારોમાં.

'બેટા, મારી સભાળ મારી દીકરી મંગુ લેશે.'

દેવજી હરિજન જ્ઞાતિનો હતો. જનાર્દનભાઈનો લગોટિયા ભેરૂ, બન્ને પાંચ ધોરણ સાથે ભણેલા, દેવજી પાંચ ચોપડી સુધી જ ભણી શક્યો. હરિજન હોવા છતાં સ્વચ્છતા ને સંસ્કારે સવર્ણને પણ આંટી મારી જાય.

દેવજીને એક દીકરી. બહુ ડાહી અને સંસ્કારી. ભણવામાં હોશિયાર,

જનાર્દનભાઈ અકસ્માતમાં દેવજીનું અકાળ અવસાન થતાં બાપની જેમ મંગુને મોટી અને ગ્રેજ્યુએટ કરી.

133

આજે મંગુ રાજપરામાં જ પરણી છે, જનુબાપાને જ બાપ માને છે, મંગુનો વર પણ પી.એસ.આઈ. છે. પણ મંગુ જેટલું જ માન જનુબાપાને આપે છે અને મંગુ પણ રાજપરામાં જ નાયબ મામલદાર છે.

'બેટા, મારી સંભાળ મારી દીકરી મંગુ લેશ' કહેતા પાછુ વળીને લક્ષ્મીબાના બળેલા નશ્વર દેહની ભસ્મ તરફ નિર્દેશ કરી કહ્યું: 'અહી તારી બા પણ છે દીકરા! સ્થિતપ્રજ્ઞ ભાવે કહ્યુ : ' જેને આપણે મરેલ જાણીએ છીએ તે દેહ છે, આત્મા મરતો નથી, મરાતો નથી.' કહેતા જનુબાપા સ્મશાનસ્થિત એક ઓરડી તરફ ડગ ભરતા રહ્યા. નરેન્દ્ર દોડીને જનુબાપાને વળગી રડતો રહ્યો. ઘેર આવવા આગ્રહ કરતો રહ્યો. ત્યારે બધાની હાજરીમાં જનુબાપાએ દીકરાની માથે હાથ મુકી કહ્યું- 'સુખી થજે દીકરા, આપણે રહેતા તે ટ્રાન્સફરેબલ પ્રોપર્ટી હતી પણ દિકરા આ એવી પ્રોપર્ટી છે કે જેને કોઈ વહુ પોતાના નામે કરી આપવાનું નહિ કરે. આખરે આ સ્થળજ જીવાત્મા માટે અચળ છે.

જનુબાપાને સારુ એવું પેન્શન મળે છે. બધું જ પેન્શન સ્મશાનના ડેવલપમેન્ટમાં જ વાપરે છે.

મંગુ સવાયો દીકરો થઈ જનુબાપાની સંભાળ રાખે છે.

ગીતાના મધુર રવે પ્રસરતા શ્લોકો અહી ગુંજતા રહે છે. આ કોઈ મંદિર નથી, કોઈ સંતનો આશ્રમ નથી. આ રાજપરાનું જીવનની ક્ષણભંગુરતા સમજાવતું સ્મશાન છે.

દેવ અને દિવ્યા

રામપુરાના એ નાનકડા સ્ટેશન પર પોષ માસની કડકડતી ઠંડીમાં રાત્રિના અગિયાર વાગ્યે આવતી અપટ્રેઈનમાંથી ઉતરનાર માત્ર એક જ પેસેન્જર હતો. રામપુરા ગામના એ સ્ટેશન પર માત્ર બે લોકલ અપ (આવતી) ટ્રેઈન અને બે લોકલ ડાઉન (જતી) ટ્રેઈનજ ઊભી રહેતી અને તેમાંથી ગણ્યા-ગાંઠયા જ પેસેન્જર ચઢતા કે ઉતરતા.

રામપુરા ગામ સ્ટેશનથી ત્રણેક કી.મી. દૂર હતું. દિવસની ટ્રેઈનના સમયે તો ગામમાં જવા કોઈ વાહન રીક્ષા, ઘોડાગાડી કે છેવટ કોઈ ખેડૂતનું ગાડું મળી રહેતું પરંતુ રાત્રિનીટ્રેન પર, એ ટ્રેનમાં જવા કોઈએ વાહન કર્યું હોય તો ઉતરનાર પેસેન્જરને તેનો લાભ મળી જતો.

ટ્રેઈનમાંથી ઉતરી. ડબ્બામાંથી દેવેન્દ્રએ પોતાની વજનદાર મિસ્ટ્રી શોલ્ડર બેગ ખેંચી, ઉતારી નીચે મૂકી. કડકડતી ઠંડીમાં બારીઓના કાચ ચડાવી અંદર કોકડું વળીને બેસી ગયેલા કે સૂવાની જગ્યા મળી ગઈ હોય તો ત્યાં સૂઈ ગયેલા પેસેન્જરોને કારણે જાણે ખાલી ટ્રેઈન જતી હોય તેવું લાગે. રડયું- ખડયું કોઈ ફૂતુહલવશ સ્ટેશન જોવા, ઠરી ગયેલી બારીના કાચમાંથી ઝાંકતાં બાળકની છાયા બારીમાંથી દેખાતી.

માંડ બે મિનિટ ઊભી રહેતી ટ્રેઈન રવાના થઈ ગઈ. પ્લેટફોર્મ પર મૂકેલી ફોજિ શોલ્ડર કીટ બેગ યુવાને પોતાના ખભે ભેરવી સ્ટેશન બહાર નીકળવા દરવાજા તરફ કદમ ઉઠાવ્યાં. ફોજિ વજનદાર શૂઝનો ઠક...ઠક...ઠક... અવાજ નીરવ વાતાવરણમાં પ્રસરી રહ્યો.

યુવાનના રૂઆબદાર મિસ્ટ્રી યુનિફોર્મ જોઈ ડોર પર ટીકીટ એકત્ર કરવા ઊભેલા કાળા કોટમાં-યુનિફોર્મધારી ટીકીટ કલેકટરે તેની પાસે ટીકીટ માગવા હાથ લંબાવવો મુનાસીબ માન્યો નહીં. યુવાનના મિલ્ટ્રી યુનિફોર્મમાં છાતી પર લગાવેલ નેઈમ પ્લેટ દેવેન્દ્ર પરમાર વાંચી ટી.સી.એ તેને સામેથી કહ્યું; સર, આપને કોઈ વાહન મળરો નહીં. આજે જનાર કોઈ પેસેન્જર આવેલ નથી. આપને- કહો તો વેઈટીંગ રૂમ ખોલાવી આપું!

નો. થેંકસ. કહેતા ટી.સી. સામે સ્મિત ફરકાવી એ બહાર નીકળ્યો.

રામપુરા દેવેન્દ્રના મામાનું ગામ હતું. મામા-મામીને કંઈ સંતાન ન હોવાથી બંનેને દેવેન્દ્ર પર લાગણી હતી. ત્રણેક કી.મી.ના અંતરે આવેલ ગામ તરફ જવાના એપ્રોચ રોડથી એ પરિચિત હતો. અર્ધેક રસ્તે, બેક કી.મી. ચાલતા એક નાળું આવતું. એ નાનો હતો ત્યારે મા સાથે મામાના ગામ આવવા દિવસની ટ્રેઈનમાં એ ઉતરતા ત્યારે કોઈ વાહન ન મળે તો પાછળ ચાલતી આવતી મા પાસેથી દોડી એ આગળ નાળા સુધી દોડી, પહોંચી જઈ નાળામાં ઉતરી તેના મોટા મોટા નાળામાં સંતાઈ જતો. તેની હેડીના છોકરાઓ ડરાવતાં કે નાળામાં એક ગાંડો રહે છે; પરંતુ તેથી તો ડરવાને બદલે તેને એ ગાંડાને જોવાનું કુતુહલ થતુ.

શુક્લ પક્ષની એકાદશીનો ચંદ્ર અવની પર ઉજાસ રેલાવી રહ્યો હતો. કડકડતી ઠંડીની સન્નાટાભરી રાત્રિમાં એક માત્ર તમરાઓ ટાઢ ઉડાડવા પોતાની પાંખો પર પગ ઘસી ઘસીને ત્રમ...ત્રમ...ત્રમ્નું સંગીત રેલાવી રહ્યાં હતાં.

દેવેન્દ્રએ મિલ્ટ્રી યુનિફોર્મ પર મિલ્ટ્રીની ગરમ જર્સી પહેરી હતી છતાં થોડી ઠંડીનો ચમકારો અનુભવાતો હતો. ચંદ્રના પ્રકારામાં દૂર પેલા નાળાની સફેદ પાળીઓ દેખાતી હતી.

નાનપણથી કોલેજ સુધી દર વેકેશનમાં દેવેન્દ્ર મામાને ગામ રામપુરા આવતો પરંતુ આ વખતે એ પાંચ વર્ષ પછી આવી રહ્યો હતો. મિલ્ટ્રીમાં જોડાયાને પાંચ વર્ષ થયાં. જો કે, વાર્ષિક મળતી છૂટ્ટીઓમાં તે પોતાના ગામ જતો રહેતો. પરંતુ મામાના ગામ પૂરા પાંચ વર્ષથી આવ્યો ન હતો. આ તો મામાની તબિયત વચ્ચે નરમ – ગરમ થઈ ગયેલી આથી મામીએ ખાસ પત્ર લખી, આવી જવા, મામાની તબિયત જોઈ જવા તથા બંનેને મળી જવા આગ્રહપૂર્વક તેડાવેલો.

ફૌજી યુવાનને ત્રણ કી.મી. ચાલતા અર્ધો કલાક પણ ન લાગે, પરંતુ પાંચ વર્ષ પછી લાંબા સમયે એ આવી રહ્યો હતો. આથી જૂના સ્મરણોમાં અવાર- નવાર ડૂબી જવાના કારણે તેની ચાલ ધીમી પડી જતી હતી. નાળું થોડા કદમ જ દૂર રહ્યું હતું.

તેને યાદ હતું- અહીં નજીક જ દિવ્યાના પિતાની વાડી હતી. એ વાડી 'શેઠની વાડી' કહેવાતી. ગામમાં ધીરજ શેઠનો વ્યાપાર સારો હતો અને ખેતીવાડી

પણ વસાવી હતી. શેઠની વાડીની સામે મામાની વાડી હતી, એ 'દરબારની વાડી' કહેવાતી.

નાળુ આવતા તે નાળાની પાળી પર બેઠો. નાળા પાસેથી જ ગામ તરફ શેઠની વાડી શરૂ થતી હતી. તેણે સામસામી બંને વાડીઓ તરફ નજર નાંખી. વાડીના પપૈયાના વૃક્ષોનું ઝૂંડ અને શેઢા પરના વૃક્ષો ચાંદની રાતમાં ભૂતાવળ જેવા લાગતાં હતાં. તેણે બેગની ચેઈન ખોલી, હાથ નાંખી બેગમાંથી 'ઓન્લી ફોર ડીફેન્સ સપ્લાય'ની રમની બોટલ કાઢી, ઢાંકણ ખોલ્યું. રમની મીઠી વાસ તેના નાકમાં ફેલાઈ ગઈ. બોટલ મોઢે માંડી રમના સાત આઠ ઘૂંટ એ 'નીટ' મારી ગયો. ઠંડી ઉડી ગઈ, શરીરમાં ગરમી પ્રસરી રહી.

તેને દિવ્યા યાદ આવી. નાનપણથી જ જ્યારે એ મામાને ગામ આવતો ત્યારે મામાની વાડીઐથી શેઠની વાડીએ જતો રહેતો. શેઠની વાડીમાં થોડા ચીકુ, જમરૂખ જેવા ફળ ઝાડ પણ વાવેલા હતા અને શેઢા પર બે આંબાના ઝાડ પણ હતાં.

દેવેન્દ્ર જ્યારે પણ આવ્યો હોય ત્યારે વાડીમાં દિવ્યા સાથે રમતો. ચીકુના ઝાડ પર ચડી ચીકુ તોડતો કે જમરૂખના ઝાડ પરથી પાકાં પાકાં જમરૂખ તોડી બંને રમતાં – રમતાં ખાતાં. ઉનાળામાં દિવ્યા સાથે આંબાના ઝાડ પર લટકતી કેરીઓ પર નિશાન લઈ પથ્થરના ઘા કરી કેરીઓ પાડવાની હરિકાઈ કરતાં. ઉચે રહેલ કેરી જ્યારે લાગમાં ન આવે ન ત્યારે વાંદરાની જેમ સડસડાટ આંબા પર ચડી જઈ કેરીઓ તોડી તોડી નીચે દિવ્યા પર ફેંકતો અને દિવ્યા તેને ઝીલી લેતી.

દેવેન્દ્રને પાછા જવાનું થાય ત્યારે દિવ્યા પૂછતી; 'પાછો કયારે આવીશ! તારા વગર મને બીજા સાથે રમવું નથી ગમતું!'

બારમાં વર્ષમાં પ્રવેશતાં દિવ્યાના શરીર પર ચણીયા-ચોળી પર ચૂંદડી આવી. તેના શરીરમાં ફેરફાર દેખાવા લાગ્યા. પંદરેક વર્ષના દેવેન્દ્રને ચડીની જગ્યાઐ લેધો કે પાટલૂન આવ્યું. તેના ઉપલા હોઠ પર ફૂટતી રૂંવાટીઐ શ્યામલતા ધારણ કરી. હવે મામાને ગામ આવતો ત્યારે ખુલ્લેઆમ વાડીમાં રમવામાં બંનેને સંકોચ થવા લાગ્યો. દેવેન્દ્રને યાદ આવ્યું..... પછી તો એક દિવસ બંને આ નાળાના મોટા ભૂંગળામાં પેસી જતાં.

હવે તારા લગન થશે. દેવેન્દ્રએ કહ્યું હતું. 'અમુક ઉંમરે છોકરીઓ તારી જેમ મોટી થાય ત્યારે તેના લગન થાય.' નિર્દોષતાથી દેવેન્દ્રએ પણ પોતાની સૂઝ રજૂ કરી હતી.

ત્યારે દિવ્યાએ કહ્યું હતું: હું તો તારી સાથે જ લગન કરીશ.

નાળા પર બેઠાં બેઠાં દેવેન્દ્રને એ બધું યાદ આવ્યું. તેણે બોટલમાંથી થોડી વધુ નીટ ઘૂંટ ભર્યા. એ રોમાંચિત સ્મરણોની વણઝાર વહેવા લાગી.

બંનેએ યુવાનીમાં પ્રવેશ કર્યો. હવેનાળાના ભૂંગળામાં પેસવું અશકય થઈ ગયું પરંતુ મામાના ગામે દૂરના સગા થતાં. વિધવા માયાભાભીની શિક્ષિકા તરીકે ત્રણેક વર્ષથી બદલી થઈ હતી. દેવેન્દ્ર કોલેજના પ્રથમ વર્ષમાં જોડાયો હતો. માયાભાભીને બે દીકરીઓ પૈકી મોટીના લગ્ન થઇ ગયા હતા અને નાની રંજન પરણાવવા લાયક ઉંમરે પહોંચી હતી. દૂરના તોયે સગાને નાતે મામાના ઘર સાથે માયાભાભીને સારો આવરો – જાવરો બંધાયો હતો. દર વર્ષે બંને વેકેશનમાં દેવેન્દ્ર આવતો ત્યારે માયાભાભીના માયાળુ સ્વભાવે લાંબો સમય: માયાભાભીને ઘેર ગાળતો. માયાભાભીની ઉંમર હજુ પિસ્તાળીશેક વર્ષે જ પહોંચી હતી. તેની વાતોમાં રસિકતા નીતરતી. માયાભાભીએ ભાડે રાખેલા સ્વતંત્ર ઘરની ડેલી સામે જ દિવ્યાના ઘરની- શેઠની ડેલી હતી. માયાભાભી પાસે દેવેન્દ્રએ દિવ્યા સાથેના પ્રેમની વાત છતી કરી દીધી હતી. સમજો કે, માયાભાભીએ રસિક વાતો કરી કરી વાત કઢાવી લીધી હતી.

હવે દેવેન્દ્ર ઘેર આવતા માયાભાભી દિવ્યાને ઈશારો કરી આવતા; ને દિવ્યા માયાભાભીને ઘેર પહોંચી જતી. માયાભાભી જાણી જોઈ રંજનને ઘેર મૂકી પડોશમાં બેસવા ચાલી જઈ બેઉને એકાંત આપતાં. બંને યુવાન હૈયા રસિક વાતો કરી આનંદ માણતા.

રંજન, હું ચા-નાસ્તો બનાવું તેમ કહી રૂમને બહારથી સાંકળ ચડાવી રસોડામાં ચાલી જતી, તે રૂમમાં બે પ્રણયી હૈયા નિર્ભય થઈ જતાં.

બચપણથી પાંગરેલ બંનેનો પ્રેમ શુધ્ધ હતો. નિર્ભય એકાંત મળવા છતાં બંને લગ્ન પહેલા લક્ષ્મણ રેખા ન ઓળંગવા સભાન રહેતા.

કોલેજનો અભ્યાસ પૂરો થતાં દિવ્યાનો પરિવાર સંમતિ નહીં જ આપે તે ખાત્રી હોવાથી બંને કોર્ટ દ્વારા લગ્ન કરી લેવા પ્રતિજ્ઞાબધ્ધ હતાં. દેવેન્દ્રને ગ્રેજ્યુએટ થયાં પછી નોકરી મેળવવી જ-તે જરૂરી ન હતું, પરિવાર પણ સુખી અને ફોરવર્ડ હતું.

પછી તો દેવેન્દ્ર પાછો પોતાને ગામ જતો રહે ત્યારે રંજનના માધ્યમે ખૂબ જ પત્ર વ્યવહાર સામસામો થતો રહ્યો. રંજનના પત્ર સાથે દિવ્યાનો પ્રેમપત્ર અંદર હોય જ અને રંજનના સરનામે લખાતા પત્રોમાં દિવ્યા પર લખાયેલ દેવેન્દ્રનો પ્રેમપત્ર હોય.

ગ્રેજ્યુએશન પુરું થતાં જ બંનેની કોઈ પણ સંજોગોમાં લગ્ન કરી લેવાની યોજના પાકી થઈ ગઈ.

દરેક વેકેશનમાં દેવેન્દ્ર મામાના ગામ આવતો રહ્યો. માયાભાભીના ઘરની આડમાં બંને આતુર હૈયા મળતાં રહ્યાં, પરંતુ હવે દેવેન્દ્ર આવે ત્યારે માયાભાભીની ઘરમાં ગેરહાજરી થતી રહી. માયાભાભીની જગ્યાએ રંજન સામીડેલીએ જઈ 'દિવ્યા નથી કે ઘેર મહેમાન છે. હમણાં નીકળતાં વાર થશે' ના બહાના કાઢી અંદર રૂમમાં દિવ્યાની પ્રતિક્ષામાં બેઠેલા દેવેન્દ્ર સાથે છૂટ લઈ તેને ઉત્તેજવા પ્રયત્ન કરવા લાગી. પરંતુ 'દૂરની તોયે ભત્રીજી-દીકરી ગણી સંયમ જાળવતો રહ્યો.' માયાભાભી પણ ઈચ્છતા હતા કે, રંજનનું દેવેન્દ્ર સાથે ગોઠવાઈ જાય. પોતે કંઈ દેવેન્દ્રની સગી ભાભી ન હતી. પોતાની જ જ્ઞાતિનો, દેખાવડો, ભણેલો, એ ઉપરાંત સમૃધ્ધ પરિવાર, આથી જ હવે દેવેન્દ્ર આવે ત્યારે માયાભાભી 'માયાનો દોર' રંજનને સોંપી દઈ બહાર જતાં રહેતાં. પરંતુ દેવેન્દ્ર કયારેય રંજન તરફ ખેંચાયો ન હતો. બચપણથી યુવાની સુધીમાં તો દિવ્યા પ્રત્યેનો વટવૃક્ષ બની ચૂકેલા પ્રેમના મૂળિયાના કવચથી દેવેન્દ્રનું હદય દિવ્યાની થાપણ બની ગયું હતું.

પોતાના તરફ બેપરવાઈ દેખાડતા દેવેન્દ્રને પોતાની નિષ્ફળતાની કસકને દાબી દઈ, રંજન મુલાકાતો ગોઠવી આપવા લાગી. માધ્યમ બની રહી

દિવ્યા-દેવેન્દ્રના પરસ્પરના પ્રેમપત્રોનો રંજન વ્યવહાર જાળવી રહી. ફાઈનલની એકઝામ આપી દેવેન્દ્ર હળવો થઈ રંજન દ્વારા દિવ્યાના પત્રની રાહ જોઈ રહ્યો. રંજનનો પત્ર આવ્યો. દેવેન્દ્રએ આતુરતાપૂર્વક ખોલ્યો. હંમેશ પ્રમાણે તેમાં

દિવ્યાનો પત્ર ન હતો, માત્ર રંજનનો પત્ર હતો. રંજન લખતી હતી કે, તમારો અને દિવ્યાનો પ્રેમ ધીરજ શેઠ પાસે ફૂટી ગયો છે. ધીરજ શેઠ ઘડિયા લગ્ન લઈ દિવ્યાને પરણાવી રહ્યાં છે. આ પત્ર તને મળશે ત્યારે લાચારીપૂર્વક દિવ્યા પરણી જઈ મધૂરજની માણી ચૂકી હશે.

પત્રના ચૂરેચૂરા કરતાં દેવેન્દ્રની આંખોમાંથી આંસુ ટપકી પડયાં. મધૂરજની માણતી લાચાર દિવ્યાનો ચહેરો તેની કલ્પનામાં તરવરી ઉઠયો. તેણે ન તો દિવ્યાને બેવકા કહી. નહો દિવ્યાને દોષિત કરાર આપ્યો. ભગ્ન હ્રદથી દેવેન્દ્ર મિલ્ટ્રીમાં જોડાઈ ગયો. પરમારનો દીકરો (રાજપૂત) તો રણે જ શોભેની જાણે રાજપૂતાઈ પરંપરા નિભાવતો હોય તેમ.

આજ પાંચ વર્ષથી મામાના ગામનું નામ યાદ આવતાં તેનું મન કડવી યાદથી ભરાઈ જતું, પરંતુ મામાની કથળેલી તબીયત અને બંનેને મળી જવાની મામીની તાકીકિ એ પાંચ વર્ષ પછી રામપુરાના સ્ટેશને ઉતરી ગામ તરફ ડગલાં માંડતો હતો.

યાદોની કડવાશને ગળે ઉતારી જવા તેણે ફરી બોટલ મોઢે માંડી નીટ ગટગટાવી જઈ ખાલી બોટલને દિવ્યાની વાડીના શેઢા તરફ ફંગોળી, જાણે એ બધી યાદોને ફંગોળતો હોય તેમ.

શોલ્ડર બેગ ખભે ભરાવી તેણે ગામ તરફ ચાલવા માંડયું. રાતના બાર થવા આવ્યાં હતાં. ગામ નજીક આવી રહ્યું હતું. દૂરથી ટમટમતી દેખાતી લાઈટો મોટી થવા લાગી. ગામમાં પ્રવેશતાં જ આવતાં ધીરજ શેઠના હવેલી જેવા ઘરની બારીઓમાંથી નીકળતો પ્રકારા પણ દેખાવા લાગ્યો. દિવ્યા પાછી તેને યાદ આવી ગઈ.

હવે તો ધીરજ શેઠના ઘરની બારી સ્પષ્ટ થઈ. બારીમાંથી ઝાંકી રહેલી દેખાતી કોઈ સ્ત્રી આકૃતિ બારીમાંથી દોડતીક અંદર જતી દેખાઈ.

એ ધીરજ શેઠની ડેલી પાસે પહોંચ્યો, ત્યાં જ ડેલી ખોલી, દોડી આવી દિવ્યા, મારા દેવ કહેતા ભેટી પડી. દેવેન્દ્રનું હૈયું ધડકી ગયું. દિવ્યાને આલીંગનબધ્ધ કરી એ થોડીવાર સમાધિસ્ત થઈ ગયો.

તને તો પરાણે પરણાવી દેવામાં આવી હતી ને? પૂછતાં તેણે દિવ્યાને મુક્ત કરી.

બધું જ કહું છું. પહેલા અંદર આવ. કહેતી દિવ્યાનો દોરવાતો એ અંદર પ્રવેશ્યો. ડેલી બંધ કરી દિવ્યાએ તેને અંદરની તરફ દોરવ્યો. સોફા પર બેસવા જતાં દેવેન્દ્રને પલંગ તરફ દોરવી ગઈ. 'તું થાક્યો હઈરા. લંબાવીને રીલેક્ષ થા. હું તને બધું જ કહું છું.' કહેતા તેણે શરૂ કર્યું, આપણા પ્રેમની અને તું કોલેજની ફાઈનલની પરીક્ષા આપી દેતાં જ આપણે ભાગીને લગ્ન કરી લેવાના છીએ તે વાત કોઈએ મારા પિતાના કાને ફોડી નાંખી. રૂઢીચુસ્ત વણિક પિતાને પોતાની દીકરી પરમાર- પર જ્ઞાતિમાં જાય એ કોઇ પણ રીતે માન્ય ન હતું. અમારી જ્ઞાતિનો એક મુરતીયો તાબડતોબ શોધી કાઢી મારા પિતાએ મારા ધડિયા લગ્ન લીધા. મને જબરદસ્તી પૂર્વક પરણાવી દીધી.

પરણ્યાની પ્રથમ રાત્રે જ મારા પલંગે આવતા પતિએ એક કવર ખોલી તારા પ્રેમપત્રોની થપ્પીનો મારા મોઢા પર ઘા કર્યો.

લગ્નના રીસેપ્શનમાં ચાંદલાના રૂપે અપાતાં કવરમાં અંદર રકમ નાંખવાને બદલે તારા પ્રેમપત્રો ભરી મારા પતિના હાથમાં પકડાવી કોઈ ઝડપથી જતું રહ્યું.

કવરનો સ્પર્શ થતાં જ તેમને શંકા પડી પરંતુ રીસેપ્શન પુરું થતાં સુધી હસતે મોઢે ધીરજ જાળવી રહ્યાં પરંતુ રીસેપ્શન પુરું થતાં જ એકાંત શોધી કવર ખોલતાં જ તારા પત્રો નીકળ્યા. પ્રથમ રાત્રે મને સ્પર્શ પણ કર્યા વગર સવારે મને પાછી મૂકી જઈ પિતાને તારા પત્રો વંચાવી પાછો જતો રહ્યો.

મારી મા આ આધાતથી ભાંગી પડી ટૂંક સમયમાં સત્યુ પામી.

મને 'આપણા પ્રેમ અને તારા પર વિશ્વાસ હતો કે, એક દિવસ જરૂર તું આવશે.'

બસ..... 'અત્યારે મને જાગતી જોઈ તને નવાઈ લાગતી હશે પણ ત્યારથી પાંચ- પાંચ વર્ષથી દરેક ટ્રેનના ટાઈમે મેડી પરથી દેખાતા સ્ટેશનના રસ્તે હું મીટ માંડી રહું છું. આજે મારો એ વિશ્વાસ ફળ્યો.'

'અજવાળી રાતના પ્રકારામાં ચાલી આવતી તારી આકૃતિની ચાલ પરથી જ હું તને ઓળખી ગઈ! કહેતા તેણે વાત પૂરી કરી.'

આ ષડયંત્રમાં રંજનનો જ હાથ હોવાનું એ સમજી ગયો. આસપાસ કરતી દેવેન્દ્રની નજરને એ સમજી ગઈ.

પિતાજી ધંધાની વસુલાતે બહારગામ ગયા છે! કહેતા તે દેવેન્દ્રને ભેટી પડી.

તું ભૂખ્યો થયો હઈશ, થોડીવાર આરામ કર ત્યાં હું તારા માટે નાસ્તો બનાવી લાઉં. કહેતા તેણે રસોડામાં જઈ ફટાફટ ભજિયા બનાવી બહાર લાવી દેવેન્દ્રને ખવરાવ્યાં.

રાતભર રોકાઈ રહેવાના દિવ્યાના આગ્રહથી વહેલી સવારે મામાને ઘેર જતાં રહેવાનું વિચારી નિર્ભેળ એકાંતમાં પાંચ- પાંચ વર્ષથી વિરહતા હૈયા રાતભર પોતાના હૈયાની વાતો કરતાં આલીંગનબધ્ધ થઈ તૃપ્તિ માણતાં રહ્યાં. બંને આખરે જંપી ગયા.

દિવ્યાના ઘેર કોઈ જુએ તે પહેલા વહેલા ઉઠી મામાને ઘેર જતાં રહેવાનો વિચાર છતાં એ વહેલો ઉઠી નશક્યો, પરંતુ સૂર્યોદય થઈ જતાં જ્યારે તેની આંખ ઉઘડી ત્યારે એ ધીરજ શેઠની હવેલી જેવા ઘરના પલંગ પર નહીં પરંતુ પાંચ પાંચ વર્ષથી અવાવરૂ પડેલા ઘરની ભોંયે પડયો હતો. બાજુમાં નાઈટ ડ્રેસ પહેરતાં રાત્રે ઉતારેલ મિલ્ટ્રી યુનિફોર્મ તથા શોલ્ડર બેગ, પાંચ વર્ષથી જામેલ ધૂળમાં પોતાની પાસે પડયાં હતાં. ચારે તરફ નજર ફેરવતાં ખાલીખમ ઘરની ફલોર પર માટીના થરો બાજેલા હતા. છત પર તથા ઠેકઠેકાણે ખૂણાઓમાં કરોળિયાઓએ રચેલા પારદર્શક જાળાઓ લટકતાં હતાં.

ઉભાં થઈ કપડાં બદલી સામાન ઉઠાવી એ ડેલીએ આવ્યો. રાત્રે જાણે દિવ્યાએ ડેલીને મારેલ તાળું ખોલીને લટકાવ્યું હોય તેમ ચાવી સાથે લટકતું હતું.

તાળું લઈ ડેલી ખોલી બહાર નીકળી, હવેલીને તાળું મારી એ મામાને ઘેર આવ્યો. મામા-મામીને માંડીને રાતની બધી વાત કહી. ત્યારે મામીએ માત્ર એટલું કહ્યું કે, એ બધી વાત ભાણાભાઈ સાચી છે. કારણ કે, જ દિવસે સવારે દિવ્યાનો વર તેને પાછી મૂકી ગયો, એ જ રાતે દિવ્યાએ તે ઘરમાં આપઘાત કરી લીધેલ.

ચાંદ મહેલ

સહાપુરા એક કોસ્મોપોલિટન શહેરના રીચ એરિયામાં એક નાનકડો બે માળનો બંગલો, જે આજે ભૂતિયા બંગલા તરીકે ઓળખાય છે. જો કે હવે તેને બંગલો નહીં પણ બંગલાનું ખંડિયેર જ કહી શકાય. છ હજાર ચોરસ ફીટના પ્લોટ એરિયામાં ચારે તરફ ખુલ્લી છોડાયેલ જગ્યા. બંગલાના ગેટમાં વાહનથી પ્રવેશ કરતાં સામે કાર પાર્કીંગ પ્લેસ, મુખ્ય ગેટથી પાર્કીંગ પ્લેસ સુધી લાલ કોટા સ્ટોનથી જડાયેલ ફ્લોર અને બાકીની ત્રણ તરફ ગાર્ડન. પરંતુ આજે ત્યાં એક પણ છોડ નથી પણ છે એક માત્ર પારીજાતનું વૃક્ષ; જે રોજ રાત પડે છે અને પોતાની નાજુક, લાલ ચંદનશી દાંડલી પર સફેદ નાજૂક પાંખડીઓથી ખીલી, મહેકી ઊઠે છે, અને સવાર પડતાં જ એ અવાવરૂ જગ્યા પર ખરી પડી પથરાઈ જાય છે. જાણે પારીજાતના ફૂલોની સેજ બીછાવી હોય.

બંગલાની પાછળના ભાગે છે. સફેદ મારબલની ફ્લોર, રસોડામાંથી બારોબાર બહાર આવવાનો પાછળનો દરવાજો, પાણીનો અંડરગ્રાઉન્ડ મોટો ટાંકો અને છે એક વાસણ સાફ કરવા તથા કપડા વિ. ધોવા માટેની એક ચોકડી. મેઈન ગેટ સામે, પાર્કીંગ પ્લેસની ઉપર છે એક ફર્સ્ટ ફ્લોરની ગેલેરી જ્યાં બેસવાથી શહેરના રાજમાર્ગ પરનો ટ્રાફિક માહોલ જોઈ રાકાય છે.

કંપાઉન્ડના સહેજ જમણી તરફના ગાર્ડનના ભાગે એક ગાર્ડન ઝૂલો પડેલો છે.

એ નાનકડા બંગલાના અગ્રભાગે બંગલાનું નામ હજીયે લખાયેલ વંચાય છે. 'ચાંદ મહેલ. નામ પરથી જ લાગે કે આ નાનકડો બંગલો નહીં પણ છે કોઈ પ્રેમનું પ્રતિક અને હકીકત એ એક પ્રેમનું પ્રતિક જ છે; છતાં એ આજે ખંડિયેર છે. તેનું આજે નામાભિધાન જ 'ભૂતિયો બંગલો' થઈ ચૂક્યું છે.

બારીઓના બારણા લટકી પડ્યાં છે, તેના કાચ તૂટી ગયાં છે. દીવાલોના પ્લાસ્ટર પર કાળની થપાટોના મારથી ગાબડા પડી ગયા છે. દીવાલોમાં તિરાડો પડી ગઈ છે.

હવાના સપાટે પારિજાત વૃક્ષના ખરી પડેલા પર્ણો આમથી તેમ ફંગોળાય છે. અને બારીઓના લટકતા બારણાઓ આમથી તેમ ભટકાઈને ભયાનકતામાં વધારો કરે છે.

તમારામાં જો હિંમત હોય અને રાત્રીના સન્નાટામાં જો તમે ત્યાં અંદર ઉભા રહી શકો તો તમને એ હીંચકે કોઈ હીંચકતા હોય તેવા આભાસનો અનુભવ થશે. દિવસે વર્ષોથી પડી રહી કટાઈ ગયેલ દેખાતો એ હીંચકો રાત્રે તમને એકદમ નવો જ દેખાશે. થોડા વધુ નજીક જવાની હિંમત કરશો તો તમને એ ઝૂલાને ઠેલતા કોઈના પગનો ઠેલો સંભળાશે અને તમારામાં હિંમત રહે અને એથી આગળ વધીને આ બંગલાની કોઇ બિસ્માર, ઉખડી ગયેલા પ્લાસ્ટરમાંથી દેખાતી કોઈ ઇંટ આગળ કાન ધરી શકો તો હૃદયમાંથી સ્પંદતી ધડકન-ધક- ધકની જેમ તમને 'ચાંદ-ચાંદ' સાંભળવા મળશે. અને પછી તમારો કાન કોઇના નિઃશ્વાસની બાષ્પથી ભીનો થઈ જશે.

અમાસની રાત્રે પણ જો એ બંગલામાં પ્રવેશવાની હિંમત કરી તમે પ્રવેરો તો તમને આખો બંગલો ચાંદનીથી રેલાતો દેખાશે. આકાશ તરફ નજર કરશો તો તમને આકાશમાં પૂર્ણ ચાંદ ખીલેલો દેખાશે. ત્રણસોને પાંસઠેય રાત્રી તમને એ બંગલામાંથી પૂર્ણ ચાંદ અને એ બંગલા પર રેલાતી ચાંદની જોવા મળશે.

ઝૂલતો હીંચકો, બંગલાના-રાત્રે અકબંધ દેખાતા બારીઓના કાચમાંથી તમને વિજળીથી રેલાતો પ્રકારા જોવા મળશે.

હીંચકા પર કોઈ હીમેન પતિના અંકમાં ભીંસાતી પન્નિનો રોમાંચિત ઉ ઉંહ્કાર, સાંભળવા મળશે. ટૂંકમાં રોજ રાત્રીનો અંધકાર ફેલાતા જ આખો બંગલો વર્ષો પહેલાં હતો તેવી જ જીવંતતાથી ખીલી ઊઠશે. બહાર આવતાં જ ભૂતિયું, બેકાર ખંડિયેર દેખાશે.

પરંતુ દિવસ આખો નિરઉપદ્રવી દેખાતા એ 'ચાંદ મહેલ માં રાત્રિના બાર વાગ્યા સુધી કંઈ કર્યા વગર તમે અલૌકિક આશ્ચર્ય અનુભવી શકો પરંતુ રાત્રિના ભાર પછી...

વર્ષો પહેલાં બે યુવાનોએ મળીને હિંમત કરેલી પરંતુ અનુભવ પછી એક એવા અકળ ભયનો ઓથાર તેમના હૈયા પર સવાર થઈ ગયો કે પછી આજ વર્ષોથી કોઈએ એ બંગલામાં રાત્રે તો શું- દિવસે પણ પ્રવેશવાની હિંમત કરી નથી.

જો તમે માત્ર થોડાક જ વર્ષ પહેલા આવ્યા હોત તો; તો તમને એ નાજૂક બંગલા પર 'ડૉ. આનંદના નામની નેઈમ પ્લેટ વાંચવા મળી હોત. બાદમાં તમે ડોર બેલ મારી હોત તો, 'એ...સ' કહીને દરવાજો ખોલતાં ડૉ. આનંદના સદાયે મુસ્કુરાહટ ભર્યા ચહેરે આવકાર મળ્યો હોત. તમને વિટર્સ સોફા પર બેસવાની સંજ્ઞા કરતાં તમે બેઠા હોત, ને પછી 'ચાં...દ' કહી અંદર અવાજ મારતા તેમને સાંભળ્યા હોત; ને થોડીવારમાં તમારા માટે ટ્રે માં ઠંડા પાણીનો ગ્લાસ લઈ પ્રવેશતા ડૉ. આનંદની પત્નિને તમે જોઈ જ રહ્યા હોત. તમે બેશર્મ બની તેના સિમેટ્રીકલ બદનને નિહાળતા જ રહ્યા હોત. તમે એવું જ કલ્પત કે ડૉ. આનંદ 'ચાં...દ' કહીને અવાજ મારતા ખરે જ આકાશનો ચાંદ અંદરથી પૂર્ણ ચાંદનીને બદનમાં ભરી, ડૉ. આનંદની પત્નિના સ્વરૂપે બહાર આવ્યો...!

આંતરમુખી-શરમાળ પ્રકૃતિનો યુવાન ડૉ. આનંદ, ડૉક્ટર સાથે સાથે એક સારો લેખક અને કવિ પણ હતો. બેસ્ટ સેલર મેગેઝીન્સ અને સમાચારપત્રોમાં આરોગ્ય વિષયક તેના લેખો છપાતા અને સાથે તેમની બે નવલકથાઓ પણ છપાયેલ, ઉપરાંત તેમનાં ત્રણેક કાવ્ય સંગ્રહી પણ બહાર પડેલા.

આનંદને શાળા જીવનથી જ લખવાનો શોખ લાગેલો-ખાસ કરીને કાવ્યોનો વધારે. દરેક ઉત્તમ પ્રકારની રચના, છપાઈ જ જતી. શોભના તેની વાચક ફેન હતી.

આનંદ મેડીકલના ફાયનલ યરમાં આવ્યો ત્યારે મિત્ર મનોજના લગ્નમાં અણવર થઈને આવેલો અને યોગાનુયોગ શોભના પણ તેની સખી નિરાલીના લગ્નમાં આવેલી શોભનાને વર-કન્યા બંને પક્ષે નજીકનો સંબંધ હતો. પરંતુ શોભનાને ત્યારે આનંદનો કવિ-લેખક તરીકેનો પ્રત્યક્ષ પરિચય ન હતો, જેની તે 'ફેન હતી. પરંતુ આખીયે જાનમાં આનંદ જ સૌથી હેન્ડસમ પર્સનાલિટી ધરાવતો હતો. તો તેવું જ સામા કન્યા પક્ષે શોભનાનું હતું.

લગ્નવિધિ રાતના બારેક વાગે સંપન્ન થઈ ગઈ. ઉનાળાની ઋતુ હતી. આથી વડીલ વર્ગ તો સૂવા જતો રહેલ. પરંતુ યુવા વર્ગને ગરમીના ઉકળાટમાં અને

યુવાનીના જોમમાં નિંદર આવતી ન હતી. બે –ચાર મસ્તીખોર સખીઓ સાથે શોભના મસ્તી - તોફાનના ઉન્માદે ચડી હતી. યુવાનોના ગ્રુપ સાથે ખૂબ તોફાન-મસ્તી કરેલ અને આનંદ શોભનાની મસ્તીનો વારંવાર પ્રતિકાર કરી હરાવેલ. પરંતુ હજી સુધી છોકરીઓ તરફ, અભાન રહેલા આનંદને હૈયે શોભના વસી ગઈ.

ગરમીના દિવસો હોવાથી વહેલી સવારે જાન વિદાય થઈ. સખી નિરાલી શોભનાની સખી ઉપરાંત થોડે દૂરની સગાઈમાં પણ હતી, પરંતુ મનોજના કુટુંબે એ નજીકની હતી, આથી સવારે પરત થતી જાન સાથે શોભના ન્યાપક્ષ છોડી આવવાની હતી જેથી સહુ સગાઓ સાથે બે દિવસ રહેવાય પણ ખરું અને નીરાલિને અજાણ્યા સ્થળે કંપની પણ રહે. જાન સાથે આનંદ અને શોભના પરત આવ્યાં. આનંદ બે દિવસ રોકાવાનો હતો, તેમ શોભના પણ રોકાવાની હતી.

'મારે થોડું શોપિંગ કરવું છે.' આ ગામથી હું સાવ અજાણ છું. તમે સાથે આવશો આનંદ ? શોભના પણ રોકાવાની હતી. બપોરના આરામ કરી મુસાફરી અને લગ્નની ધમાલનો થાક ઉતારી શોભનાએ પૂછ્યું.'

'ઓફ કોર્સ, થોડું ફરતાં પણ આવીશું. અહીંનો 'સીશોર'પણ મજાનો છે.'

'તમને દરિયો ખૂબ ગમતો લાગે છે.'

'સ્યોર, કવિ હ્રદય છું ને!'

'ઓહ! તો તમે જ કવિ-લેખક આનંદ છો? હું તો કવિ આનંદની કેન'છું.' કહેતા શાભનાનું મન ખીલી ઊઠ્યું.

ઠંડો પહોર થતાં બંને બહાર નીકળ્યાં. ગામ નાનું હતું, પરંતુ રળિયામણું હતું.

'પ્રથમ શોપિંગ કરીશું કે 'સી' પર જઈશું?' આનંદે પૂછ્યું.

'શોપિંગ તો કાલે પણ થશે. કાલે મારે રોકાવાનું છે, આજે તો દરિયા કાંઠે બેસી, આનંદ, મારે તમારા મુખે તમારી કવિતાઓ સાંભળવી છે. વાંચી તો ઘણી છે, પરંતુ આજે તમારા સાંનિધ્યે-તમારા જ મુખે સાંભળવી છે.'

ફરતાં ફરતાં બંને સમુદ્ર તટ પર પહોંચ્યા. ભીની ભીની રેતીની ઠંડકમાં બેસી આનંદે પોતાની સારી સારી કાવ્ય રચનાઓ સંભળાવી.

શોભના ગંભીર થઈ ગઈ. તે જોઈ આનંદે પૂછ્યું : 'કેમ ગંભીર થઈ ગયાં, મારા કાવ્યોમાં કંઈ. '

'તમારા કાવ્યોમાં આનંદ, એટલી ગહેરાઈ અને ગાંભીર્ય ભર્યું છે કે તેની અસરે મારા મનને ક્ષુબ્ધ બનાવી દીધું.

'ઓહ..." કહેતા આનંદે પોતાના પોર્ટફોલિયોમાંથી કિંમતી કેમેરો કાઢ્યો. 'તમને આબ્જેકશન ન હોય તો ચાલો આ સમુદ્રના તરંગો વચ્ચે તમારા સ્નેપ ખેંયુ.

'વાહ, તમે તો આનંદ આર્ટના પણ આર્ટીસ્ટ છો.'

'એ મારો શોખ છે.'

નિતંબ અને વક્ષ ઉભરી આવે તેમ કલાત્મક રીતે પહેરેલી સાડીનો પાલવ હવામાં ફરફરાવતી શોભના સમુદ્ર તરંગો વચ્ચે ઊભી રહી. કેમેરાની સ્ટ્રીપ ગળામાં ભેરવી, આનંદે શોભનાના વિવિધ અદાઓમાં સ્નેપ ખેંચ્યા.

અચાનક - પાછી ફરતી સમુદ્ર લહેરે શોભનાના પગ નીચેની રેતી સરકાવી દીધી અને શોભનાએ હળવી ચીસ સાથે બેલેન્સ ગુમાવ્યું. દોડીને આનંદે તેને ઝીલી લીધી, પરંતુ ભયની મારી એ આનંદને લપેટાઈ ગઈ. પરસ્પરના અણુએ અણું ઝંકૃત થઈ ઊઠ્યા. લાંબા આશ્લેષમાંથી છૂટા પડતાં સુધીમાં તો પરસ્પરના હૈયાની રેશમિયા ગાંઠ બંધાઈ ચૂકી હતી.

'ચાલો હવે પાછા ફરીશું?' આનંદે પૂછ્યું.

'ના.'

આ નીલા સમંદરની ગેહરાઈ જેવા તારા હૈયામાં મારે ડૂબી જવું છે.

'કેમ?'

બંને આવી સમુદ્ર તટે બેઠા. સાંજ ઢળવા આવી. નિરવ એકાંત છવાતું ગયું. દરિયો પણ ઓટમાં પાછો ઠેલાઈ ગયો હતો. પ્રણયાતુર હૈયા લક્ષ્મણરેખાની મર્યાદા જાળવતા પ્રણયવિભોર સ્થિતિમાં તરબોળ થતાં રહ્યાં. પૂર્ણિમાનો ચાંદ ક્ષિતિજ છોડી ઝળહળતો ઉપર ચડ્યો. શોભનાના રજત બદન પર લપેટાઈ ચાંદનીએ શોભનાના બદનને ચાર ચાંદ લગાવી દીધા.

'શું જુએ છે આનંદ?' અપલક તાકી રહેલા આનંદને શોભનાએ પૂછ્યું.

'આ મારી ચાંદને!' કહેતા આનંદે શોભનાના ચિબુકને માર્દવતા પૂર્વક ચપટીમાં લેતાં દોહરાવ્યું મારી ચાંદ!

'મારા રાજા' શોભનાએ આનંદની ગ્રીવાને જકડી મુખ પર ચાંપતા મારા દિલનો તું આજથી રાજ્જા છે. કહેતા પરસ્પરના ઓષ્ટદ્વય એકતા સાધી રહ્યાં. ઓષ્ટદ્વયનો મધુરસ પરસ્પરમાં જીવનરસ થઈ સમાઈ ગયો.

પછી તો 'મારા રાજ્જા' અને મારી ચાંદના સંબંધોને અને લિ. ભવોભવની તારી ચાંદ અને લિ. સદાયે તારા દિલનો રાજ્જાની પૂર્તતા સાથે પત્ર પ્રેમાલાપ થતાં રહ્યાં. સમયાંતરે નાની મુલાકાતો થતી રહીને પ્રેમનું રજ્જુ ગંઠાતું રહ્યું.

આનંદે એમ.બી.બી.એસ. પૂર્ણ કરી ઇન્ટરર્નશીપ પણ પૂરી કરી શહાપુરા જેવા શહેરમાં પોતાની હોસ્પિટલની ઉદ્ઘાટન સુધીની તૈયારી કરી લીધી.

'આનંદ વેડીંગ શોભના બાય કોર્ટ' અને તે સાંજે રિસેપ્શન તથા બીજા દિવસે અમારી હોસ્પિટલના શુભારંભના રિસેપ્શન અને ઉદ્ઘાટનના કાર્ડ છપાઈને મિત્ર વર્તુળોમાં વહેંચાઈ ગયા.

સમય વર્ષોમાં પરિણમી અવિરત વહેતો રહ્યો. આનંદના માયાળુ અને સેવાભાવી સ્વભાવે હોસ્પિટલ દર્દીઓથી ઉભરાતી રહી.

બિલ્ડીંગ મટીરિયલ્સ આવતું રહ્યું ને 'ચાંદ મહેલ' સર્જાતો ગયો. દંપતિની છેડાછોડી બંધાઈને વાસ્તુપૂજન સંપન્ન થયું. 'ચાંદ મહેલ' શોભનાની અપેક્ષાપૂર્વક ઇન્ટિરિયર ડેકોરેશન સાથે ફર્નિચર અને સુવિધાઓથી ઉભરાઈ ઉઠ્યો.

હોસ્પિટલમાં માયાળુ ડોકટર, ઘરમાં આવતાં શોભના સાથે ઓતપ્રોત બની જતો.

ઘરમાં કેવો તોફાનીને નખરાળો હતો આનંદ! શોભનાને પોતાની 'ચાંદ'ને એ કેટલો ચાહતો! તેના રોમેરોમમાં 'ચાંદ' હતી. પ્રૌઢતાનું પ્રાંગણ સામે દેખાયું છતાં તેના તોફાન- મસ્તી ન ગયા.! હવે કંઈ નાના નથી. શોભના કહેતી, ત્યારે જન્મે ત્યારથી લગ્ન સુધીમાંની ગોદમાં અને લગ્નથી મરતા સુધી પત્નીના પડખામાં પુરુષ સદાયે બાળક જ રહે છે. કહી 'બેડ'માં એ શોભનાને વિંટાળાઈને ચૂપ થઈ જાય.

શોભનાએ પ્રથમ બે પુત્રીઓને પિયરમાં જન્મ આપેલ જે આજે પરણીને અમેરિકામાં વેલસેટ થઈ ગયેલ છે. બે પુત્રીઓ પછીની શોભનાની પ્રસુતિ આનંદે

પોતાના હાથે જ કરેલ. માત્ર પોતાની એકની જ હાજરીમાં - પોતાના જ સર્જનને માના ગર્ભમાંથી બહાર લાવતા એ કેટલો આનંદી ઊઠેલો! હાથ પર પહેરેલા લોહિયાળ રબ્બર, ગ્લોવ્ઝ પણ કાઢ્યા વગર પ્રેમથી તેણે કેટલીયે ચૂમીઓ શોભનાને ભરી લીધેલ.

પચાસ વર્ષની વયે પહોંચેલી ડો. આનંદની 'ચાંદ' હજુયે ચૂસ્ત બઠન છે. કાળની કરચલીઓ તેના ચહેરાને સ્પર્શી નથી. તેના લાંબાવાળ થોડા ઉત્તરી જઈ ટૂંકા થઈ ગયા છે અને તેમાં થોડી શ્વેત ઝાંય ઊઠી છે. હજુયે માથા પર પાલવ પસારી એ બેસે તો પ્રથમ રાત્રિની નવોઢા જેવી જ દેખાય! પરંતુ આજે એ એકલી છે. કોલેજમાં ભણતો પુત્ર હિરેન કોલેજની ટ્ર પર આજે જ ગયો છે. કામે રાખેલી બાઈ સાંજનું આટોપી જતી રહે છે.

રાત્રિની ટી.વી. સિરિયલો પૂરી થતાં એ ઉપરના પોતાના બેડરૂમમાં સુવા ગઈ. બારીઓના પરદા ખેંચી એ સૂતી. નાઈટ લેમ્પની તેને જરૂર નથી. પરદાઓમાંથી બહારની સ્ટ્રીટ લાઈટોનો ઉજાસ થોડી ક્ષણોમાં અનુભવાય છે.

આજ એકલી પડેલ શોભના સવારથી જ કોઈ અગમ્ય-અકળ ભયના ઓથાર હેઠળ વારંવાર કંપી ઉઠે છે.

આજે આનંદની ચોથી પુણ્યતિથી છે.

ડો.આનંદ સાથેની પ્રથમ મુલાકાતથી લઈને, કુટુંબના વિરોધ છતાં આનંદે શોભના સાથે પ્રેમ લગ્ન કરેલા, ત્યારથી લઈને છેક સુધી આનંદ સાથે માણેલ સુખદ દામ્પત્ય જીવન સાથે- ખાસ તો સેક્ષુયલ ક્ષણોથી લઈને......

મનન સાથેના સ્ખલન સુધીની પળોની યાદ પીછો છોડતી ન હતી.

આજના ભયના ઓથાર હેઠળ મનન ને બોલાવવા તેનું મન તડપી ઉઠ્યું.

અચાનક તેને ઘરમાં નીચેના ફ્લોર પર કોઈ ફરતું હોય તેવું લાગ્યું એ ઊઠીને સીડી પાસે આવી. સીડી પરથી નીચે નજર કરી- કોઈ ન હતું. મેઈન ડોર ઈન્ટરલોક કરેલ હતું. પાછી આવી એ બેડમાં પડી.

કોઈ સીડી ચડી ઉપર આવી રહ્યું હોય તેવા સ્પષ્ટ પગલાંઓ સંભળાયાં. ભયથી તેના રૂંવાડા ઉભા થઈ ગયા. શરીરમાંથી ભયનું લખલખુ પસાર થઈ ગયું.

ઉઠીને બેડરૂમના દરવાજાને સ્ટોપર મારી હતી છતાં આલ્દ્રાફ્ટ પણ ભીડીને રૂમની ટ્યુબલાઈટ ચાલુ રાખી એ બેડ પર બેસી રહીને સાંભળતી રહી.

બાજુના હિરેનના બેડરૂમમાં રાખેલું કોમ્પ્યુટર કોઈએ સ્ટાર્ટ કર્યું હોય તેવો ટોન તેને સંભળાયો. એ કાન દઈ સાંભળતી રહી. કોમ્પ્યુટરમાં વિન્ડો ઓન થયાનું મ્યુઝીક સંભળાયું. બાદમાં કોમ્પ્યુટરમાંથી નીકળતું મ્યુઝીક એને સંભળાતું રહ્યું. ચોક્કસ ઘરમાં કોઈ છે. તે મનમાં વિચારી રહી. બેડની જમણી તરફની દિવાલના ખૂણે-ટેકે આનંદ હંમેશા પોતાની એર રાઈફલ હાથ લંબાવતા જ હાથમાં આવે તેમ રાખતો તેણે હાથ લંબાવી એર રાયફલ ઉઠાવી, હિંમત કરી તે ઉભી થઈ. હળવેથી તેણે રૂમની સ્ટોપર અને આલ્દ્રાફ્ટ ખોલ્યું. હળવે કદમે તે બહાર આવી હિરેનના બેડરૂમમાં, આદશ લઈને ઝાંકી. કોમ્પ્યુટર સ્ક્રીનનો પ્રકાશ રૂમમાં ફેલાયો હતો. પરંતુ કોઈ દેખાતું ન હતું. કોમ્પ્યુટરનું માઉસ હલતું ચલતું હતું. અને મોનિટર પર કોમ્પ્યુટર ગેઈમ ખેલાઈ રહી હતી. તેને યાદ આવ્યું, આનંદને કોમ્પ્યુટર ગેઈમ રમવી ખૂબ ગમતી.

ઘેરો મૃદુ અવાજ તેને કાને સંભળાયો, 'આવ. ચાં...દ..મારી પાસે આવવામાં એ મારી એર રાયકલ ઉઠાવવાની જરૂર નથી.'

આનંદનો એ ઘેરો અવાજ ઓળખી એ ફફડી ઊઠી. તન-બદન પરસેવે રેબઝેબ થઈ ગયું. શરીર ધ્રુજવા લાગ્યું. લોહીનું દબાણ વધી ગયું. છાતી ભીંસાવા લાગી. હમણાં જ પોતે પડી જશો તેમ લાગ્યું. દોડીને પોતાના બેડરૂમમાં જઈ ડૉ. મનનને ફોન કરવા વિચાર્યું પરંતુ એ તેમ ન કરી શકી.

ફરી ઘેરો ધૂંટાતો અવાજ સંભળાયો. 'માય ડિયર' ચાંદ, અત્યારે ડૉક્ટર, મનન યાદ આવ્યો ને? પણ હવે તું કંઈ નહીં કરી શકે.' તેને ચીસ પાડવાનું મન થયું, પરંતુ ચીસ પણ નીકળી ન શકી.

ઘેરો ધૂંટાતો અવાજ સંભળાતો રહ્યો; 'ચાં...દ' ઉઠાવ ફોન-ને બોલાવ મનનને. તમે બંનેએ મળીને મને ઓવરડોઝ સેડેટીવ્ઝ આપીને સીરીન્જ દ્વારા મારી વેઇનમાં હવાના બબલ્સ ચડાવી મને મોતને ઘાટ ઉતારી દીધો એ જ ડૉ. મનનને સવારે નેચરલ ડેથ, ડ્યુ ટુ હાર્ટ એટેક લખી ડેથસર્ટી. લખી આપેલ.

એ જડ બનીને સાંભળતી રહી. 'ચાંદ... મે તને શું નહોતું આપ્યું? ધન-દોલત, એરા-આરામ, શાન- શૌકત. ડૉ. આનંદની પત્ની તરીકે સમાજમાં મોભો હતો. અને છતાંયે તું મારા સહાધ્યાયી મિત્ર મનને પાછળ માત્ર કામલોલુપતામાં ખેંચાઈ? અરે, એમાં પણ મેં તને કમી રહેવા ન દીધેલી, પૂછ તારા આત્માને! અરે, કેટલીયે સ્ત્રીઓ મારી પાછળ પણ પાગલ હતી. 'ચાંદ', મુગ્ધાઓ અને તારા જેવી પરિણિતાઓ પણ મને પામવા ખૂલી અપેક્ષાઓ કરતી, પરંતુ મારે તો મારી ચાંદ સિવાય સર્વે વજર્ય હતી કારણ કે તું મારો પ્રેમ હતી; અને છતાંયે તને મારાથી પ્રેમ લગ્ન હતા. પ્રેમની મહાનતાને તું ભૂલી ગઈ રે.. વિશ્વાસઘાતી, વ્યભિચારીણી આજ હું તારા વ્યભિચારને પરિપૂર્ણ કરી દઉં!' કહેતા કોમ્પ્યુટર સામેની ખુરશી ખરેરાટી સાથે શોભના તરફ ફરતી દેખાઈ, તેની જીભ તાળવે ચોટી ગઈ, મોઢું સૂકાવા લાગ્યું. દેહ થરથર ધ્રૂજી ઊઠ્યો. તેને બાથરૂમ જવાની ઈચ્છા થઈ આવી.

ખુરશી પર આનંદની છાયા પ્રગટ થઈ, સ્પષ્ટ થઈ. ખુરશી પરથી ઊભો થઈ તે ધીમે ધીમે શોભનાની નજીક આવ્યો. હમણાં હ્રદય બંધ પડી જશે તેવું શોભનાને લાગ્યું.

નજીક આવી આનંદની છાયાએ તેને આશ્લેષમાં લઈ તેના હોઠ પર 'મારી ચાંઠ' કહી દીર્ઘ ચૂંબન લીધું. શોભનાને સાંભરી આવ્યું; રોજ ત્રણ ટાઈમ, સવારે શોભના આનંદને ઉઠાડે ત્યારે, તૈયાર થઈ આનંદ હોસ્પિટલ જવા નીકળે ત્યારે અને સાંજે કે રાત્રે પાછો ફરે ત્યારે અચુક આનંદ તેને આજ રીતે આશ્લેષમાં લઈ મારી 'ચાંદ' કહી દીર્ઘ ચૂંબન લઈ પોતાની છાતી સાથે ભીંસી દેતો.

'મને માફ કરી દે આનંદ, પ્લીઝ ભગવાનને ખાતર મને માફ કરી દે!' તેના મુખમાંથી યાચના ભર્યા શબ્દો ઉચ્ચારાયા; 'મારી ભૂલ થઈ ગઈ આનંદ.'

'જરૂર માફ કરી દેત; જો પ્રેમની પવિત્રતાને તે લાંછન ન લગાડ્યું હોત તો, જરૂર માફ કરી દેત જો તું મારી હત્યારી ન થઈ હોત તો, અરે... તારા દૈહિક સ્ખલનને પણ મારા પ્રેમે ધોઈ પાવક કરી દેત. તું મારા પ્રેમની આરાધ્ય દેવી હતી. તને પામીને કેટલો ગર્વ હતો. મને મારી જાત પર... પરંતુ તું પ્રેમની દેવી ન બની શકી! કહેતા બાહુપાશમાં લઈ આનંદ તેને પોતાની ડબલ બેડ પર ખેંચી ગયો, જેના પર નાના બાળકની જેમ રોજ રાત્રે પોતાની 'ચાંદ'ના વક્ષમાં લપાઈ સૂઈ જતો.'

શોભના રડતી રહી, માફીની કાકલૂદી કરતી રહીને આનંદ તેને પોતાની બેડ પર ઢાળી તેના નાઈટ ડ્રેસ ખેંચી ખેંચી ઉતારતો રહ્યો. પ્લીઝ રાજ્જા, પ્લીઝ આનંદ, મને માફ કરી દે, મારી ભૂલ થઈ ગઈ' કહેતી શોભનાની વિનવણીઓ વચ્ચે, રોજ રાતે મૃદુતાપૂર્વક શોભનાના માથા અને વાંસામાં ફરતો હાથ આજબદલાની ભાવનામાં કઠોર થતો ગયો. આરસની નિરાવણ પૂતળીને પથારીમાં સૂવરાવી હોય તેવી શોભનાની કાયા આનંદના અમાનુષી ભારથી સવાર સુધી છટપટતી રહી.

સવારે સ્વસ્થ થતાં જ શોભનાએ ડૉ. મનનને ફોન કરી સારી યે ઘટના કહી. સંભળાવી. જવાબમાં 'ભૂત-પ્રેતમાં હું માનતો નથી. આ બધી તારી માનિસક નબળાઈ છે, છતાં રાત્રે ત્યાં આવું છું. આજની રાત્રી આપણે સાથે વિતાવશું. કહેતા ડૉ. મનને તેને હિંમત આપી. ડૉ. મનન ડૉ. આનંદનો સહાધ્યાયી મનોચિકિત્સક હતો.'

પરવારીને મનન આવ્યો, આજની રાત એ ચાંદ મહેલમાં શોભનાની સાથે વિતાવવાનો હતો. આનંદની ડબલ બેડ પર બંને સૂતા. શોભના ગઈ રાત્રીની ઘટના દોહરાવતી રહી. રાત્રીની ઘટનાના ભયનો ઓથાર હજી શોભનાના મન પરથી ઓછો થતો નહતો.

બધું ભૂલી જઈ મનનના આશ્લેષમાં ખોવાતી ગઈ.

ટન..ટન...ટન... વૉલ લોકમાં રાત્રિના બારના ટકોરા પડ્યા. ડૉ. મનનનો દેહ શોભનાના બદન પરથી કોઈ અપાર્થિવ શક્તિએ પાંચેક ફૂટ ઊંચકાઈ શોભનાની બાજુમાં પછડાયો. શોભનાથી ચીસ પડાઈ ગઈ. મનન ની ચીસોથી વાતાવરણ ગાજી ઊઠ્યું . શોભનાની બચાવો - બચાવો..આનંદ, મારા રાજા, તારી ચાંદને માફ કર-માફ કર, ચીસો અને કાકલુદીના નિ તરંગોએ ભયાનકતા ફેલાઈ રહી. આખરે મનનનો દેહ નિર્જીવ થઈ અચેતન બની ગયો. થોડીવાર શાંતિ પ્રસરી રહી.

ભયથી મૂઢ થઈ ગયેલ શોભના સામે આનંદની છાયા ઉભરી ઊઠી. શોભનાની નજીક આવી તેણે તેની કાયાને આશ્લેષમાં લઈ લીધી. શોભનાને બચાવની આશા બંધાઈ. રાજ, મારા રાજ્જા, મને માફ કરી દઈશ ને? કહેતી શોભનાની ચીસ અચાનક હવામાં ફેલાઈ ગઈ. રાત આખી શોભના ચિખતી રહી. વચ્ચે વચ્ચે માફ કરવા વિનવતી રહી ને વળી ચિખતી રહી. બંગલાની બહાર

સોસાયટીના સ્ત્રી-પુરુષો એકઠા થઈ જઈ આ ચિત્કાર સાંભળતા રહ્યા. પરંતુ કોઈની હિંમત ગેટમાં પ્રવેશવાની કે પોલિસ બોલાવવાની થઈ નહીં.

વહેલી સવારે સ્તબ્ધતા પ્રસરી રહી. સોસાયટીના રહીશોએ પોલિસ બોલાવી, બંગલામાં પ્રવેશ કર્યો ત્યારે ડો. મનન અને શોભનાના નિરાવરણ, નિર્જીવ દેહ, આનંદ-શોભનાની ડબલ બેડ પર પડ્યા હતા.

બસ ત્યારથી આજે વર્ષો થયા આ ભૂતિયા ચાંદમહેલમાં રાત પડતાં ચાંદ મહેલ જીવંત થાય છે. પૂર્ણ ચંદ્ર પ્રકારો, ચાંદની રેલાય છે. હીંચકા પર શોભના સાથે આનંદ અદ્દશ્ય પણે હીંચકે છે.

રાતના બાર સુધી આનંદનો આત્મા શોભનાના આત્મા પર પ્રેમ વરસાવે છે, પોતાની વહાલી ચાંદના ખોળામાં સૂઈ જઈ એક પગે હીંચકાને ઠેલે છે. અને રાતના બાર વાગતાં જ પ્રતિશોધની ભયાનકતામાં 'ચાંદ મહેલ' ચીસોથી ભલભલાના હાંજા ગગડાવી દે છે. 'ચાંદ- મહેલ પ્રેમીઓને જાણે કરી રહ્યો છે. 'બેવફા ન થજો!''

હાશ!

બપોરના એક વાગે એટલે પાંડેજીના મોબાઈલ પર અચૂક મિસ કૉલ આવે. પાંડે સમજી જાય કે એક વાગે એ મિસ કૉલ ચમનનો જ હોય.

સાતેક એકરમાં ફેલાયેલી એનજીઓ સંસ્થામાં ચમન વૉચમેન હતો અને પાંડ ગેટમેન હતો. ચમનને સંસ્થામાં સાવ પછવાડે આવેલા સ્ટાફ ક્વાર્ટર્સમાં નાનકડું ક્વાર્ટર મળ્યું હતું ત્યાં એ પત્ની સાથે રહેતો, જ્યારે પાંડનું બે રૂમ, રસોડાનું ક્વાર્ટર સંસ્થાના ગેટ પાસે જ હતું.

સામાન્ય રીતે સંસ્થાનો મોટો ગેટ લગભગ બંધ જ રહેતો. કોઈ ફોર-વ્હીલ કે મોટું વાહન આવે કે જાય ત્યારે પાંડે દોડીને મોટો ગેટ ખોલતો, બાકી તો પદાચારીઓ કે સાઈકલ કે ટુ- વ્હીલ વાહનો માટે મોટા ગેટની બગલમાં આવેલો નાનકડો ગેટ સવારથી રાત સુધી ખુલ્લો જ રહેતો આથી પાંડેને સતત ગેટ પર બેસી રહેવું ન પડતું.

સંસ્થાનો મોટા ભાગનો સ્ટાફ તો સંસ્થાની ઑફિસો પાછળના ક્વાર્ટર્સમાં રહેતો. બાકીનો સ્ટાફ ચૈકીના એકલ- દોકલ કર્મચારીઓ સ્થાનિક રહેતા. ગામમાં પોતાના ઘેરથી આવતા-જતા.

અઠ્ઠાવન વર્ષની ઉંમર સુધી શિક્ષિકાની નોકરી કરીને નિવૃત્ત થયેલાં વિધવા હંસાબહેન ટાઈમપાસ કરવા ત્રણેક વર્ષથી સંસ્થામાં જોડાયાં હતાં. દીકરી પરણીને સાસરે હતી અને દીકરો સ્થાનિક સ્કૂલમાં શિક્ષક હતો. હંસાબહેનને હવે નોકરી કરવાની જરૂર નહોતી, પરંતુ સમય પસાર કરવા સંસ્થામાં જોડાયાં હતાં.

એક વાગ્યાથી ત્રણ વાગતાં સુધી-બે કલાક સંસ્થામાં રિસેસ રહેતી ત્યારે હંસાબહેન સંસ્થાથી નજીક જ સોસાયટીમાં પોતાના ઘેર જમવા નીકળતાં.

બરાબર હંસાબહેન એક વાગે જમવા ઘેર જવા ઑફિસમાંથી બહાર પગ મૂકે કે તુરંત પાંડે પર ચમનનો મિસ કૉલ આવે અને જેવો મિસ કૉલ આવે કે પાંડે પોતાના ક્વાર્ટરના દરવાજે ઊભો રહી જાય.

આજીવન શિક્ષિકા હંસાબહેનનો ઋજુ જીવ આથી દયાળુ અને માયાળુ. પાંડને ઊભેલો જુએ એટલે અચૂક પૂછેઃ ક્યા પાંડેજી, ખાના ખાયા? પોતાના માયાળુ સ્વભાવને કારણે 'ક્યા પાંડેજી, ખાના ખાયા?' અચૂક પુછાઈ જાય.

હા, મૅડમ. પાંડેના જવાબમાં ક્યારેક આગળ પણ પૂછે:

'ક્યા પકાયા?'

હંસાબહેન વાને થોડાં શ્યામળાં, પરંતુ કાઠે ભરાવદાર અને હાઈટ પણ સારી. દસ-બાર વર્ષથી વિધવા થયેલાં. ભણેલાં-ગણેલાં અને વળી જિંદગી આખી શિક્ષિકા તરીકે વીતેલી. ગુજરાતી સાડી જ પહેરે, પરંતુ એમાંય એકપ્રકારની ખાસ છટા-વ્યક્તિત્વ ઊભરાઈ આવે.

એક વાર ચમન ગેટમૅન પાંડે પાસે બેઠો હતો ને હંસાબહેન રિસેસમાં નીકળ્યાં.

'ક્યા પાંડેજી, ખાના ખાયા?' પોતાના લાગણીશીલ સ્વભાવથી પ્રશ્ન કરતાં ગયાં. એમના ગયા પછી ચમને મમરો મૂક્યોઃ

'પાંડે, સાલા. તું ભાગ્યશાળી ખરો!'

'ક્યું?' પાંડેએ સવાલ કર્યો.

'સાલા... હું ઘણી વાર જોઉં છું કે એ જ્યારે નીકળે ત્યારે અચૂક તારી સાથે બોલ્યા વગર ન રહે.'

'એ તો એનો સ્વભાવ છે.'

'શું ચાર... તુંય... સમજતો નથી. મને કેમ ક્યારેય બોલાવતાં નથી?'
'એ મને શું ખબર.'

બસ ચાર, એ જ વાત છે. ઓરતને તું સમજતો નથી.' કહી આંખ મિચકારી બોલેલોઃ

'સમજી જાને, ચાર...'

પેલી પંચતંત્રની વાર્તા આવે છેને કે એક પંડિતને યજમાને બકરી ભેટ આપી. બકરીને ખભે ઉપાડી પંડિત જંગલ રસ્તેથી નીકળ્યા. ત્રણ ઠગની એના પર નજર પડી. બકરી પડાવી લેવા ત્રણે ઠગ રસ્તામાં જુદે જુદે ગોઠવાઈ ગયા. એકે પંડિતજીએ ખભે ઉપાડેલી બકરીને મરેલું ફૂતરું કહ્યું. થોડા અંતરે બીજાએ પણ એ જ કહ્યું. વળી, આગળ ત્રીજા ઠગે પણ એ જ કહ્યું. હવે પંડિતજીના મનમાં બકરી વિશે શંકા પેદા થઈ ને ડરીને બકરીને નાખીને ભાગ્યા. તેમ પાંડેના મનમાં પણ ચમને વિકૃત ભાવ ઊભો કર્યો.

'સાલા ચમન, ક્યાંક મરાવી દઈશ.' બાહ્ય રીતે તો એણે ચમનને કહ્યું, પરંતુ પાંડેના મનમાં શંકા તો પેદા થઈ જ ગઈ. મન પણ આ શક્યતાથી ખીલી ઊઠ્યું.

પાંડે મૂળ તો યુપીનો બ્રાહ્મણ, પરંતુ વર્ષોથી રોજી-રોટી કમાવા ગુજરાતમાં પહોંચી ગયેલો. થોડો સ્થિર થયો એટલે વતનમાં જઈ, પરણી આવી, બૈરીને લઈ પાછો આવી ગયો. આ સંસ્થામાં ઘણાં વર્ષ થઈ ગયાં. છોકરાઓ પેદા થયા, મોટા થયા. હવે એને વરાવવા- પરણાવવા વતનમાં સગાંસંબંધીઓના સંપર્કમાં રહેવાની જરૂર પડી આથી છેલ્લા છ-સાત મહિનાથી બૈરી- છોકરાઓને વતનમાં મૂકી આવેલો.

હવે એકલો જીવ. વચ્ચે વચ્ચે સમય મળે ત્યારે પોતા પૂરતી સવાર-સાંજ રસોઈ પકાવી લઈ-ખાઈને મોજ કરે.

સંસ્થામાં પાંડેની છાપ સારી. વર્ષોથી સંસ્થામાં નોકરી કરે, પરંતુ ક્યારેય કોઈની સાથે મનદુઃખ થયેલું નહીં. ભાષા પણ વિવેકી. સૌની સાથે સલુકાઈથી વર્તે, પરંતુ હજી તો પ્રૌઢતામાં પગ મૂકવાની થોડી વાર હતી. શરીરે હટ્ટો-કટ્ટો, છતાંય છ આઠ મહિનામાં સ્ટાફની કોઈ મહિલાને પણ પાંડેની દૃષ્ટિમાં ફેરફાર દેખાયો નહોતો.

મોટા ભાગનો સ્ટાફ તો અંદર ક્વાર્ટરમાં હતો. ચાર-છ સ્થાનિક નોકરિયાતો ગામમાં પોતીકા ઘેરથી નોકરી પર આવતા. બપોરના એકથી ત્રણની રિસેસમાં ઘેર જમવા જતા. એ સ્થાનિક મહિલા નોકરિયાતમાં હંસાબહેન અને મધુબહેન હતાં. મધુબહેન થોડાં ગુમાની અને અહંવાદી. મધુબહેન ઘેર જવા નીકળે ત્યારે પાંડેએ નમસ્તે મેડમ કહેવું પડે. પરંતુ મધુબહેન પ્રતિભાવ આપ્યા વગર જતાં રહે, જ્યારે ઋજુ સ્વભાવનાં હંસાબહેન સામેથી પાંડેના ખબર પૂછે. પાંડને હંસાબહેન પ્રત્યે આદરભાવ-માન, પરંતુ જ્યારથી ચમને મમરો મૂક્યો ત્યારથી પાંડેના મનમાં બહારથી ન દેખાય, પરંતુ મનમાં ને મનમાં ગ્રંથિ બંધાતી ગઈ કે હમ્મ, હંસાબહેન જરૂર...

પાંડે ગુજરાતમાં રહીને ગુજરાતી શીખી ગયો હતો. ચમન પણ મૂળ તો રાજસ્થાની, પરંતુ બન્ને ગુજરાતમાં રહીને ગુજરાતી બોલતા. જો કે ક્યારેક બન્ને ભેગા થાય તો હિંદીમાં પણ વાત કરતા.

સંસ્થામાં શૈક્ષણિક સાથે અન્ય પ્રોજેક્ટ પણ હતા આથી સંસ્થા જીવંત લાગતી. રવિવાર કે જાહેર તહેવારની રજા હોય ત્યારે કૉલેજ- હૉસ્ટેલ સિવાય

નીરવતા વ્યાપી જતી. સાંજે ઑફિસ છૂટે પછી હંસાબહેનના ગયા પછી ચમન ટહેલતો ટહેલતો પાંડ પાસે પહોંચતો.

'ક્યા પાંડેજી, ખાના ખાયા?' બોલીને હસી પડતો. એક વાર તો નિર્દોષતાથી પાંડે બોલેલો:

'બસ, આજ તો ખીચડી પકાના હૈ, સુ'બેકી રોટી ઓર સબ્જી પડી હૈ, ખા લેંગે. અકેલે આદમી કો ક્યા ફિકર!'

ચમન હસી પડ્યો: 'મેં તેરી ખીચડી કી બાત નહી કરતા. વો શ્યામ ખીચડી કી બાત કરતા હૂં.'

હંસાબહેન થોડાં શ્યામવર્ણ હતાં. આથી ચમને શ્યામ ખીચડી વિશેષણ વાપર્યું.

ચમન, સાલા... કભી મરવા દેગા!'

વૈસે ભી સાલા, તૂ ભૂખા હી મરેગા. છે-સાત મહિને સે તો ભૂખા મર હૈ.' કહીને ચમન આંખ મિચકારીને હસ્યો.

પાંડેને હંસાબહેન પ્રત્યે આદર હતો. એણે ક્યારેય હંસાબહેનના ક્યા પાંડેજી, ખાના ખાયા?ની પૃચ્છનો અવળો અર્થ કર્યો નહોતો, પરંત ચમનની શરારતી વાતો હવે એને ગમવા લાગી હતી.

સહેજ ભીના વાને પણ એકસઠ- બાસઠ વર્ષની ઉંમરે પણ હજી હંસાબહેન ભર્યાભર્યાં લાગતાં. બાર-તેર વર્ષની વિધવાવસ્થા ભોગવી, પણ નોકરી દરમિયાન પણ કોઈની હેસિયત નહોતી કે કોઈ હંસાબહેન સામે આંખ ઉઠાવે. હા, શરૂઆતમાં એક વાર એના હેડ માસ્તરે ઑફિસના એકાંતમાં દાણો ચાંપી જોવા સહેજ અડપલું કરવાનો પ્રયત્ન કરેલો અને હંસાબહેને સણસણાતી એક થપ્પડ હેડ માસ્તરના ગાલે મારેલી કે ગલોફું ફાટીને દાંત એમાં ભરાઈ ગયેલા. હેડ માસ્તરનો જબરો ભવાડો થયેલો અને તાત્કાલિક રજા પર ઊતરી જઈને બીજે ગામ બદલી કરાવી નાખેલી, પણ ત્યારથી હંસાબહેનનો છાકો પડી ગયેલો... જો કે ચમનના તકિયા કલામ ક્યા પાંડજી, ખાના ખાયાની મજાકે પાંડે વિચારતો થઈ ગયેલો કે ઈ હેડ માસ્તરવાળી વાતને તો ઘણાં વર્ષ થઈ ગયાં. હવે કદાચ હંસાબહેન પણ...

હંસાબહેનના વિચારમાં ને વિચારમાં રાતના નવ થઈ ગયા. રાતના નવ વાગે સંસ્થાના બન્ને ગેટે તાળાં લાગી જતાં એ પ્રમાણે બન્ને ગેટને તાળાં મારી હળવા પાઈપના ખાટલાને મેદાનમાં ઢસડી લાવી લંબાવ્યું. ઉનાળાની સાંજ ઢળીને રાત પડતાં ઠંડક પ્રસરી રહી હતી.

છ-સાત મહિનાથી વતનમાં મૂકી આવેલું કુટુંબ સાંભર્યું. પત્ની વિનાની એકલતા સાલી. હંસાબહેન યાદ આવ્યાં : શું આ સાલો ચમન કે'છે એવું કંઈ હંસાબહેનના મનમાં હશે?

રાત શીતળતા પસરાવી રહી હતી. હજુ તો સાડા નવ જ થયા હતા. એ ઊભો થયો. ચમનના ક્વાર્ટર ભણી ચાલ્યો. દરવાજો ખટખટાવ્યો. ચમનની બૈરીએ દરવાજો ખોલ્યો.

'આવો આવો, પાંડેજી.' કહી ચમનની બેરીએ આવકાર્યા.

'ચમન નથી?' પાંડેએ સવાલ કર્યો.

'કેમ્પસમાં રાઉન્ડ મારવા ગયા છે.'

પાંડે પાછો ફરવા ગયો ત્યાં ચમનની બેરીએ કહ્યું: આવોને! એ ઘર કંઈ સાથે નથી લઈ ગયા. ક્યારના ગયા છે, આવતા જ હશે.'

ત્યાં તો ચમન પાછો આવી ગયોઃ 'આવને પાંડે!'

પાંડે અંદર પ્રવેશ્યો. ચમન સાથે શેટીમાં બેઠો.

'શું ખબર છે ઘરના?' ચમનની બૈરીએ પૂછ્યું.

'બધાં મજામાં છે. મોટી છોકરી માટે વાતો ચાલે છે.'

'મૂવું, મને તો એકલાં નો ગમે હોં, પાંડેજી. આ તમારા ભાઈબંધ બહારગામ જાય તો દી તો વઈ જાય, પણ રાત્ય કેમેય નો જાય.'

કહી ચમનની બેરીએ આંખનો એવો ઉલાળો કર્યો કે પાંડને કહેવાનું મન થઈ ગયુંઃ

'સાલા લટકા, મટકા, ઉલાળા ને અદા તો તમારી જ...'

'શું થાય... છોકરા-છોકરીઓ મોટાં થાય પછી અમારા સમાજમાં ન રહીએ તો ક્યાંય ઠેકાણું પડે જ નઈ.'

ચા પીને બન્ને બહાર નીકળ્યા. ગેટ સુધી આવી ચમને તો પાંડેના ખાટલા પર જમાવ્યું.

સાલી, રાત થોડી ઠરે પછી બહાર મજા આવે છે.' ચમને કહ્યું.

ચમન જ સાંભળે તેમ, 'હે ચમન તું કહે છે તેમ હંસા મેડમ...' કહેતાં પાંડે આગળના શબ્દો ગળી ગયો.

'તને કે'વાનો કંઈ અરથ નથી. સા...લા, તારામાં જ હિંમત નથી.'

ધાર્મિક બાઈ છે હોં, ચમન. એક વાર એક જરૂરી કાગળ દેવા સાહેબે મને એના ઘેર મોકલેલો અને કંઈક સૂચના મોઢે દેવાની હતી, પણ એના ઘેર ગયો તો એનાં દીકરા-વહુએ કહ્યું, બા પૂજામાં બેઠાં છે. હજી કલાક થશે, જે કહેવું હોય એ ઑફિસે આવે ત્યારે કહેજો. ચમનને કહેતાં વળી ઉમેર્યું:

રોજ સાંજે ઑફિસેથી છૂટી શંકર ભગવાનના મંદિરે દર્શન કરીને જ ઘેર જવાનો નિયમ છે.'

ઈ બધી મનને મારવાની વાતું. પાંડે, તું જ કે' બાર-બાર વરહથી એકલી બાઈ કરેય શું? ઘરમાં વહુ-છોકરા! છે ક્યાંય એકાંત?'

'ભવાડો થાય તો?' પાંડેએ ડર વ્યક્ત કર્યો.

'નો... થાય... એનેય ઈજ્જતનો સવાલ હોય કે નઈ? તેરી બી ચૂપ ઓર મેરી બી ચૂપ.' કહી ચમને આગળ કહ્યું:

મારે તો સા...લી બેરી ઘોમ ઘોમ છે, નહીંતર તારી જેમ ગળચવા નો ગળું.'

ચમનનું ઘોમ–ઘોમ સાંભળી પાંડેના માનસપટ પર ચમનની ઊજળા વાને બાર-બાર વરસનાં લગ્ન પછીય નછોરવી બેરી, એની અદાઓ, આંખના ઉલાળા તરવરી રહ્યાં.

બૈરી-છોકરાઓને મૂકી આવ્યાને આઠ મહિના પૂરા થઈ ગયા. પાંડે ગણતરી કરતો ને હંસાબહેનમાં મન ધરતું. મનોમંથન થતું, હંસાબહેનનો વત્સલ ચહેરો ઊભરી આવતો ને પાંડેના દિલમાં શીતળતા વ્યાપી જતી. ચમન તો સાલો છે જ હલકટ, કાગડાના મોઢામાં રામ હોય તો ચમનના મોઢામાં સારી વાત હોય. હંસાબહેન તો ગંગા સ્વરૂપ દેવી સમાન છે. આ સાલો નીચ ચમનો મને એકલો માની આવી ગંદી ગંદી વાતો કરી બહેકાવે છે.

એક સાંજે ચમન આવ્યો: પાંડે...સા...લો ખર્ચો આવ્યો.'

કેમ?' પાંડેએ પૂછેલું.

'મારા કાકાનો જવાન દીકરો અકસ્માતે મરી ગયો. જવું પડશે!' કહી ચમને અકસ્માતની વિસ્તારે વાત કરી.

'કુટુંબ વે'વારે તો જવું પડે! સારા પ્રસંગે ન જઈએ તો ચાલે, પણ આવામાં તો જવું પડે.' કહી વ્યવહારની ફરજ સમજાવી પાંડેએ કહ્યું: જઈ આવો ત્યારે બન્ને.'

બૈરીને તો નથી લઈ જવી. લાંબી વાટ-છેક રાજસ્થાન. હાથ થોડો ખેંચમાં છે ને માથે ટિકિટભાડાનો ખર્ચ. એકલો જ જઈશ.'

રોકાણેય પંદરેક દિવસ ખરું!' પાંડેએ ગણતરી કરી.

'હા, યાર... પંદર દિવસની રજા મૂકું છું. ક્રિયા-કરમ પતતાં, વળી જતાં-આવતાંની લાંબી મુસાફરી. પંદરેક દિવસ તો સહેજે થઈ જ જાય.'

'કબ નિકલેગા?' પાંડેની જુબાન પર હિંદી ભાષા આવી ગઈ.

'પરસો...' હિંદીમાં કહ્યું. ચમને પણ જવાની તૈયારી કરી ચમન બીજી રાતે પાંડેના ક્વાર્ટર પર આવ્યો. આવતાં જ આદત પ્રમાણે ચમનના મોઢે આવી ગયું:

'ક્યા પાંડેજી, ખાના ખાયા?' ચચેરા ભાઈના મોતના ગમને ભૂલી જઈ હસી પડ્યો.

રાત્રે બન્ને મિત્રો ખુલ્લા કમ્પાઉન્ડમાં ખાટલે બેઠા.

ચમન ખીલ્યો હતો. હંસાબહેન વિશે ખૂબ ચગ્યો. ભૂતકાળમાં પોતે આવી બાબતમાં કરેલાં પરાક્રમ અને હિંમતની વાતો કરી. લગ્ન પછી પત્ની સાથેના રોમાન્સની મસાલેદાર વાતો પણ કરી. પુરુષો કરતાં સ્ત્રીમાં રહેલા કામાવેગની વાતો કરી. સ્ત્રી ઈચ્છતી હોવા છતાં પહેલ નથી કરતી એવા પોતાના જીવનના અનુભવોની મનઘડંત વાતો કરી. પશ્ચિમના દેશોમાં તો યુવતીઓ-મહિલાઓ દ્વારા પુરુષ પર થતા ગેન્ગ રેપની કામોત્તેજક વાતો પણ એણે માદક અદામાં કરી. હંસાબહેનના સહેજ શામળા વાનને લક્ષમાં લઈને બ્લેક બ્યુટીની રસાળતાની વાતો-વર્ણન કર્યાં. પાંડેને એવો ઉશ્કેર્યો, એવો ઉશ્કેર્યો ને પછી ચમન મનમાં વિચારી રહ્યો...

લોઢું બરાબરનું તપાવ્યું છે. હંસાબહેનની હવે ખેર નથી. ગઈ જન્માષ્ટમીની લાંબી રજામાં હંસાબહેન કોઈ ફાઈલ લેવા ઑફિસમાં આવેલાં ત્યારે પોતે એકાંતનો

લાભ લેવાના પ્રયત્નમાં હંસાબહેનનાં ચાર આંગળાંની છાપ પોતાના ગાલ પર પડી ગયેલી અને ત્યારે હંસાબહેનના પગ પકડીને માફી માગતાં કરગર્યો હતો એ ચમનને આજે પણ યાદ હતું. હંસાબહેને તો ત્યારે એને માફ કરી દીધેલો, પણ ચમન ડંખ ભૂલ્યો નહોતો. આજે પાંડને હાથો બનાવી, બરોબરનો બદલો લેવાશેનો વિચાર કરી મનમાં ખુશ થયો.

ચાલ, યાર... સવારમાં પાછું નીકળવું છે આથી વહેલા ઊઠવું પડશે.' કહી ચમન ઊઠીને ગયો, પણ ત્યારે પાંડે તો આઠ-નવ મહિનાના પત્ની વિયોગમાં બરાબર તરફડી ઊઠયો હતો.

પંદરમા દિવસે ચમન પાછો આવી ગયો. હાજર રિપોર્ટ રજૂ કરી સાંજે પાંડેના ક્વાર્ટર પર ગયો. પાંડે ત્યાં નહોતો. એ પોતાના ઘર તરફ આગળ વધ્યો ત્યાં પાંડે એને સામે મળ્યો.

'ક્યા પાંડે, ખાના ખાયા?' હસીને એણે પાંડેને પૂછ્યું.

'ખાયા... ખાયા... ચમન, જી ભરકે ખાયા ઔર વો ભી એક દોસ્ત કે ઘર પે!'

પાંડેના અવાજ તથા ચહેરા પર તૃપ્તિ તરવતી હતી...

પોસ્ટમોર્ટમ

સવારનું ઓપીડી પતાવી, મેસ પર લંચ લઈ, મારા ડોક્ટર બંગલા પર આવી હમેશની આદત આનુસાર થોડા આરામ માટે વિચારતો હતો ત્યાં હૉસ્પિટલ પરથી ફોન આવ્યોઃ

'સર, પીએમ માટે લાશ આવી છે.' ફોન મારા વૉર્ડબૉયનો હતો.

આ કંઈ અમારા માટે નવું નહોતું, પરંતુ વરસાદી ઋતુને કારણે હમણાં ઓપીડીવર્ક ખૂબ રહેતું આથી આરામની અપેક્ષા છિનવાઈ જતાં મારા મોઢા પર થોડો અણગમો છવાઈ ગયો.

'મેલ છે? ફિમેલ છે? લાશ કોના તરફથી આવી છે.'

મારાથી ફટાફટ પુછાઈ ગયું.

'સર, ફિમેલ છે અને એ પણ વૈશાલીદેવીની... પોલીસ દ્વારા આવી છે.'

વૈ... શા... લી... દે... વી..! મારા મુખમાંથી અક્ષરો સરી પડ્યા.

પાંચેક વર્ષથી મારી ટ્રાન્સફર શહેરની આ સરકારી હૉસ્પિટલમાં થઈ હતી. વૈશાલીદેવી આ શહેર અને વિસ્તારની બહુ મોટી રાજકીય હસ્તી હતી. મેં મારા વૉર્ડબૉયને મારી પાસે આવી જવા કહ્યું અને પીએમના પેનલવર્ક માટે મારા જુનિયરને તૈયાર થઈ મારી ચેમ્બર પર આવી જવા કહ્યું.

તૈપાર થઈ હું હૉસ્પિટલ પર પહોંચ્યો. પોલીસ ઈન્સ્પેક્ટર પણ મારી રાહ જોઈને બેઠા હતા. અમે પરસ્પર હાથ મિલાવી હલ્લો... કર્યું. આ પાંચેક વર્ષ દરમિયાન ઈન્સ્પેક્ટર સાથે મારે સારી દોસ્તી બંધાઈ ગઈ હતી. અમારી બન્નેની ટ્રાન્સફર એક જ અરસામાં આ શહેરમાં થઈ હતી.

'શું વાત છે, ઈન્સ્પેક્ટર" તમારે ખુદ તસ્દી લેવી પડી!' મેં બેસતાં બેસતાં પૂછ્યું.

મોટું રાજકીય પ્યાદું છે ને. ડોક્ટર!' એણે કહ્યું.

મને થોડો બેકગ્રાઉન્ડ આપશો, ઈન્સ્પેક્ટર!' મેં મિત્રભાવે પૂછ્યું.

લગભગ અગિયારેક વાગે મારા પોલીસસ્ટેશન પર વૈશાલીદેવીના નોકરનો ફોન આવ્યોઃ ઈન્સ્પેક્ટર સાહેબ, જલદી વૈશાલીદેવીના ફાર્મ હાઉસ પર આવો. એના

ગભરાયેલા અવાજ પરથી લાગ્યું કે કંઈક ગંભીર છે. થોડી વાર અટકીને એણે કહ્યું: મેડમને કંઈક થઈ ગયું છે. કદાચ મેડમ... હું આવું છું અને જો હમણાં બીજા કોઈને જાણ કરતો નહીં. કોઈને હાલ અંદર પ્રવેશવા દેતો નહીં તેમ જ કશેય અડકતો નહીની કડક સૂચના આપી મારતી જીપે હું મારા વિશ્વાસુ સ્ટાફ સાથે વૈશાલીદેવીના ફાર્મ હાઉસ પર પહોંચ્યો.'

હું જિજ્ઞાસાથી ઈન્સ્પેક્ટરને તાકી રહ્યો. એણે આગળ ચલાવ્યું:

'નોકર પ્રૌઢ વયનો હતો અને મારી રાહ જોઈને ફાર્મ હાઉસના ગેટ પર જ અદબ ભીડીને ઊભો હતો. એણે મને આવડી એવી સલામ મારી.'

આ શહેરમાં પાંચ વર્ષ દરમિયાન વૈશાલીદેવીની ઘણી વાતો में સાંભળેલી. પંદર વર્ષ પહેલાં આ શહેરમાં એ આવી ત્યારે માત્ર વૈશાલી જ હતી. એક ઔરત જેવી જ ઔરત, પરંતુ એનું સૌથી મોટું ક્વૉલિફિકેશન હતું એનું રુપ. શહેરના સમૃદ્ધ વિસ્તારોએ જ્યારે એની પ્રથમ ઝલક માણી ત્યારે ભલભલાનાં હૈયાં ઇલાસ્ટિકની જેમ એની પાછળ લંબાયા હતાં અને એના સૌંદર્યની ઝલકમાં મદહોશ થયાં હતાં.

પાંચ ફૂટ સાત ઈંચની ઊંચાઈ. છવ્વીસની કમર ઉપર ઉત્તુંગ વક્ષશિખરો અને નીચે ચીમટો ભરવા લલચાઈ જવાય એવા લચીલા નિતંબ, કેશકલાપને છૂટો મૂકે તો નિતંબને આવરી લેતા કાળા ભમ્મર રેશમી વાળ, છટપટતી નાજુક માછલી જેવી નીલી નીલી ચંચળ આંખો. કોઈ રોમન શિલ્પીએ નખશિખ ઘડી હોય એવી વૈશાલી...

કાળા ધનના ધનવાનોએ આખરે એનું પગેરું શોધી કાઢ્યું હતું. કહેવાતું કે એક રાતનો સહવાસ માણવા દસ હજાર રુપિયા ન્યોછાવર થતા

'ક્યાં ખોવાઈ ગયા, ડૉક્ટર?' આખરે ઈન્સ્પેક્ટરે મને પૂછ્યું હતું ત્યારે હું વર્તમાનમાં આવ્યો.

એનો પ્રૌઢ નોકર આવડી એવી સલામ મારી મને બેડરૂમ સુધી દોરી ગયો હતો. બંગલાના એન્ટરેન્સમાં શૂઝ-રેક પર અંદાજે પચ્ચીસ-ત્રીસ જોડી તો આધુનિક સેન્ડલ્સ લાગેલાં હતાં. મારા પોલીસમગજે એની ખાસ નોંધ લીધી હતી. એ પરથી એની લાઈફ ટેસ્ટનો અંદાજ કોઈ સામાન્ય માણસ પણ લગાવી શકે.'

ઈન્સ્પેક્ટર માટે મગાવેલા સિગારેટનું પેકેટ અને ચા લઈને મારો હોસ્પિટલ અટેન્ડન્ટ આવી જતાં અમે અટક્યા.

ચા પીને ઈન્સ્પેક્ટરે સિગારેટના ધૂંઆની રિંગ છોડતાં આગળ ચલાવ્યું:

'ડૉક્ટર... સાલું... પછી તો આ બાઈએ પોતાના રુપને જ પગથિયું બનાવી રાજકારણની ઓથ લીધી અને જોતજોતાંમાં તો પક્ષની સર્વેસર્વા બની ગઈ.'

મેં મારા જુનિયર ડોક્ટરને ફરી ફોન કર્યો અને તાકીદે પીએમ માટે હોસ્પિટલ આવી જવા કહી હોસ્પિટલ અટેન્ડન્ટને પીએમ રુમ તૈયાર કરવા મોકલી આપ્યો.

ઈન્સ્પેક્ટર હજી પોતાની ધૂનમાં જ હતાઃ

'ડૉક્ટર, અમેય એક વખતના રજવાડા. આઝાદી આવ્યા પછી સાલી, આ ઈન્સ્પેક્ટરગીરી કરવી પડે છે. ઉપરથી આજની પ્રજા અમારા ખાનદાન પર કાદવ ઉછાળે કે રાજા-દરબારો દારુડિયા અને ઐયાશી હતા, પણ ડૉક્ટર હું તમને કહું, એક રાજા પી પીને કેટલો દારુ પીએ કે કેટલી ઐયાશી કરે? તમે કહો! ત્યારે સાલી આ આજની પ્રજા એ નથી વિચારતી કે આજે તો ચૂંટણી જીત્યો... અરે, સામાન્ય કૉર્પોરેશનની હોય, પણ જીત્યો એટલે દારુમાં ને ઐયાશીમાં અમારા બાપ-દાદાનેય સારા કહેવડાવે છે.'

વૈશાલીદેવીનો બંગલો એના ફાર્મ પર શહેરથી થોડે બહાર એકાંતમાં હતો આથી વૈશાલીદેવીના મૃત્યુ કે અપમૃત્યુના સમાચાર બહાર લીક થયા નહોતા, છતાં કેટલાંક ન્યૂઝપેપરના રિપોર્ટર તથા મિડિયાવાળાને કંઈક ગંધ આવી ગઈ હતી આથી પોલીસસ્ટેશને પહોંચી ગયા હતા, પરંતુ ઈન્સ્પેક્ટરના વિશ્વાસુ સ્ટાફે એમને ટાળ્યા હતા. સાહેબ સિવાય અમે કંઈ નથી જાણતા એમ કહ્યું હતું.

'સાહેબ ક્યાં છે?'ની પૂછપરછના જવાબમાં સ્ટાફે કહ્યું હતુંઃ

'સાહેબ ક્યાં હશે એ પણ અમે નથી જાણતા.'

ઈન્સ્પેક્ટરે અગમચેતી વાપરીને ફાર્મ હાઉસના મેઈન ગેટે મોટું તાળું મરાવી દઈ વૈશાલીદેવીના નોકરને પાછલા દરવાજેથી અંદર દાખલ કરી, કોઈ ગમે એટલા બોલાવવા પ્રયાસ કરે તો બંગલો બંધ છે અને અંદર કોઈ નથી એવું વાતાવરણ ઊભું કર્યું હતું.

હું વૈશાલીના વિચારમાં ડૂબેલો હતો. મેં ક્યારેક જ એને શહેરમાં શૉપિંગ કરવા કે કંઈ પરચૂરણ ખરીદી કરવા વાસ્તે આવેલી જોઈ હતી. એની પાસે હંમેશાં કારનું લેટેસ્ટ મોડેલ રહેતું અને એ સેલ્ફ ડ્રાઈવ કરતી. એની પાસે કદાચ એકથી વધુ લેટેસ્ટ મોડેલની કાર રહેતી. એનો ઠસ્સો ઈંગ્લેન્ડની જાણે મહારાણી જેવો હતો. વેપારીઓ પધારો... મેંડમ કહી આવકારતા. એના એક સ્માઈલના બદલામાં વેપારીઓ ધન્યતા અનુભવતા.

એના સાડી પરિધાનમાં માદકતા છલકાતી. ઘાટીલા નિતંબ અને ઉન્નત સ્તનો, લાંબા બાહુ અને પાતળી લાં...બી આંગળીઓ, રોમન શૈલીની શિલ્પકૃતિ જેવી લાગતી આવી અનુપમ સુંદરી પર સમરકંદ-બુખારાની ન્યોછાવરી પણ ઓછી પડે, પરંતુ મેં હંમેશ એની નજરે ચઢવાનું ટાળ્યું હતું. આવી સ્વચ્છંદી સ્ત્રી...

મારો જુનિયર ડૉક્ટર આવી ગયો.

"પ્લીઝ, ટેઈક યૉર સીટ, ડૉક્ટર.'

કહી ઈન્સ્પેક્ટરે એને બેસવા કહ્યું હતું. એણે મારી સાથે પણ હાથ મિલાવી બેઠક લીધી.

ડૉક્ટર, અમે તમારી જ રાહ જોતા હતા. ઈન્સ્પેક્ટરે કહ્યું. પોલીસ ઈન્વેસ્ટની એક કૉપી મારા ટેબલ પર પડી હતી. ઈન્સ્પેક્ટરે વાત આગળ વધારી:

'હું વૈશાલીદેવીના બેડરૂમમાં પ્રવેશ્યો. બેડરૂમમાં એક કળાત્મક કીમતી ડબલ બેડ હતો તથા બેડની સામે એક મૂલ્યવાન સોફો મૂકેલો હતો. બેડરૂમ સુધીના સંબંધો ધરાવતી વ્યક્તિને બેસવા માટે હશે એવું અનુમાન લગાવ્યું. સોફા અને બેડ વચ્ચે એક કળાત્મક ટિપાઈ પર બે ગ્લાસ તથા એક વિદેશી દારૂની લાર્જ બૉટલ ખાલી પડી હતી. મેં અનુમાન લગાવ્યું કે રાત્રે કોઈ બીજી વ્યક્તિ ચોક્કસ હતી અને બન્નેએ ભરચક દારૂ પીધો હશે.

'બેડ પર બિછાવેલી ચાદર ચોળાઈને એટલી અસ્તવ્યસ્ત થઈ ગઈ હતી કે ચિક્કાર નશો કર્યા પછી બન્નેએ જબરદસ્ત આવેગમાં સમાગમ કર્યાનું ચોળાયેલી ચાદર પરથી સ્પષ્ટ થતું હતું. આગંતુક વૈશાલીને ભોગવીને મોડી રાત્રે ચાદર ઓઢાડીને જતો રહ્યો હશે.

'ઓવર ડ્રિન્ક અને આવેગમય જિન્સી સમાગમના શ્રમથી વૈશાલીનું મૃત્યુ થયાનું મારી દૃષ્ટિએ અનુમાન છે.

વૈશાલી એના ડબલ બેડ પર ચત્તી પડી હતી. આવેગને કારણે એના વિખેરાયેલા વાળ છૂટા થઈ ફેલાયેલા હતા. એના દેહ પર કીમતી ચાદર ઓઢાડેલી હતી. સ્પર્શ કર્યા વગર મેં એના શ્વાસોચ્છ્વાસનું આંખો દ્વારા નિરીક્ષણ કર્યું. મને સંદેહજનક લાગતાં મેં ડૉક્ટર કલથિયાને ફોન કરી બોલાવ્યા. એમણે આવીને એને મૃત જાહેર કરી...'

એ પછી ઈન્સ્પેક્ટરે ઉમેર્યું:

'તુરંત મેં પોલીસ ડિપાર્ટમેન્ટના ફોટોગ્રાફર તથા ફિંગરપ્રિન્ટ એક્સ્પર્ટની પાસે અલગ અલગ એંગલમાં ફોટોગ્રાફ્સ લેવડાવ્યા તથા ફિંગરપ્રિન્ટ એક્સ્પર્ટે ગ્લાસ-બોટલ, વગેરે પરથી ફિંગરપ્રિન્ટ્સ લીધી. ડૉક્ટરે જ્યારે ચાદર હટાવી હતી ત્યારે ચાદર નીચે વૈશાલીનો વસ્ત્રહીન દેહ પડ્યો હતો. મેં ડૉક્ટરને પણ રિક્વેસ્ટ કરી કે હમણાં ગુપ્તતા જાળવજો, નહીંતર પ્રેસ તથા મિડિયાવાળા શાંતિથી કામ નહીં કરવા દે.'

મેં એક નોંધ લીધી કે ઈન્સ્પેક્ટર હવે દેવીને બદલે 'વૈશાલી' માત્રથી સંબોધતા હતા. અમે ઈન્સ્પેક્ટરની વાત સાંભળતા હતા. પીએમ કરતાં પહેલાં અમને પણ આ કિસ્સાની વિગત જાણવાની ઉત્સુકતા હતી.

'ફિંગરપ્રિન્ટ્સ તથા ફોટોગ્રાફ્સનું પતાવી મેં એમને ગુપ્તતાની કડક સુચના આપી રવાના કર્યા.'

વૈશાલીના નોકર તથા એની પત્નીને બોલાવી સ્ટેટમેન્ટ લેવાનું શરૂ કર્યું. નોકર અને એની પત્ની તો આ બધું જોઈ ફફડતાં હતાં. મેં એમને ધીરજ બંધાવી વૈશાલીદેવી અંગે જે કંઈ જાણતાં હોય એ બધું જણાવવા કહ્યું."

"મૅડમના બંગલામાં અમે પતિ-પત્ની સિવાય કોઈ નોકર-ચાકર નથી. મારી બૈરીની રસોઈ મૅડમને ફાવે આથી રસોઈયણ અને નોકરાણીની ફરજ એ બજાવે અને બીજી ફરજો મારે બજાવવાની. ફાર્મના ગેટ પાસે મૅડમે અમને નાનકડું સર્વન્ટ ક્વાર્ટર બનાવી આપ્યું છે આથી નોકર, ગેટમેન કે વૉચમેન જે ગણો તે અમે." નોકરે કહ્યું.

રાતે બંગલા પર કોણ આવેલું? તું જાણે છે?' મેં સવાલ કર્યો.

સાહેબ, રાતના નવથી સવારના નવ સુધી અમને બંગલામાં જવાની મનાઈ. સાંજના મેડમ ચાલવા જતાં. પાછાં ફરીને સ્નાન કરતાં. આઠેક વાગે મારી પત્ની બદામવાળું દૂધ બનાવી આપે એ પીને અમને છુટ્ટી આપી દેતાં એથી બાદમાં શું કરતાં એ અમે નથી જાણતાં. અમે તો ચિઠ્ઠીનાં ચાકર.'

'તારાં મેડમ રાતના ક્યાંય જતાં?'

'ના સા'બ, રાતના એ ભાગ્યે જ બહાર જતાં.'

'ક્યારેક તો જતાં હશે ને?'

'હા સા'બ, ક્યારેક કાંઈ પાર્ટી કે એવું કંઈ હોય તો જતાં.'

'રાતે કોઈ બંગલા પર આવતું?'

'સા'બ, મેડમ કદી એકલાં સૂતાં નહીં. રોજ રાતે નવ પછી કોઈ ને કોઈની ગાડી આવી જ હોય અને મોડી રાતે ગમે ત્યારે નીકળી જાય.'

'આવનારા પૈકી કોઇને તું ઓળખે છે?'

'ના સા'બ, ગાડીનું હોર્ન વાગે એટલે મારે ગેટ ખોલવાનો. ગાડીના કાળા કાચ ચડાવેલા હોય આથી અંદરના કોઈ ઓળખાય નહીં. બંગલો ગેટથી અંદર ઘણો દૂર છે આથી આવનારાની છાયા પણ જોવા ન મળે. એવી રીતે જાય ત્યારે મારા ક્વાર્ટર પાસે હોર્ન મારે એટલે મારે ગેટ ખોલીને રવાના કરવાના.'

'આની પાસેથી વિશેષ કંઈ જાણવા નહીં મળે એમ મને લાગેલું. એ બિચારો જે કંઈ જાણતો હતો એ સાચું જ હતું એવું મારા અનુભવ પરથી લાગેલું.' થોડી વાર અટકીને ઈન્સ્પેક્ટરે મારા તરફ ફરીને ઉમેર્યું:

'આવી વિશ્વસુંદરીની લાયકાત ધરાવતી સ્ત્રી કોઈ એકની થાય તો બીજા હજારો નિસાસા નાખે.' કહી ઈન્સ્પેક્ટર હસી પડ્યા:

'આવું અદ્ભુત સૌંદર્ય કુદરતે બખ્યું છે તો છૂટા હાથે સમાજને લહાણી કરો ને! આવી ફિલોસોફી કદાચ વૈશાલીની હશે. કામ અને દામ બન્નેથી સંતોષાતી હશે!' કહી ફરી હસ્યા.

વૈશાલીદેવીની લાશ પીએમ રૂમમાં હતી અને મારો હોસ્પિટલ અટેન્ડન્ટ પણ તૈયારી કરી ચૂક્યો હશે આથી...

'ઇન્સ્પેક્ટર, તમને સમય હોય તો એકાદ કલાક બેસો અથવા પોલીસસ્ટેશન જઈ આવો ત્યાં અમે પીએમ પતાવી દઈશું. 'મેં ઇન્સ્પેક્ટરને કહ્યું.

'હું જઈ આવું... એકાદ કલાક.' કહી એ ઉઠ્યા હતા.

ઓકે... કહી ઇન્સ્પેક્ટર સાથે હાથ મિલાવી હું મારા જુનિયર સાથે પીએમ રૂમમાં જવા ચાલતો થયો.

પીએમ રૂમમાં મારો અટેન્ડન્ટ બધી તૈયારી કરીને મારી રાહ જોતો હતો. પીએમ ટેબલ પર વૈશાલીદેવીની લાશ કાલે રાતે ઓઢેલી કે કોઈએ ઓઢાડેલી કીમતી ચાદરથી ઢંકાયેલી પડી હતી.

મારા ઇશારે ટેવાઈ ગયેલા અટેન્ડન્ટે ચાદર હટાવી. વૈશાલીનો કેશકલાપ ટેબલ પર વિખેરાયેલો પડ્યો હતો. એનો નગ્નદેહ.....

પાણીમાં ડૂબીને મર્યા હોય, રેલવેના પાટે કપાયેલી લાશ મળે, પંખે લટકીને આપઘાતનો કેસ હોય કે કેરોસીન છાંટીને સળગી ગયાનો કેસ હોય કે જેમાં મૃત્યુનું કારણ સ્પષ્ટ હોય, છતાં એનું પીએમ કરવું જ પડે-કારણ જાણવું પડે, કોઇએ મર્ડર કરીને આપઘાત કે અકસ્માતમાં ખપાવવાનો પ્રયત્ન તો નથી કર્યો ને?

વૈશાલીના અનાવૃત્ત દેહને હું તાકી રહ્યો. જો કે તબીબી વ્યવસાયમાં અનાવૃત્ત દેહ તો અમારા માટે સામાન્ય હોય છે. પરંતુ નખશિખ સૌંદર્યની આ હાલત જોઈને મારા મનમાં નિસાસા સાથે ત્રણ અક્ષર સરી પડ્યા: વે... શા.. લી...

અટેન્ડન્ટની દ્રષ્ટિ મને પૂછી રહી હતી: શરૂ કરું, સાહેબ? મેં ડોક હલાવીને અનુમતિ આપી.

જમણા કાનથી ડાબા કાન સુધી વાળના ઉદગમ સ્થાનની પેરેલલ સર્જિકલ બ્લેડ મુકાવી, બ્લેડને ખોપરીની ચામડી નીચે ફેરવાવી ખોપરીનાં હાડકાંને ખુલ્લાં કરાવ્યાં. કોઈ બોથડ પદાર્થ માથામાં ફટકારવાને કારણે હેમરેજ નથી થયું ને એ જાણવા.

ખોપરીથી છૂટી પડેલી ચામડીને કારણે વૈશાલીના નિતંબને ઢાંકતા., કાળી અષાઢી ધનઘટા જેવા વાળ, વાળ નહીં, પરંતુ વિગ હોય એવા લાગતા હતા.

પેઢુંથી લઈને ગળા સુધી ઊભો ચીરો મુકાવી છાતી અને પેટમાં હાથ નાખી સેમ્પલ લઈ શકાય એટલો પહોળો કરાવ્યો. છાતીની પાંસળીઓ કાપવા સમાંતરે

બીજો ચેકો મુકાવી છાતીની પાંસળીઓ કપાસની સાંઠી ટકાવતા હોઈએ એમ બટકાવી કાઢી હાર્ટમાંથી બ્લડ સેમ્પલ લેવા.

અત્યારે વૈશાલીના નિઃચેતન સ્પર્શ સંવેદનાથી પર થઈ ગયેલા ઉન્નત વક્ષ, છવ્વીસની કમર પરનું ચિરાઈને બે ભાગમાં વહેંચાઈ ગયેલું પેટ, ઘાટીલા નિતંબ... કેટકેટલાના હાથે... હું કલ્પના કરી રહ્યો.

ચોળીમાં ન સમાતા ઉન્નત વક્ષ અને ઘાટીલા નિતંબ એ સ્ત્રીને આકર્ષણ માટે કુદરતે આપેલી ભેટ છે.

હવે, સર?" એટેન્ડન્ટનો પ્રશ્ન સાંભળતાં કલ્પનાઓમાંથી હું બહાર નાવ્યો.

"સેમ્પલ લેવાનાં શરૂ કરો?" મેં કહ્યું.

લીવર, બરોળ, કિડનીનાં સેમ્પલ લઈ, બરણીમાં મૂકી સીલ કરી.

ગર્ભાશય બહાર ખેંચી ચીરીને તપાસ કરી-પુખ્ત મહિલાના કેસમાં પ્રેગ્નન્સી જાણવા એ જરૂરી છે.

સાંજના ડાયેટની પરિસ્થિતિ જાણવા હોજરી ચીરી, પરંતુ ખોરાકી કણોને બદલે વિદેશી દારૂની ગંધ પીએમ રૂમનાં ફુલાઈ ગઈ.

કાપેલી પાંસળીઓ હેઠળ આંગળીનો ભરાવી હારને ઉપર ખેંચી ચોકો મૂકી એમાંથી બ્લડ સેમ્પલ લઈ બોટલમાં સીલ કર્યું.

હાર્ટ-દિલ, જેના પ્રેમીઓ વિનિમય કરે છે, પરંતુ ક્યારે આ દિલ વફાદારી પણ જાળવે છે તો ક્યારેક બેવફાઈ પણ કરે છે. વૈશાલીનું આ દિલ વફા કે બેવફા? હું મનોમન કર્યું. વિચારી રહ્યો.

બસ, હવે એક છેલ્લું સેમ્પલ બાકી હતું એ પૂર્ણ કરવા એના ગુપ્તાંગમાં કેથેટર કરી, સિરિન્જ દ્વારા સેમ્પલ લઈ પૂરું કર્યું. બધું પતાવી અટેન્ડન્ટને બધું ટાંકા લઈ–સીવીને ઉપર પહોળી એડહેસિવ ટેપ મારી દેવાની સૂચના આપી અમે બહાર નીકળી ગયા.

રસ્તામાં વિચારી રહ્યો. વૈશાલીની આ સ્થિત એની અતિ ભૌતિક સુખોની મહત્વકાંક્ષાનું પરિણામ નથી?

અમે મારી ચેમ્બરમાં આવ્યા ત્યારે ઈન્સ્પેક્ટર આવીને બેઠા હતા. અડધા કલાક પછી લાશનો કબજો લેવા મેં ઈન્સ્પેક્ટરને કહ્યું.

'ડૉક્ટર, આ બાઈને બિનવારસી ગણી અગ્નિસંસ્કાર માટે એના પક્ષને સોંપી દેવી કે અમારા ડિપાર્ટમેન્ટે આ પતાવી દેવું?' ઈન્સપેક્ટરે પોતાની મૂંઝવણ રજૂ કરી;

'એ જ્યારે રાજકારણમાં પ્રવેશી ત્યારે એમનું બેકગ્રાઉન્ડ તપાસવું અમારી ફરજ બની રહે છે અને ત્યારે પોલીસે એમનું એડ્રેસ ગુપ્ત રીતે જાણી ત્યાં તપાસ કરેલી. આમનો પતિ પણ સંનિષ્ઠ અને ગરીબાઈને સમજનારો ડૉક્ટર હતો, પ્રાઈવેટ ક્લિનિક ચલાવતો. લગ્નનાં પાંચેક વર્ષ થયેલાં ત્યારે આ બાઈ એને છોડીને જતી રહેલી. બાદમાં એ ડૉક્ટર પણ ક્લિનિક બંધ કરી ક્યાં જતો રહ્યો એ કોઈ જાણતું નહોતું. કહી, એક ઊંડા નિશ્વાસ સાથે આગળ કહ્યું: 'એ કર્મે ભલે ગમ્મે તેવી હતી પણ આત્મા તો સદાય પવિત્ર હોય છે!'

એ આત્માની શાંતિ માટે એના પરિવારના કોઈ સદસ્યની જાણ હોત તો તેના અગ્નિસંસ્કાર અને અંતિમક્રિયાવિધિસર થઈ શકત.

'અચાનક અટકીને પૂછ્યું':

'ડૉક્ટર, ડોકટરના તમને કંઈ પરિચય યાદ આવે છે?'

'હા ઈન્સ્પેકટર, બધું જ જાણું છું, સારો પરિચય યાદ આવે છે.'

'ભૌતિક સુખની મહત્વાકાંક્ષામાં અતિશય રાચતી આ વૈશાલી પંદર વર્ષ પૂર્વે મારી પત્ની હતી...'

કનફેસ

કબ્રસ્તાનના ગેટ પાસે મેં 'ઈન્ડિકા' પાર્ક કરી ત્યાં સુધી તો મે મારી જાત પર મહામુસીબતે કાબૂ રાખ્યો, પરંતુ કબ્રસ્તાનનો ગેટ ખોલતા દાબી રાખેલું ડૂસકું નીકળી ગયું. જેમ જેમ કબ્રસ્તાનમાં આગળ વધવા ડગલાં ભરતી ગઈ તેમ તેમ હ્રદયમાં જાળવી રાખેલ સંયમ ડૂસકામાંથી અશ્રુરૂપે રેલાવા લાગ્યો. કબ્ર પર પહોંચતા હું તન– મનથી ઢગલો થઈ ગઈ. મહા મુસીબતે જાત પર કાબૂ મેળવી હું કબ્ર સામે બેઠી. કબ્રના મથાળે ઊભી કરેલ આરસની તખ્તી પર મારા આનંદનું નામ કોતરેલ હતું. આ ચાર બાય છ ફૂટની કબ્ર મારા પ્રેમની હતી. આનંદ નામની તખ્તીમાં અક્ષરો નહીં પણ કેમ જાણે આનંદનો ચહેરો દેખાતો હતો.

કબ્ર પર મેં મીણબત્તી પેટાવી, સાથે લાવેલ તાજા ગુલાબના ફૂલો ચઢાવ્યા. કબ્ર પર માથું ટેકવી હું ખૂબ રડી. આ આરસના પથરાઓ નીચે મારો આનંદ સૂતો છે. સાવ પાસે છતાં કેટલો દૂર...! અંતર પડી ગયું છે અમારા વચ્ચે... સાંજ પડવા આવી હતી. 'આનંદ!' હું પોકારી ઉઠી.

જો આનંદ! આ ઝરણાઓ ગાય છે, મંદ મંદ પવન વાય છે, વૃક્ષો લહેરાય છે અને થોડીવારમાં આકાશ તારાઓથી ખીચોખીચ ભરાઈ જશે. સર્વત્રે પ્રકૃતિ આનંદ ફેલાવે છે. પરંતુ આનંદ...! તું નથી ત્યાં પ્રકૃતિનો આ વૈભવ મારા માટે અપથ્ય છે.

થોડા સમય પહેલાં દક્ષિણાનો પત્ર આવેલ. લખે છે કે 'અહીં આવી જા, તારું મન હળવું થશો!' પરંતુ હું ત્યાં કેવી રીતે જાઉ. જ્યાં દરિયાની રેતમાં આપણે શૈશવથી યુવાની સુધી સાથે રમ્યા હતા. ત્યાં જ ઉભયના અંતરમાં પ્રણયના અંકુર ફૂટ્યાં હતા. અને સાથે જીવવા મરવાના એકબીજાને કોલ આપ્યા હતા. અને હવે ત્યાં તું નથી એ ભૂમિ ઉપર હું કઈ રીતે પગલા માંડી શકું? હું મોડી પડી આનંદ! મને માફ કર.. માફ કર...'

હું ને આનંદ તથા ગોપાલ એક સાથે કોલેજમાં હતા. કોલેજમાં હું 'બ્યુટી-ક્વિન'ગણાતી. ગોપાલ પણ 'હેન્ડસમ' હતો. પરંતુ મારો આનંદ તો 'સુપર હેન્ડસમ' હતો. એ મારો 'હિમેન'હતો. કોલેજની ભલભલી રૂપગર્વિતાઓ આનંદ પાછળ લટ્ટ હતી. એ આનંદ અને હું એકબીજા પર વારી ગયા હતા.

હું ધનપતિ બાપની એકલોતી બેટી છું. પપ્પા પાસે અઢળક ધન છે, પરંતુ અમારા ખ્રિસ્તી પરિવારમાં ધનવાન અને ગરીબ વચ્ચે કોઈ ભેદરેખા નથી. પપ્પા-મમ્મીએ મને ખૂબ છૂટ આપેલી. મારા પર કોઈ પ્રતિબંધ નહોતો છતાં એનો કોઈ ગેરલાભ ઊઠાવેલ નથી. હા, હું જિદ્દી ખૂબ જ છું. એક વખત જે પામવામાં મારું મન જાય તે કોઈ પણ ભોગે પામ્યા વગર રહું નહીં.

આનંદ અવાર-નવાર અમારે ઘેર આવતો. પપ્પા-મમ્મી તેનો ખૂબ આદર કરતાં. એમને પણ આનંદ ખૂબ ગમતો. અમે પરણી જઈએ એવું બંને ઈચ્છતાં. આમેય આનંદ હતો યે મીઠડો–સૌને ગમી જાય એવો. વિવેકીય ખરો.

અલ્લડતા કે ઉચ્છંદતાપણું જરાય નહીં. આનંદની ઈચ્છા હતી કે ધંધો કે કેરિયર બનાવી, વેલસેટ થયા બાદ જ પરણવું, સામાન્યતઃ એ જ યોગ્ય હતું. મને પણ ઉતાવળ નહોતી.

આનંદ કોલેજ પૂરી કરી વેલસેટ થાય પછી જ પરણવું. એવું હું પણ ઈચ્છતી હતી. અમારા સંબંધો કોલેજમાં ફ્રિયાન્સ- ફ્રિયાન્સી તરીકે જાહેર થઈ ગયા હતા.

દક્ષિણા મારી અંતગ સખી, અમારા વચ્ચે ખૂબજ ઈન્ટીમસી. પરસ્પરની કોઈ વાત અમે એકબીજાથી છૂપાવતી નહોતી. એકવાર ગોપાલે મને પોતે ચાહતો હતો એ વાત દક્ષિણા મારફત મને પહોંચાડી એ ચાહના ગોપાલની એક તરફી હતી. મેં ગોપાલ માટે મિત્ર કરતાં વિશેષ કશું વિચાર્યું નહોતું.

અમે સેકન્ડ ઈયરમાં હતા, ત્યારે ગોપાલ થર્ડ ઈયરમાં હતો. ગ્રેજ્યુએશન કરી એ ગોપાલ મિલિટરીમાં જોડાઈ ગયો અને ટ્રેઈનિંગ પૂરી થતાં એને ઉત્તરીય સરહદે પોસ્ટીંગ પણ મળી ગયું.

ટ્રેઈનિંગ પૂરી થતાં. ડ્યુટી ઉપર જતાં પહેલાં એ ગામમાં આવેલો. મિલિટરી યુનિફોર્મમાં એ ખૂબ જ સરસ લાગતો હતો. એ યુનિકોર્મમાં અમારે ત્યાં આવ્યો ત્યારે એને હું એકીટસે જોઈ રહી. જો હું આનંદના પ્રેમમાં ન હોતતો જરૂર એને પરણી જાત. પરંતુ વર્તનમાં હું પતંગિયા જેવી નથી. મેં આનંદને પ્રેમ કર્યો હતો એ મારો પ્રથમ પ્રેમ હતો. આ પ્રથમ પ્રેમ સ્ત્રીના હૃદયમાંથી ક્યારેય લુપ્ત થતો નથી.

મેં અને આનંદે ગ્રેજ્યુએશન પુરું કર્યું પછી આનંદ પણ ગોપાલની જેમ મિલિટરીમાં જોડાઈ ગયો. ટ્રેઈનિંગ દરમ્યાન એના પત્રો મારા પર નિયમિત આવતા હતા. હું પણ એને પત્રોના પ્રત્યુત્તર આપતી હતી. દરેક પત્રોમાં અમે દબીદાબી પ્રેમ ભરતા હતા. લગ્ન પછીની ભાવિ જીવનની વાત પણ લખતા. એ વાંચી હું શરમાઈ જતી ને જ્યારે 'હોટ' થઈ જતી ત્યારે બાથરૂમમાં ઠંડા પાણીનો શાવર ચાલુ કરી 'ફ્રેન્ચબાથ' લઇ લેતી એ વખતે બાથરૂમની અંદરના આયનામાં મારો અનાવૃત દેહ જોઈ, આ દેહવૈભવ આનંદને સોપી એનામાં ક્યારે સમાઈ જાઉ તેવી તાલાવેલી ઉપડતી. આનંદના પત્રો નિયમિત આવતા હતા. જ્યારે એનો પત્ર ધાર્યા દિવસે ન આવે ત્યારે ભેગા થયેલા પત્રો ફરી વાંચવા લગતી. સમજોને કે એક પ્રકારનું આવું વ્યસન જ પડી ગયું હતું. ગોપાલ છુટ્ટીમાં ઘેર આવ્યો હતો. ઘરે મને, મમ્મી પપ્પાને પણ મળવા આવ્યો હતો. ફૌજી લાઈફની સનસની વાતો પણ કરી હતી. આનંદની ટ્રેઈનિંગને એક જ મહિનો બાકી રહ્યાની વાત કરી હતી.

હજી પણ ગોપાલના મનમાંથી મને પામવાની લાલચ ગઈ નથી એવું એની વાતો અને વર્તનમાં દેખાઈ આવતું હતું. ટ્રેઈનિંગનો છેલ્લો મહિનો પૂરો થતાં પોસ્ટીંગનો ઓર્ડર લઈ આનંદ ઘેર આવતાં અમારે ત્યાં પણ આવ્યો હતો. મિલિટરી યુનિફોર્મમાં એ ખૂબ શોભતો હતો. ભેટી પડવાનું મન થયું, પરંતુ મમ્મી-પપ્પાની મર્યાદાએ મન વશમાં રાખવું પડ્યું હતું.

આનંદે 'દક્ષિણા'ને મળી આવું કહી મમ્મી-પપ્પાની રજા લીધી હતી. પરંતુ 'દક્ષિણાને મળી આવું'નો ઉલ્લેખ મને એક પ્રકારનું ગર્ભિત સૂચન હતું.

હું પણ 'હમણાં આવું' કહી દક્ષિણાને ત્યાં પહોચી ગઈ હતી. દક્ષિણા અને આનંદ વાતો કરતા મારી રાહ જોઈ રહ્યાં હતા. હું આવીશ એવી એમને ખાત્રી હતી. દક્ષિણાના બારણામાં હું પહોંચી એવો આનંદ ઊભો થઈ ગયો. સામે ચાલી, મારા ખભે હાથ મૂકી, મારા ગાલ ઉપર ચૂંબન આપ્યું. હું દક્ષિણાની હાજરીમાં એવી તો લજજાઈ ગઈ કે... એણે પેન્ટના ખિસ્સામાંથી એક નાનકડી ડબ્બી કાઢી, ખોલી. એમાં કલાત્મક ડાયમંડ મઢેલી 'ફિંગર રીંગ' હતી. એણે મૃદુતા પૂર્વક મારી આંગળી એના હાથમાં લઈ એ રીંગ પહેરાવી દીધી હતી. દક્ષિણાની હાજરી છતાં હું આનંદના સીનામાં લપેટાઈ ગઈ હતી.

173

કાલે આનંદ જ્યાં ગોપાલનું પોસ્ટીંગ થયું છે એ જ સ્થળે હાજર થવા જવાનો છે. મને થયું, સારું થયું બંને જૂના મિત્રો એક સ્થળે ડ્યુટી પર હાજર હોય તો કોઈને અજાણ્યું ન લાગે અને સાથે સાથે રહેવાય.

મને ફિંગર રીંગ પહેરાવ્યા પછી હું ને આનંદ મળ્યા હતા. અમારા ધર્મમાં રીંગ પહેરાવવી એનો અર્થ પત્ની તરીકે સ્વીકાર્યાનો થાય છે. જો કે કાયદેસર લગ્નવિધિ બાકી હતી છતાં અમે મનથી એકબીજાને વરી ચૂક્યાં હતા. રીંગ મે મમ્મી-પપ્પાને બતાવી હતી. આનંદ હવે નવી જગ્યા ઉપર સેટ થઈ જાય ને ક્વાર્ટર મળી જાય એટલે અમારા લગ્ન વિધિસર કરી આપશે એવું મમ્મી-પપ્પાએ કહ્યું હતું. જતાં પહેલાં આનંદ અમારે ઘેર આવ્યો હતો. મમ્મી-પપ્પાએ પણ એની સાથે લગ્ન અંગેની ચર્ચા કરી હતી. આનંદ ઊઠ્યો ત્યારે એમણે કહ્યું હતું; 'આનંદ, તું કાલે જાય છે ને?' તો તું ને નંદિની થોડી વાર બહાર ફરી આવો.

અમે એક સ્થળે બેસીને લગ્ન પછીની ભાવિ જીવનની કલ્પના સાથે ઘર સજાવવાની વાતો કરી હતી. અમે હવે ફિયાન્સ અને ફિયાન્સી નહોતા રહ્યાં, પરંતુ સ્પર્શની અપેક્ષા વગર પતિ-પત્ની જેવા થઈ બંને ગંભીર બની ગયા હતા.

મે એનો હાથ પંપાળતા પૂછ્યું હતું; 'આનંદ, તું બદલાઈ તો નહીં જાય ને? આનંદે મને પડખામાં લઈ મારા વાળમાં હાથ પસરાવતા પ્રેમપૂર્વક કહ્યું હતું; 'એવો સવાલ જ નથી. જીવનના છેલ્લા શ્વાસ સુધી આનંદ તારો જ રહેશે.'

મેં કહ્યું હતું 'હું પણ નહીં બદલું. તને કંઈ થશે તો હું સારસીની જેમ માથું પટકીને મરી જઈશ.'

આનંદ ફરજ ઉપર જવા ટ્રેનના ડબ્બામાં બેઠો. ટ્રેન ઉપડી, બારીમાંથી દેખાતા મારા આનંદને હાથ ફરકાવતી લાંબા સમય સુધી ટ્રેનને જોતી રહી.

ઘેર આવી પરંતુ ક્યાંય ચેન ન પડ્યું. મારા રૂમની કુર્લોનની બેડ પર ઊંધી પડી મારાથી ખૂબ રડી પડાયું હતું.

પહોંચતા જ તુરત લખેલો આનંદનો લાંબો પત્ર આવેલો જેમાં એણે ત્યાંનું વાતાવરણ, નવા થયેલા મિત્રો, ફોજી દિનચર્યા તથા ગોપાલના સથવારાની હૂંફ વિગેરે લખેલ. પ્રેમની વાતો અને ભાવિ જીવનની કલ્પનાઓ પણ લખેલ. પરંતુ હવે મને કલ્પનાઓમાં રસ નહોતો. પરંતુ વાસ્તવિક દાંપત્ય જીવનની તાલાવેલી હતી.

બે મહિના સુધી આનંદ નિયમિત પત્રો લખતો રહ્યો. એમાં પરસ્પરના પ્રેમની, ભાવિ જીવનની અને પ્રત્યક્ષ મળવા ઊઠતી. ઉત્કૃષ્ટતાની વાતો ચાલવતો રહ્યો.

પરંતુ ત્યાર બાદ એના આવતા પત્રો બંધ થઈ ગયાં. દિવસો પસાર થતાં ગયા. હું રોજ પોસ્ટમેનની રાહ આતુરતાપૂર્વક જોતી રહી, પરંતુ પૂરા એક મહિના ઉપરનો સમય પસાર થઈ ગયો છતાં આનંદનો પત્ર ન આવ્યો ત્યારે મારા મનમાં અમંગળ શંકાઓ ઊઠવા લાગી. મેં અનેક પત્રો લખ્યાં, બધું જ વ્યર્થ... આનંદના પત્રો આવતા બંધ થયા પછી એકાદ માસ બાદ ગોપાલ છુટ્ટી પર આવ્યો. હું તુર્ત એને ત્યાં દોડી ગઈ.

ગોપાલે મને પહાડી ઉપરથી લસરી પડતાં આનંદને થયેલા ફ્રેક્ચરની વાત કરી. સારવાર માટે મિલિટરી હોસ્પિટલમાં એડમિટ થવું પડેલું એ વાત કરી. ફ્રેક્ચરની વાત સાંભળી હું પિડાઈ ઊઠી. પરંતુ સારવાર દરમ્યાન હોસ્પિટલની યુવાન નર્સ ફલોરા સાથે આનંદના બંધાયેલા પ્રેમ-સંબંધની વાત કરી તે હું માની ન શકી. પૂરાવા રૂપે ગોપાલે મને બે-ત્રણ ફોટોગ્રાફસ આપ્યા. એકમાં ફલોરા આનંદના બાહુપાશમાં જકડાયેલી હતી. બીજામાં આનંદ બેઉ હથેળીઓથી ફલોરાના ગાલને જકડી, કપાળ ઉપર ચૂંબન કરતો હતો. અને ત્રીજો ફોટો ફ્લોરાનો પોર્ટ્રેટ હતો. ફોટામાં ફલોરા નાજુક અને સુંદર દેખાતી હતી, કોઈપણ સ્ત્રીને ઈર્ષા થાય એવી...

મેં એ ત્રણે ફોટોગ્રાફસ મારી પર્સમાં મૂક્યા. હું સ્ત્રી-સહજ ઈર્ષામાં સળગવા લાગી. ગુસ્સાથી મારી મુઠ્ઠીઓ વળી ગઈ. મારા નખોના દબાણથી હથેળીમાં લોહીના ટશિયા ફૂટી આવ્યા. અત્યારેને અત્યારે જ ફ્લોરાનું ગળું દબાવી દેવાનું ઝનૂન મારામાં સવાર થઈ ગયું. 'હજીય તને વિશ્વાસ ન આવતો હોય તો!' મુંબઈની ફલાણી ફલાણી હોટલના નામ આપી, એક ચોક્કસ હોટેલનું નામ આપી ગોપાલે રૂમ નંબર ૩૦૮માં જઈ જોઈ આવવાનું કહી કહ્યું કે 'ત્યાં ફલોરા સાથે રંગરેલિયા મનાવતો તારો આનંદ તને જોવા મળશે.'

સ્ત્રી જ્યારે પ્રતિશોધ માટે જિદ્દ ચઢે છે ત્યારે ઘવાયેલી સિંહણ કરતાં પણ ખતરનાક સાબિત થાય છે. મેં આગળ કહી દીધું એમ હું બચપણથી જ જિદ્દી છું અને ઈચ્છિત વસ્તુ કોઈ પણ ભોગે પ્રાપ્ત કરવાની ટેવવાળી છું, પ્રતિશોધની આગમાં

ધમધમતી હું ઘેર આવી, અચાનક બહેનપણીઓ સાથે ટૂરમાં જવાનો પ્રોગ્રામ છે એમ માતા-પિતાને કહી હુ મારા રૂમમાં ગઈ.

મારા ટેબલ ઉપર કેટલાક આવેલા પત્રો પડ્યાં હતા. તે મેં ઊઠાવ્યા. વાંચવાની ધીરજ ન હતી. અલમારી ખોલી રૂપિયાની થપ્પીથી બેગ ભરી દીધી. રૂપિયાની અમારે ક્યાં તાણ હતી. ઝટપટ એટેચીમાં કેટલાક ડ્રેસ ભરી, મુંબઈની એક હોટેલમાં ફોન જોડી, ફર્જી નામે રૂમ બૂક કરાવી, મેં મારી 'ઈન્ડિકા' મુંબઈ તરફ મારી મૂકી.

મુંબઈ પહોંચતા જ સીધી મારી કાર સાંભળેલા 'ભાઈ' લોકોના એરિયામાં લીધી. અંધારી આલમના આવા એરિયામાં આવવાનો મારો આ પ્રથમ અનુભવ હતો. અંધારી આલમના પથરાયેલા નેટવર્ક દ્વારા મને 'ડોન' નામના એક બોસ આગળ પહોંચાડવામાં આવી. મેં તેને બધી વાત કરી. ફલોરાને ટપકાવી દેવાની હતી. મેં તેને ફલોરાનો પોર્ટ્રેટ બતાવ્યો. આનંદ સાથેના બીજા ફોટોગ્રાફ્સ પણ બતાવ્યા. મેં 'ડોન' સમક્ષ રૂપિયા ભરેલી બેગ ઠાલવી દીધી. એણે એમાંથી કેટલીક થપ્પીઓ ઉઠાવી, બાકીના મને પરત કર્યાં. આ આલમના પણ કેટલાક નિષ્ઠાપૂર્વકના ઉસૂલો હોય છે. એણે મને બીજા દિવસે સાંજે આવવાનું કહ્યું. હું બીજી સાંજે ત્યાં ગઈ ત્યારે એ લોકોએ ફલોરા-આનંદ ઉપર વોચ ગોઠવી આખી સિચ્યુએશન તૈયાર કરી લીધેલી. આવા કામ એમને ડાબા હાથના ખેલ હોય છે. સાડા આઠથી નવ વચ્ચે ફલોરા સાથે ખાણું લઈ આનંદ ફ્લોરાને એની રૂમમાં એકલી મૂકી લટાર મારવા બહાર જતો એ સમય દરમ્યાન ફલોરાને 'શૂટ' કરી દેવાનું નક્કી થયું હતું.

'ઈન્ડિકા' લઈ હું મારી હોટેલ પર આવી. હું મનથી સાવ હળવી થઈ ગઈ હતી. સાંજના આઠ થયા હતા. એક દોઢ કલાક પછી 'ફલોરા,' મારા હૈયામાં ભોંકાતો કાંટો નિકળી ગયો હશે...બાથરૂમમાં ઘૂસી પાણીથી છલોછલ ભરેલા બાથટબમાં અર્ધો કલાક સુધી પાણીમાં પડી રહી. મન સાવ હળવું થઈ ગયું હતું.

શરીરમાં તાજગી આવી ગઈ હતી. કપડા બદલ્યાં. ઘરેથી નીકળતાં આવેલા પત્રો મેં એટેચીમાં મૂક્યા હતા તે યાદ આવતાં વાંચવા બહાર કાઢ્યા. એક પત્રના પરબીડીયા ઉપરના અક્ષરો અપરિચિત લાગ્યા. મેં એની કિનાર ફાડી પત્ર કાઢ્યો.

'મારી ડીયર ભાભી!' સંબોધન વાંચી મને નવાઈ લાગી. આ વળી મને 'ભાભી' કહેનાર કોણ? આગળ લખ્યું હતું; 'આશ્ચર્ય થયું ને?' હું છું ફ્લોરા. ઉત્તરી સરહદે મિલિટરી હોસ્પિટલમાં ફરજ બજાવતી નર્સ. ગોડે મને ભાઈ ન આપેલો, પરંતુ સરહદે અવારનવાર પાકિસ્તાન દ્વારા થતાં છમકલાઓમાં આનંદ ઘવાયો. એના ખભા પર દુશ્મનની ગોળીઓ વાગેલી. તેને હોસ્પિટલમાં એડમીટ કરવામાં આવ્યો અને મને એ મીઠડા હેન્ડસમની ગોડે 'ભાઈ' તરીકે ભેટ આપી. ગોળીઓ ઓપરેશન દ્વારા સફળતાપૂર્વક કાઢી લેવામાં આવી, પરંતુ વધુ લોહી વહી જવાના કારણે હાથ નિષ્ક્રિય થઈ ગયો હતો. અને વિકનેસ આવી ગઈ હતી.

મારી ડ્યુટી એની સારવારમાં હતી. સમય પસાર કરવા હું ને આનંદ આખો દિવસ તને યાદ કરી. તારી વાતો કરતા હતા. એક મહિનો થયો આનંદ હવે ઓલરાઈટ' છે. પૂરાવા રૂપે અમે ફોજી ડિસિપ્લીન અને હાર્ડ લાઈફથી કંટાળી એન્ટરટેઈનમેન્ટ માટે અમે કેટલાક પ્રોગ્રામ પણ કરતા હોઈએ છીએ. એના છેલ્લા પ્રોગ્રામના કેટલાક ફોટોગ્રાફસ ગોપાલ છૂટી પર આવે છે એની સાથે મોકલેલ છે. એ જોઈ તને તસલ્લી થશે કે આનંદ ખરેખર ઓલરાઈટ છે.

હવે આનંદના કેટલાક ટેસ્ટ લેવાના છે જે અમારી મિલિટરી હોસ્પિટલમાં શક્ય નથી. આથી અમે બ્રધર - સિસ્ટર બોમ્બે ચેકઅપ માટે આવી છીએ. ચેકઅપ પછી આનંદ સાથે અહીંથી જ હું મારી લવલી ભાભી નંદિનીને જોવા આવું છું. પત્ર આગળ લખવા આનંદ ઉતાવળો થાય છે માટે નો મોર..' ગોપાલ બધી જ વાત તને કરશે.

આગળ પત્ર આનંદે લખ્યો હતો. પરંતુ હું ચકરાઈ ગઈ. આનંદનો આગળનો પત્ર વાંચવા મારામાં ધીરજ ન રહી. મને પરણવા ગોપાલ પણ ઉત્સુક હતો. પરંતુ એ શક્ય બન્યું ન હતું આથી એણે પણ પ્રતિશોધમાં મને 'મિસ ગાઈડ કરી હતી. એણે કદાચ એવું ધાર્યું હશે કે ફ્લોરાના સંબંધે મને ભડકાવી મારા અને આનંદ વચ્ચે તિરાડ પડશે... પરંતુ મારા પ્રતિશોધના ભભકેલ જ્વાલામુખીએ ખૂબ જ ઉતાવળ કરી હતી. આખું ચિત્ર મારી દૃષ્ટિ સમક્ષ સ્પષ્ટ થયું.

મે વોયમાં જોયું નવ થયા હતા. દોડતીક મારી હોટેલમાંથી બહાર નીકળી મેં મારી કારને પાગલની માફક આનંદની હોટેલ તરફ દોડાવી.

આનંદની હોટલ ઉપર હું પહોંચી ત્યારે હું. હોટેલના ગ્રાહકો એકઠા થઈ ગયાં હતા. પોલિસ આવી ગઈ હતી. અને ક્રાઉડને વિખેરતી હતી. એક્ઠા થયેલા લોકો વાતો કરતાં હતા કે ખાણું લઇ ફલોરા ઉપર પોતાના રૂમમાં ગઇ કે કોઇ અજાણ્યા શખ્સે તેના ઉપર ફાયર કરેલું. હોટેલ ઉપર કંઇક બન્યાની જાણ થતાં આનંદ પાછો ફરેલો. દોડતા ઉપર ગયેલો એ જ વખતે ખૂનીને ક્રૌઝી આનંદ સાથે શારીરિક સામનો કરવાનું અશક્ય લાગતા ખૂની આનંદ ઉપર બે ત્રણ ફાયર કરી નાસી છૂટેલો. હું ચૂપચાપ પાછી કરી.

આનંદના અને ફલોરાના મૃતદેહોને પોતપોતાના વતન તરફ મોકલવામાં આવ્યા જ્યાં તેમની અંતિમવિધિ રાષ્ટ્રીય સન્માન સાથે કરવામાં આવી.

ખૂબ રડી મેં આનંદની કબ્ર ઉપરથી માથું ઊંચક્યું. મારે મારા પાપનો એકરાર કરવો હતો, પરંતુ કોની પાસે કરું? આનંદ! આનંદ! તારી હત્યારી હું જ છું.

ધરાનો આધાર

સવારના સાડા આઠ. શિયાળાની કડકડતી ટાઢ. શિયાળો, ઉનાળો કે ચોમાસું હોય – બરાબર સાડા આઠે જયેશે નીકળવાનું જ. રાજગઢથી માંડુ પચ્ચીશ કિ.મી. થાય. રાજગઢ અને માંડુ બન્ને ગામ વસ્તી, વિસ્તારમાં સરખાં પણ માંડુ તાલુકાનું ગામ, જ્યારે રાજગઢનો વેપાર બહોળો.

માંડુમાં જયેશની ઇલેક્ટ્રોનિક્સની-ટી.વી., ફ્રિજ, ઘરઘંટી, વોશિંગ મશીન જેવાં ઉપકરણોની – દુકાન. આજકાલ કરતાં, પચ્ચીસ કિ.મી. આવજા કરવામાં સત્તર અઢાર વર્ષ નીકળી ગયાં.

કંપાઉન્ડમાં પડેલા બાઇકને જયેશે કિક મારી પરંતુ રાત આખી કડકડતી ટાઢમાં પડી રહેલ બાઇક સ્ટાર્ટ ન થઈ. ઉપરાઉપરી પાંચ-સાત કિક મારી ત્યાં જયા ટિફિન બોક્સ અને હેલ્મેટ લઈને આવી. હેલ્મેટ બાઇકના હેન્ડમાં ભરાવી, ડેકીમાં ટિફિન બોક્સ મૂકવા નમી ત્યાં કિક મારવી છોડી જયેશ જયા તરફ નમ્યો : 'લુચ્ચા...' કહેતાં મારકણી નજર કરી જયા હટી ગઈ.

'બાપુને કહેવું પડશે! આપણા તોફાની વાછડાની ડોકમાં બાંધેલ ડેરો' છોડીને તમને બાંધી દઉં.' કહી ટિફિન બહાર જ છોડી ડીંગો બતાવી અંદર જતી રહી.

જયેશ આજે તોફાની મૂડમાં છે. આટલાં વર્ષે આજે જીવનની એક મોટી અપેક્ષા સાકાર થઈ છે.

જયા ગામડાની. ચાર ચોપડી જ ભણેલી પરંતુ મહેનતકશ શરીર, ઊજળો વાન, સપ્રમાણ બાંધો, સવળોટો દેહ, નમણો ચહેરો. એક સ્ત્રીમાં જે જોઈએ તે બધું જ કુદરતે જયાને આપેલું. પ્રથમ નજરે જ કોઈપણ યુવાનને ગમી જાય. ભણતર ઓછું પણ 'ચીંથરે વીંટેલ રતન' જેવી જયા સંસ્કારી અને ચારિત્રવાન.

પાંત્રીશે પહોંચેલ જયાનું દેહલાલિત્ય આજે પણ એટલું જ જળવાઈ રહ્યું છે.

ટિફિન છોડી દઈ જયા ઓઝલ થતાં જ બીજી કિકે બાઈક સ્ટાર્ટ થઈ ગયું. ટિફિન બોક્સ ડેકીમાં મૂકી, હેલ્મેટ માથા પર કસીને, ગિયર પાડી જયેશે એક્સીલલેટર આપ્યું. આજે જયેશ સુખ ને રોમાન્સની કલ્પનામાં ઊડતો હતો.

બે ભાઈ, એક બહેન. ત્રણ સંતાનોમાં જયેશ નાનો. જયેશ ગ્રેજ્યુએટ થઈ ગયો. બાપાની સ્થિતિ તો અતિશય નબળી, પાંચ વીઘા જમીન. એટલામાં પૂરતું

ઉપાર્જન થાય નહીં. આથી બીજાની જમીન ભાગવી વાવવા રાખે. બધા તનતોડ મહેનત કરે ત્યારે ગુજારા પૂરતું પેદા થાય.

જેમ જયા નમણી, રૂપાળી તેમ જયેશ પણ ગોરો ગોરો, વાદળી સ્કાય બ્લુ આંખો, સહુને ગમી જાય.

જયેશ ગ્રેજ્યુએટ પણ જયા નમણાશે માર્ક લઈ જાય. બેઉ કુટુંબ આર્થિક રીતે નબળાં, આથી બેઉ પક્ષે 'મોટા ઘર'નો મોહ રાખ્યા વગર જયા-જયેશનું ગોઠવાઈ ગયું.

બાઇકની ગતિ સાથે વીતેલાં સત્તર અઢાર વર્ષો ગતિ કરી રહ્યાં.

કેવું કાચું ધૂળિયું મકાન ! એક ઓસરીએ બે રૂમ, અને તે પણ સ્વતંત્ર નહીં. બંને રૂમની વચ્ચે પોણિયા ભીંત (દીવાલ). હાથ ઊંચો કરીને એક રૂમમાંથી બીજા રૂમમાં વસ્તુ અંબાવી શકાય. જો કંઈ બોલો તો બીજા રૂમમાં સંભળાય. ઓસરીના એક છેડે રસોડું અને બીજા છેડે ફળિયામાં સંડાસ-બાથરૂમ. એક રૂમમાં મોટોભાઈ ભાભી ને બાળકો સાથે સૂવે. બીજામ રૂમમાં વૃદ્ધ માતા-પિતા સાથે જયેશ સૂઈ રહેતો. પરણ્યાની પહેલી રાત યાદ આવતાં જયેશથી મનોમન હસી જવાયું. જયેશે પરણ્યાની પહેલી રાત એક મિત્રના ઘેર માણેલી.

સુખદ કે દુઃખદ ભૂતકાળને વાગોળીએ તો હંમેશાં મીઠી-મધુરપ જ મળે. સુખમાંથી પડતીમાં પટકાયા હોઈએ ત્યારે : 'એ.. ઈને ભગવાને આપણને કેવા સરસ દિવસો ભોગવવા આપેલા !' તે યાદ કરીને આનંદ પ્રાપ્ત થાય. ને દુઃખમાંથી સુખના દિવસો ભોગવવા મળે ત્યારે : આપણે કેવા દિવસો કાઢેલા ? આજે કુદરતે તેનું સાટું વાળ્યું.' વિચારતાં પણ આનંદ થાય, ભૂતકાળને જો પોઝિટિવલી વિચારીએ તો ! ખેદ કે આનંદ પ્રાપ્ત કરવો તે માણસના વિચારવા પર અવલંબે છે.

ચાર પાંચ દિવસથી જયેશ માંડુની દુકાને ગયેલો નહીં. રાખેલા વિશ્વાસુ માણસોએ ચલાવી લીધેલ.

ભૂતકાળના દિવસોમાં વિહરતા જયેશનું બાઈક વારંવાર ધીમું પડી જતું હતું.

એક સંબંધી-કલ્યાણકાકાની રાજગઢમાં ઈલેક્ટ્રોનિક્સની-ઘરેલું ઉપકરણોની -દુકાન. તેમણે ઓફર કરી કે, 'જયેશ, માંડુ પણ રાજગઢ જેવડું જ. વળી તાલુકાનું

ગામ છે. જો તારી ઇચ્છા હોય તો આવી જ દુકાન ત્યાં તને આપણી ભાગીદારીમાં કરાવી આપું. પૈસાનું રોકાણ મારું - મહેનત તારી. માંડુ અહીંથી દૂર પણ નથી. જ્યારે તું સધ્ધર થઈ જા અને ભાગીદારીમાંથી મુક્ત થવું હોય તો એ પણ છૂટ.'

જયેશે બાપુને પૂછેલું : 'બાપુ, કલ્યાણકાકા માંડુમાં ભાગીદારીમાં દુકાન કરાવી આપવા કહે છે, પૈસા એના – મહેનત મારી.' 1

'ખેતી તો આસમાની સુલતાની, વળી આપણી ટૂંકી જમીન. બીજાનું ભાગવું રાખીએ તેમાંય અર્ધુ તેને આપી દેવું પડે. આમાં કંઈ બે પાંદડે ન થવાય. તું ભણ્યો. તારું ભણતરેય લેખે લાગે. તું સુખી થતો હોય તો જે કરવું હોય તે કર પણ દીકરા. . એક વાત યાદ રાખજે કે અમને આ ઉંમરે માંડુમાં ફાવે નહીં. રાખવાં હોય તો અમને આંય રાજગઢમાં જ રાખજે..' એ વખતનો બાપુનો દયામણો ચહેરો અત્યારે પણ જયેશના માનસપટ પર તરવરી રહ્યો.

મા-બાપની ઇચ્છાને ખાતર જયેશે ટાઢ, તડકો કે વરસાદમાં અપ-ડાઉન સ્વીકારી લીધેલું. સત્તર, અઢાર વર્ષ વીતી ગયાં પણ મોઢા પર કદી અણગમો આવ્યો નહીં.

દશ વર્ષ પછી કલ્યાણકાકાએ સામેથી જ કહ્યું, 'જયેશ, હવે તું સ્વતંત્ર ધંધો કર. તને પુરુષાર્થ કરાવી લાઇને ચઢાવવો હતો એથી ભાગીદારીની શરત કરી હતી. આજથી તું સ્વતંત્ર છે. હવે તું ભાગીદાર નહીં પણ દુકાનનો સ્વતંત્ર માલિક છે.'

આમ ધંધાનાં દસેક વર્ષ પછી જયેશે રાજગઢમાં બીજું એક મકાન લીધું, પણ જયાનો આગ્રહ હતો કે મોટાભાઈ ત્યાં રહેવા ભલે જાય, પણ બા-બાપુને આ ઘર છોડાવવું નથી. આપણે બા-બાપુ સાથે જ આ ઘરમાં રહીશું.' જયેશ નારાજ થયો પણ જયાની ભાવના સ્વીકારી લીધી .

બીજાં સાત, આઠ વર્ષે જયાએ બચાવેલ પૈસામાંથી પ્લોટ લઈ, આર્કિટેક્ટ પાસે પ્લાન કરાવી જયેશે નીચે બે બેડરૂમ- એટેચ્ડ સંડાસ, બાથરૂમ, સાથે-હોલ, કિચન તથા ઉપર એટેચ્ડ બાથ, સંડાસ સાથે ટેરેસ બેડરૂમ બંધાવ્યો.

ચાર, પાંચ દિવસથી તેના વાસ્તુપૂજનની તૈયારીની દોડાદોડીમાં એ પડ્યો હતો. ગઈ કાલે જમણવાર સાથે વાસ્તુપૂજન વિધિ સંપન્ન થતાં આજ જયેશ માંડુની દુકાને આવવા નીકળ્યો છે.

જરૂરી ફિક્સ ફર્નિચર તો સાથે જ તૈયાર થઈ ગયેલું. અન્ય જરૂરી ફર્નિચર શૉ રૂમમાંથી ઑર્ડર પ્રમાણે આવી ગયું છે. બસ આજ હવે એ ફર્નિચર પોતે માંડુથી સાડા આઠે આવશે ત્યાં સુધીમાં જયાએ ગોઠવી દીધું હશે.

જયાને તેણે ખાસ સૂચના આપી હતી કે 'આપણો બેડરૂમ ઉપલા માળે રાખવાનો છે. બાપુ હજી ઉઠવા-બેસવામાં સક્ષમ છે. બાને રાત્રે બાથરૂમ જવાની જરૂર પડે તો હવે તો બેડરૂમમાં જ વ્યવસ્થા છે, વળી બાપુ પણ હોય આથી બાની ચિંતા, રાત્રે હવે તારે નહીં રહે.' મકાન ગમે તેટલું સુવિધાયુક્ત હોય છતાં ઉપલા માળે સૂવા, બેસવાની એક અનેરી મજા હોય છે તેવી જયેશની માન્યતા હતી.

ભૂતકાળ અવિલોપ્ય હોય છે. ભૂંસાતો નથી- ભુલાતો નથી. લગ્ન પછીની એ રાત્રિઓ જયેશ યાદ કરી રહ્યો :

મોટાભાઈ ભેગા હતા ત્યારે એ કાચા ઘરના એક રૂમમાં બા-બાપુ સૂતાં હોય અને બીજા રૂમમાં વચ્ચે એક તાર બાંધીને રૂમના બે ભાગ કર્યા હોય. રાત પડે એટલે એ તાર પર જાડી બે : પછેડીનું પાર્ટીશન કરે એટલે બેઉ ભાઈના 'બેડરૂમ' બની જાય.

મોટાભાઈ- ભાભી નવા ઘેર જુદાં રહેવા ગયાં ત્યાં જયેશનાં બે બાળકો સમજણાં થઈ ગયાં. બેઉ રૂમ વચ્ચે પોણિયા દીવાલ, આથી મન મૂકીને વ આટલાં વર્ષો જયા સાથે ખીલી જ ન શક્યો. બાળકો સૂઈ ગયાંની ખાત્રી થતાં નાઇટ લેમ્પની સ્વિચ ઑફ કરી જયાને આશ્લેશમાં લેવા હાથ લંબાવે ત્યાં ક્યારેક તો જયા બેઠી થઈ જાય :

'કેમ? શું થયું ?'

'બા, બાથરૂમ જવા ઉઠ્યાં લાગે છે.' કહેતી જયા બહાર નીકળી જતી.

બાપુ તો સ્વયં હજી હરી ફરી શકતા પણ સિત્તેરની ઉંમરે પહોંચેલ બા એંશી, પંચ્યાશી કિલોના સ્થૂળ શરીરે મુશ્કેલી અનુભવતાં. આથી રાત્રે જરાક સંચળ થતાં જ જયા બહાર આવી, બાને દોરી, બાથરૂમ કરાવી પાછી રૂમમાં સુવરાવી આવતી. આવી ફરજ રાતમાં એક, બે વખત જયાએ બજાવવી જ પડતી. ઉપરાંત રાત્રે જ્યારે પણ જયાની આંખ ખૂલી જાય તો બા- બાપુના રૂમમાં આંટો મારી બારી ખુલ્લી હોય અને ઠંડો પવન શરુ થયો હોય તો બારીઓ બંધ કરી આવે, ઠંડીના

દિવસો હોય તો બારી, બારણું પેક કરી, વૃદ્ધો પરથી ઓઢવાનું ખસી ગયું હોય તો સરખું ઓઢાડી આવતી.

એક વાર રાતે ગુસ્સામાં જયેશથી કહેવાઈ ગયેલું : 'રાત આખી બા, બા ને બાપુ, બાપુ; મારી તો પરવા કર!'

ત્યારે જયેશના વાળને પ્રેમથી પીંખી, ગાલે લાડથી ટપલી મારી એણે કહેલું : 'આપણે તો જિંદગીનાં ઘણાં વર્ષ પડ્યાં છે.' ને બાજુના રૂમ તરફ હાથનો નિર્દેશ કરી કહેલ, 'આ બાપડાં કેટલાં વરસ ? મા-બાપ માટે જે કરવાનું છે તે અત્યારે, એમના જીવતાં કરવાનું છે. અત્યારે સાચવીએ નહીં ને પછી ફૂલો ચડાવેલ મોટો ફોટો નેક્રિયામાં ગાદલું, પલંગ- લાકડી ને બૂટ, ફાનસ 1 ને મોક્ષના માર્ગે નાસ્તામાં ખાવા લાડુ (પિંડ), - સમાજને દેખાડો કરવાની કોઈ જરૂર નથી. જીવતા જાણીએ નહીં ને પછી...'

ત્યાર પછી જયેશે ક્યારેય નારાજગી બતાવી ન હતી.

સત્તર, અઢાર વર્ષની જયેશની મહેનત અને જયાની વૃદ્ધોની સેવાના પુણ્ય કર્મ ના ઉદયે જીવનની મહત્તમ અપેક્ષા – ઘરનું ઘર- પૂર્ણ થઈ હતી. બંને બાળકોને બોર્ડિંગ સ્કૂલમાં મૂકી દીધાં હતાં. ઘેર હોય ત્યારે બંને માટે અલગ સ્ટડી કમ બેડ રૂમ બનાવ્યો હતો. ગાડી, બંગલો, બાઇક, બે બાળકો ને જયા જેવી સંસ્કારી પત્ની- જયેશ ધન્યતા અનુભવતો હતો.

સત્તર, અઢાર વર્ષ પછી આજે જયા સાથે ઉપરના બેડરૂમે મુક્ત સાયુજ્ય માણી શકશે કારણ કે નીચેના બંને બેડરૂમ એટેચ્ડ બાથરૂમ સાથે વેસ્ટર્ન જાજરુની સગવડ ધરાવતા હતા. બાપુ તો સ્વયં ઊઠી-બેસી શકતા અને બાની તો અંદર જ બાથરૂમ હોવાથી હવે રાત્રે ચિંતા ન હતી.

માંડુથી હંમેશાં સાડા આઠ આસપાસ આવી, હાથ મોં ધોઈ બા-બાપુ પાસે બેસી ખબર અંતર પૂછવાના, કૌટુંબિક તથા ધંધાની વાતો કરવાની ત્યાં જયા રાત્રિ ભોજન બનાવી કાઢે. રાત્રે હંમેશાં બા-બાપુ સાથે જમવાનો ક્રમ.

જયેશ આવ્યો ત્યારે સામાન ગોઠવાઈને વ્યવસ્થિત થઈ ગયો હતો. નિત્યક્રમ પ્રમાણે બા-બાપુ પાસે બેસી ખબર અંતર પૂછી સાથે જમ્યાં.

જયા રાતનાં વાસણ વગેરે પતાવી નવરી થઈ કે 'હું ઉપર જાવ છું. તું જલદી આવજે' તેવો ઇશારો કરી ઉપર જવા દાદરના પગથિયે પગ મૂક્યો કે નટખટ જયાએ બાવડુ પકડી બા- બાપુના બેડરૂમ પાસેના બેડરૂમ તરફ ખેંચી અંદર ધકેલ્યો :

'ઉપર નહીં, અહીં' કહેતાં જયેશના ગાલે લાડભર્યો ચીમટો ભર્યો.

'પણ મેં તને ઉપર કહ્યું હતું ને?' જયેશના ચહેરા પર અણગમાનો હળવો ગુસ્સો વ્યાપી ગયો.

'તમે તો કહ્યું હતું પણ આપણે ઉપર હોઈએ અને બા કે બાપુને કંઈ થયું, તો આ ઉંમરે ક્યારે શું થાય એ નક્કી નહીં ને તાત્કાલિક કંઈ જરૂર પડે તો?'

'પણ...'

'પણ-બણ કંઈ નહીં. મેં તમને પેલાંય કીધું છેકે આપણી તો હજી ઘણી જિંદગી પડી છે. આ બેઉ હવે ક્યાં સુધી, કહેતાં જયાએ બા- બાપુના રૂમ તરફ આંગળી ચીંધી - ને જયેશે જયાને ઉમળકાથી આલિંગી લઈ કહ્યું :

'શાસ્ત્રો કહે છે કે, "આ પૃથ્વી શેષનાગની પીઠ પર ટકી રહી છે." પણ હું કહું છું કે આ ધરાનો આધાર તો તારા જેવી નારીઓના સંસ્કાર છે, એ સંસ્કારના આધારે ટકી રહી છે.' કહેતાં જયાને ઊંચકી લઈ જયેશે નવા બંગલાના બેડરૂમમાં પ્રવેશ કર્યો.

ધરની આબરૂ

જાદવબાપાના મોટા દીકરાની વહુ સવિતાએ પંદરેક દિવસ પછી આવતી પૂનમના દિવસે ન્યાત- પંચાયતને લેખિત આમંત્રણ મોકલાવ્યું. વળી જે જે ગામે નજીકનાં સગાસંબંધી રહેતાં તે દરેકને પૂનમના દિવસે ન્યાત-પંચાયતમાં હાજર રહેવા આગ્રહપૂર્વક લખી જણાવ્યું. પિયર પક્ષના, સસરા પક્ષના સર્વેને ગણી ગણી યાદ કરી કરી આગ્રહભર્યું આમંત્રણ પાઠવ્યું ત્યારે ગામ આખું અને સર્વે સગાં-સબંધીઓ આ ન્યાત-પંચાત બોલાવવાનો હેતુ સમજી ન શક્યાં.

છ-સાત હજારની ખાસી વસતિવાળું મોટું એવું ગામ, પણ અંતરિયાળ હટાણે શહેરમાં જવું હોય તો એકાદ કિ.મી. ચાલતાં મેઈન રોડ પર આવ્યા પછી સરકારી બસ કે શટલિયા રિક્ષા મળે, પરંતુ ગામમાં જાદવબાપાનું 'મોટું ખોરડું'. ચારસો-સાડાચારસો વીઘા જમીન. ગામમાં આટલી એક લઠ્ઠી જમીન કોઈને નહીં. ઢોર- ઢાંખરેય એટલાં. જ્ઞાતે પટેલ, પરંતુ સ્વભાવે ઓલદોલ. ઉદારતા તો કોઈ એની પાસેથી શીખે. અંતરિયાળ ગામ એટલે ગામમાં કોઈ ને કંઈ નાનીમોટી જરૂર પડે તો વિના સંકોચે જાદવબાપાના ઘરે દોડી જવાનું.

બે મોટી દીકરી પછી બે દીકરા. મોટો પ્રાગજી અને નાનો લાલજી.

મોટી બન્ને દીકરીઓ ઘરે બારે ખૂબ સુખી. મોટા પ્રાગજીની વહુ તે સવિતા વહુ. ખાઘેપીઘે સુખી ઘરનો તે દીકરો પ્રાગજી જાદવબાપા કરતાંયે હાડેતો, ઊંચો અને ઘઉંવર્ણો ને પાછો ગ્રેજ્યુએટ થયેલો. તો સામે વહુયે એવી મળી. વાને, કાઠે, ઊંચાઈએ અને ભણેલી,

ગામના યુવાનિયાઓ - જેને બૈરું કેવું હોવું જોઈએ તેની ખબર ન પડતી તે સૌને હવે લાગવા માંડ્યું કે બૈરું તો પ્રાગલાની વહુ જેવું...

સવિતા માત્ર રૂપાળી એટલું જ નહીં, સંસ્કારીય એટલી જ. ભોગવ્યું તો બાપના ઘરેય ખૂબ હતું. આથી પિયરના સંસ્કાર અને જાદવબાપાના ઘરની ઉદારતા. 'સોનામાં સુગંધ ભળી.'

જાદવબાપાએ હજી પ્રૌઢતામાં પગ મૂક્યો હતો પણ પ્રાગજી પરણીને આવતાં બારેક મહિના થયા હશે ત્યાં જ વહુની કોઠાસૂઝ અને સંસ્કાર જોઈને વહેવારની બધી જ જવાબદારી સવિતાવહુને સોંપીને જકલમા સાથે જાણે નિવૃત્ત જ થઈ ગયા ને સવિતાવહુએય પાંચમાં પુછાતા જાદવબાપાના ખોરડાને ચાર ચાંદ ઓર લગાવી દીધા.

ગામમાં કોઈને દવામાં ચાટવા મધ જોઈતું હોય તો સવિતાવહુ કોઈનું માથું દુખતું હોય તો બામની શીશી લેવા સવિતાવહુ. કોઈને અચાનક પેટમાં દુઃખે કે વાયુ ચડે તો દવા સવિતાવહુ પાસેથી મળે. સુદર્શન ચૂર્ણની ફાકી કે હિંગાષ્ટકની ફાકીની જરૂર પડે તો સવિતાવહુ. અરે, ટાણેકટાણે બે-પાંચ મહેમાન આવી જાય તો ઘરની દીકરી લોટો લઈ પહોંચી જાય સવિતાવહુ પાસે ને કહે 'સવુભાભી મે'માન આવ્યા છે, ચા કરવા દૂધ આપોને!' ને સવિતાવહું ફ્રિજ ખોલીને આખો લોટો ભરી આપે.

ને આવી સવિતા વહુએ કંઈ પણ કારણ દર્શાવ્યા વગર જ્ઞાતિ પંચને પંદરેક દિવસ પછી આવતી પૂનમના દિવસે પોતાના આંગણે આહ્વાન આપી દીધું ને સગાસંબંધીઓ જ્યાં વસતાં હોય તે બધાને સંભારી સંભારી આમંત્રણ મોકલાઈ ગયા. ત્યારના સૌ તર્કવિતર્ક કરે છે પણ સવિતાવહુના આ પગલાને કોઈ સમજી શકતાં નથી.

આમ તો પંથકઆખામાં જાદવબાપાની આબરૂ મોટી. નાતના નાના-મોટા પ્રશ્નો તો જાદવબાપા જ ઉકેલી કાઢે, પણ આ તો પોતાના ખોરડાની જ વાત સવિતાવહુએ ઊભી કરેલી અને એ પણ કેવી 'મભમ!'

જે કોઈએ ન્યાત-પંચ ભેગું કરવાની સવિતાવહુની વાતના અનુસંધાને પૃચ્છા કરી તેને જાદવબાપા હસીને કહેતાઃ 'આ અમારી સવિતાવહુએ અમનેય ચોખવટ નથી કરી.'

એક દિવસ જાદવબાપાએ પ્રાગજીને બોલાવી પૂછ્યું. બાપાએ ધારેલું કે ગમે એવું ખાનગી હશે તોયે બે માણહ (પતિ-પત્ની) વચ્ચે થોડું ખાનગી હશે! પણ ન્યાત-પંચ બોલાવવાનું કારણ પ્રાગજીય સવિતાના મોઢેથી જાણી નહોતો શક્યો.

જાદવબાપાનું ગામ નાનું કહેવાય, પરંતુ જાદવબાપાના વિચારો જૂની ઘરેડનાં નહીં. ક્રાંતિકારી, ચીલાચાલુ ઘરેડમાં નહીં માનનારા. આથી સવિતાને ઘરમાં તો શું ગામમાં પણ કોઈની લાજ કાઢવામાંથી છૂટી આપેલી. એ કહેતા, 'કુંવારે લાજ કાઢી ન હોય ને એ દીકરી પરણીને લાજમાં અટવાય, લાજમાં એ પોતાની જાતને 'વહુ' તરીકે જ માને. મારે તો વહુ નહીં દીકરી જોઈએ.' આથી સવિતા પણ જાદવબાપાને સાસરા નહીં પણ બાપની જેમ માનતી.

આખરે જાદવબાપાએ સવિતાને જ બોલાવી પૂછ્યું ત્યારે 'બાપા, મારા પર વિશ્વાસ રાખજો. આ ખોરડાની આબરૂ મારીયે છે એ ઘટાડીશ નહીં', કહેતાં બાપા પાસે લાડ કરતી હોય તેમ હસીને અંદર જતી રહી.

પ્રાગજી અને લાલજી વચ્ચે ઉંમરમાં ખાસો ચાર વર્ષનો ગાળો. લાલજી પ્રાગજીથી ચાર વર્ષ નાનો. સવિતા પરણીને આવી ત્યારે તો લાલજી સાવ નાદાન.

લગ્નનાં દોઢેક વર્ષમાં સવિતાને 'સારા દિવસો' ચઢ્યા.

વરસો પછી જાદવબાપાના સમૃદ્ધ કુટુમ્બમાં બાળકના જન્મની ખુશાલી ને હરખ ફેલાયો હતો.

પરંતુ ઢોરની કોઢમાં વાસીદું કરતા બળદે મોઢા પર બેઠેલી માખી ઉડાડવા વીઝેલ માથાની ઢીંક સવિતાના પેઢું પર વરામની વાગી જતાં

187

ગર્ભપાત થઈ ગયેલો. ખુશી-હરખ ઉદાસીમાં પલટાઈ ગયાં પણ 'હજી ક્યાં ઉંમર થઈ છે? ભગવાન બીજું આપશે.' કહેતાં મન મનાવેલું. પરંતુ બીજાની આશા વર્ષો વીતવા છતાં ન ફળી. શહેરની મોટી મોટી લેડી ડોક્ટરોએ નિદાન કર્યું કે 'સવિતા હવે ક્યારેય મા નહીં બને.'

સવિતાને દિયર લાલજી લાડકો હતો, પરંતુ નિદાન પછી એ કહેતી, 'લાલો મારો જ દીકરો છેને!'

લાલજી એકવીસમા વર્ષમાં પ્રવેશ્યો ત્યારે સવિતાએ જાદવબાપા પાસે વાત મૂકી, 'બાપા, મારો લાલો હવે ઉંમરલાયક થયો. તમે કહો તો લાલાનું હવે ગોઠવીએ?' મારા ધ્યાનમાં એક કન્યા છે...'

'સવુ બેટા, મને તમારા પર વિશ્વાસ છે. તમે કોઠાસૂઝવાળાં છો. તમે કરશો તે બરાબર જ હશે. વળી લાલજી તમારા મન દીકરા જેવો નહીં પણ દીકરો જ છે. તમે કરો એ કબૂલ છે.' જાદવબાપાએ કહેલું.

'તો બાપા, મારા સગા કાકાની દીકરી ગોપી મારા ધ્યાનમાં છે. લાલજી અને ગોપીની જોડી સરસ જામશે.' થોડી વાર અચકાઈ -અટકીને બોલી, 'પણ બાપા, ગોપી લાલજીથી એક વર્ષ મોટી છે. પણ ડાહી અને સંસ્કારી છે. ભણેલી પણ છે.'

'દીકરી. આપણી ન્યાતમાં આ કંઈ નવું નથી.' કહેતાં જાદવબાપાએ સ્વીકૃતિમાં કહેલું,' 'તમ તમારે કરો કંકુના.'

ને લાલજીનું સગપણ સવિતાના સગા કાકાની દીકરી ગોપી સાથે ગોઠવાઈ ગયું. છઅેક માસમાં તો લાલજીનાં લગ્ન લેવાયાં. સવિતા ને પ્રાગજીએ વરનાં મા-બાપ થઈ પરણાવ્યો. એક ઘરમાં બે ભાઈ ને બે બહેન થઈ ગયાં.

ગોપી ખરેખર ગોપી જ હતી. રૂપાળી દેખાવડી, વાને બધી રીતે સવિતા જેવી જ. પણ સવિતા ઠરેલ, જ્યારે ગોપી ચંચળ સ્વભાવની.

બીજા વર્ષે ગોપીએ દીકરાને જન્મ આપ્યો. જાદવબાપાના ઘરમાં અને સવિતાના હૃદયમાં આનંદ આનંદ વ્યાપી ગયો. સવિતાએ ગામઆખાના ઘરે ઘરે પેંડા વહેચ્યા.

સવિતાને તો જાણે રમકડું મળ્યું. આખો દિવસ નાના બાળકની પરવરિશમાં પડી ગઈ. જાણે પોતાનું જ સંતાન હોય.

બીજા વર્ષે ફરી ગોપીએ એક દીકરીને જન્મ આપ્યો. આમ બે બાળકોની ભેટ ગોપીએ કુટુંબને આપી.

બે બે બાળકોમાં રચીપચી સવિતાને હવે તો દિવસ પણ ટૂંકો પડવા લાગ્યો. વ્યવહારની સઘળી જવાબદારી તો જાદવબાપાએ સવિતાને સોંપી દીધેલી. બીજી બાળકીના જન્મ પછી ચાર વર્ષ કેમ પસાર થઈ ગયાં તેનો કોઈને ખ્યાલ જ ન રહ્યો.

લાલજીનાં લગ્નને આઠ વર્ષ થયાં. ખેતીની જવાબદારી તો બેઉ દીકરાઓએ ઉપાડી લીધેલી.

બધી રીતે સુખમાં દિવસો પસાર થઈ રહ્યા હતા ત્યાં એક દિવસ અચાનક લાલજીને સખત-અસહ્ય પેટનો દુખાવો ઊપડ્યો. તાત્કાલિક ઘરની જીપમાં લાલજીને શહેરના દવાખાને લઈ ગયા, પરંતુ ઓપરેશન થાય એ પહેલાં આંતરડું ફાટી જતાં લાલજીનું મૃત્યુ થઈ ગયું. ગોપી યુવાનીમાં જ વિધવા થઈ. જાદવબાપાના ઘર પર તો જાણે વીજળી પડી!

શાણા જાદવબાપા તો આઘાત પચાવી ગયા, પરંતુ સવિતા આ આઘાત પચાવી ન શકી. પેટનો જણ્યો માન્યો હતો તેવો લાલજી પણ કાળની ગતિમાં છીનવાઈ ગયો. સવિતાની ઉંમરમાં દસ વર્ષનો વધારો થઈ ગયો.

સંસારસુખમાંથી સવિતાનો જીવ ઊઠી ગયો. પ્રાગજી બિચારો સવિતાના ખાટલે જાય ખરો, પરંતુ નિષ્પ્રાણ જેવી સવિતા પાસેથી કોઈ સહકાર મળતો નહીં. પણ પ્રાગજી ક્યાં હજી વિરક્તિની ઉંમરે પહોંચ્યો હતો.

એકાદ વર્ષનો સમય આમ જ નીકળી ગયો. એક વખત સવિતાના ખાટલેથી નિરાશ થતો પ્રાગજી...

રાતના મોડેથી સવિતાની આંખ ખૂલી ગઈ ત્યારે પ્રાગજી પોતાના ખાટલે ન હતો. પ્રાગજીની ગેરહાજરીના વિચારે ઊંઘ ઊડી ગઈ, પરંતુ ઘસઘસાટ ઊંઘતી હોય તેમ આંખ મીંચીને પડી રહી. અર્ધા એક કલાકે પ્રાગજી પાછો ફરી ચૂપચાપ સૂઈ ગયો. પછી તો દસ, પંદર દિવસના અંતરે આ ક્રમ થઈ ગર્યો.

મકાન વિશાળ, ઘણા રૂમવાળું હતું. પ્રાગજીના ઓરડાને જોડાઈને જે ઓરડો હતો તેમાં તથા તેની સાથેના રૂમમાં સીઝનમાં કપાસ, મગફળી તેમ જ ઘઉં ભરાતાં. તે પછી ખૂણાના આડા રૂમમાં લાલજી અને ગોપી સૂતાં. બાળકો તો સવિતાની રૂમમાં - સવિતા પાસે સૂતાં. સામેની ઓસરી ચૈકીના રૂમે જાદવબાપા અને જકલમાં સૂતાં, પરંતુ લાલજીના મોટા ગામતરા પછી ગોપીને એકલું ન લાગે તેથી બાળકોને ગોપીના રૂમમાં સૂવા ટેવ પાડેલી, પરંતુ બેઉ હજુ અબુધ હતા.

એક રાતે સૂવાનો ઢોંગ કરી સવિતા ચૂપચાપ પડી હતી. મોડેકથી પ્રાગજી બહાર નીકળ્યો પછી ખાલી અટકાવેલ કમાડમાં ફાટ કરી સવિતા જોઈ રહી. ખૂણાનો રૂમ સામો જ દેખાતો હતો. સામે પણ કોઈની રાહમાં અટકાવી રાખેલ હોય તેવા કમાડને હળવેથી ખોલી પ્રવેશતા પ્રાગજીને સવિતા જોઈ રહી.

ગોપી ! એના સગા કાકાની દીકરી બહેન ! જેને પોતે જ આ ઘરમાં લાવી સૂતાં સૂતાં સવિતા વિચારી રહી.

ગોપીનોયે શું વાક? હું સંસાર પરવારી ગઈ પણ ગોપીની ઉંમર કેટલી? મારાથીયે બે વર્ષ નાની. ન કરે નારાયણ ને ગોપીને 'દાગ' રહેશે તો? તો આ ઘરની આબરુનું શું? એક વખત આ ખોરડાની આબરુ ગઈ તો?

કંઈક કરવું પડશે! કંઈ કંઈ વિચારોની ગડમથલ સવિતાના મગજમાં થતી રહી.

પંદરમે દિવસે જાદવબાપાના દોઢેક વીઘાના વિશાળ ઘરનું આંગણું ન્યાત-પંચના છ-સાત સભ્યો, પ્રમુખ તથા આસપાસનાં ગામોના પાંચમા પુછાતા મહાનુભોથી ભરાઈ ગયું. સવિતાએ લાપસી રાંધીને ઘીની ઘડીચે છૂટા હાથે લાપસીમાં રેડીને, આગ્રહ કરી કરીને જમાડી સ્વાગત કર્યું. જાણે વરો કરતી હોય,

સવિતાવહુનો હેતુ હજુ કોઈને સમજાતો ન હતો. સૌને તાલાવેલી હતી પણ લાપસીમાં છૂટા હાથે ઘી રેડીને જમાડ્યા પછી આરામ કરવા કહ્યું.

આરામ કરીને સૌ ઊઠ્યા ત્યારે ગાદલાં, તકિયા બિછાવીને બેઠકો તૈયાર હતી. પૂછનાર સૌને જાદવબાપાનો એક જ જવાબ હતો, 'હું કંઈ જાણતો નથી, સવિતા દીકરી જાણે.'

આખરે સહુએ બેઠક લીધી. સવિતાવહુએ આવીને ન્યાત-પંચ તથા મહેમાનોને હાથ જોડ્યા. એક મહેમાનથી પૂછ્યા વિના ન રહેવાયું, " સવિતા દીકરી, અમે જાણીએ છીએ કે જાવબાપાએ તને વહુ તરીકે નહીં, પણ દીકરી તરીકે રાખી છે. બધા અધિકારો તને આપી દીધા છે ત્યારે તને શું અસંતોષ કે ફરિયાદ છે કે ન્યાત પંચ અને આટલા મહેમાનો નોતરવાનો દાખડો કર્યો.

હાથ જોડી રાખી સવિતાએ શરૂ કર્યું. ' ન્યાત-પંચ અને આપ સર્વે મારા માવતર સમાન છો. આથી, માવતર પાસે મારે મન છૂટું મૂકવું છે.'

'બોલ દીકરી', એકસાથે ઘણા અવાજ ઊઠ્યા.

'આપ સૌ જાણો છો કે અકસ્માત પછી મારે સંતાન થવાની કોઈ સંભાવના ન રહી. પછી મેં મારા દિયર- લાલજીને મારો દીકરો માન્યો, મારી લાલો માન્યો, પરંતુ નિયતિએ મારું એ સુખ પણ છીનવી લીધું.' કહેતાં એ રૂમાઈ ગઈ, ' હવે હું મારા લાલા દીકરાનાં, બેઉ સંતાનોને દત્તક લઉં છું.

આજથી સર્વે સમક્ષ હું તેને મારાં સતાનો તરીકે સ્વીકારું છું જેથી મને સંતાન નથી તેવો અસંતોષ ન રહે.'

તે દીકરી. એ તારાં જ છેને! જાવદબાપાએ તને બધા જ અધિકાર આપ્યા છે. આવી નાની વાતમાં માવડો દાખડો કરવાની શું જરૂર?" એક સભ્ય કહ્યું.

'મારે એથીય વિશેષ કહેવું છે. નાની વાત હોત તો આપ સર્વેને હુંયે શા માટે દાખડો !

સહુ એક કાન થઈ સાંભળી રહ્યા. 'આપ સહુ જાણો છો કે મને સંતાન થવાની શક્યતા ન રહ્યા પછી મેં લાલાને મારો સગો દીકરા માન્યો. મારા સગા કાકાની દીકરી ગોપી સાથે પરણાવ્યો પણ વિધિની નિષ્ઠુરતાએ મારા એ સુખને, મારા લાલાને પણ છીનવી લીધો. નાની ઉંમરે લાલા-ગોપીની જોડી ખંડિત થઇ. ગોપીની ઉંમરેય શું છે? મારા કરતાં બે વર્ષ નાની. હજી તો સંસારસુખના અભરખાય બાકી છે. ઘણા મોટા મનના માણસો પોતાની પુત્રવધૂ નાની વયે વિધવા થાય તો પુત્ર મરણનાં દુઃખને ભૂલી જઈ પોતાના હાથે કન્યાદાન કરી ફરી પરણાવે છે. મારે મારી ગોપીનું ફરી ઘર મંડાવવું છે. એના અધૂરાં અરમાન, સંસારસુખના અભરખા મારે પૂરા કરવા છે. મારી વાણીમાં કંઈ અવિનય લાગે તો દીકરી માની માફ કરશો. પેટની ભૂખ કરતાંયે દેહની ભૂખ ભૂંડી છે, જેમ દાબીએ તેમ વધુ ઊછળે ને મારી ગોપીથી કંઈ આડું પગલું પડી જાય તો આ જાદવબાપાની અને આ ખોરડાની આબરૂ ધૂળમાં મળી જાય."

'તને છૂટ છે દીકરી, ન્યાત-પંરો તથા સહુએ સંમતિ આપી.

'ના. મારી વાત જુદી જ છે. જાદવબાપાના ઘરની આબરૂ હું અજાણ્યા હાથમાં સોંપવા નથી માગતી.'

'તો?' કેટલાય મુખેથી પ્રશ્ન ઊઠ્યો.

'જાદવબાપાના ઘરની આબરુ - મારા ઘરની આબરુ મારે મારા ઘરમાં જ સમાવી લેવી છે.'

'એટલે?' વળી બધા મુખેથી પ્રશ્ન પડઘાયો.

'સાંભળો. હુંયે ભણેલી છું. હિન્દુ મેરેજ એક્ટ જાણું છું. પ્રથમ પત્નીની અનુમતી વગર કોઈ પુરુષ એક પત્ની પર બીજી પત્ની કરી શકતો નથી. કરે તો એ કાયદેસર ગણાતી નથી. સમાજ કે કાયદો તેને પત્ની તરીકેનો કાનૂની દરજ્જો આપે નહીં. એ 'રખાત' ગણાય. હું મારી બહેનને પત્ની તરીકેનો દરજ્જો અપાવવા માગું છું. ફરી કહું છું કે મારા બોલવામાં કંઈ અવિનય લાગે તો માફ કરશો.' કહી સૌ સામે હાથ જોડી રહી. મહાજન સઘળું સવિતાની વાતને સમજવા આતુર હતું.

'તો તું કરવા શું માગે છે? તારી વાત અમે સમજી નથી શકતા.' ન્યાત- પંચોએ સ્પષ્ટતા માગી.

'એ જ કહું છું. આપ સર્વેને જણાવવું છે કે લાલજીના અકાળ અવસાનના ધા પછી સંસારસુખમાંથી મારું મન ઊઠી ગયું છે, વિરક્ત થઈ ગયું છે. આ બાબતે મારા વર પ્રાગજીને પણ હું અન્યાય કરું છું. જાણવા છતાં, ઈચ્છવા છતાં પ્રાગજીને સંસારસુખ આપી જ નથી શકતી. ગોપી હજી યુવાન છે. દેહની ભૂખ પ્રાકૃતિક છે એને આપણે અવગણી નથી શકતા. ગોપીને કદાચ હું બીજાના હાથમાં સોંપું તો બે બાળકોને તેની સગી માથી વછોડવા પડે. એ કરતાં મેં નિર્ણય કર્યો છે કે હું સવિતા, મારી રાજીખુશીથી મારી બહેન ગોપીને, મારા લાલાની વહુને મારા પતિ પ્રાગજીને સોંપું છું. જેથી બે બાળકો સગી મા વિહોણાં ન થાય, ને મારા, અમારા ઘરની આબરુ અમારા ઘરમાં જ સમાઈ જાય.' કહેતાં સવિતાના મોં પર ત્યાગની આભા પ્રસરી રહી.'બસ. આપ ન્યાત- પંચ અને વડીલો-મુરબ્બીઓને સાક્ષી અને સમક્ષ રાખી મેં કરેલ દસ્તાવેજી સંમતિ પત્ર મારી સહી સાથે રજૂ કરું છું.'

કહેતાં સ્ટેમ્પ પેપર પર લખી આપેલ સંમતિ પત્ર રજૂ કરી બેસી ગઈ. સાંભળનારામાં સ્તબ્ધતા છવાઇ ગઈ.

ન્યાત-પંચના પ્રમુખે સર્વે વતી ઊભા થઈ સવિતાના માથા પર હાથ મૂકી કહ્યું 'દીકરી. ઘરની આબરૂ ઘરમાં જ સમાવી લેવાની તારી ત્યાગ ભાવના અમે મંજૂર કરીએ છીએ. ધન્ય છે તારા ત્યાગને.

અમારા આશીર્વાદ છે.'

મારા પૂજ્ય પિતાશ્રી સ્વ. મુળજીભાઈ બહેચરભાઈ રાવલ
(નાના રાજકોટ – લાઠી)

પૂજ્ય માતુશ્રી સ્વ. ત્રિવેણીબેન મુળજીભાઇ રાવલ
(નાના રાજકોટ – લાઠી)

(સ્વ. પૂજ્ય પિતાશ્રી તથા સ્વ.પૂજ્ય માતુશ્રીના
અગણિત નમસ્કાર સાથે, 'નતમસ્તક')